பாராட்டு மழையில்!

"வாழ்க்கையில் இன்றியமையாதவற்றைப் பின்பற்றிச் செல்ல நமக்கு இரண்டு விதமான கவனக்குவிப்புகள் தேவைப்படுகின்றன: ஒன்று, நிலையான நோக்கம். இரண்டாவது, புள்ளிகளை இணைத்துப் பார்க்கின்ற தொடர் போக்கு. இரண்டையும் இந்நூலில் கிறிஸ் மிக அற்புதமாக விளக்கியுள்ளார். எனக்கு இந்நூல் மிகவும் பிடித்திருக்கிறது."

- **கிலெக் மெக்கவுன்,** நூலாசிரியர்

"நடைமுறைக்கு ஏற்ற, சரியான சமயத்தில் நமக்குக் கிடைத்திருக்கின்ற, அருமையாக எழுதப்பட்டுள்ள ஒரு நூல் இது. இன்று நாம் நம்முடைய வேலையில் வெற்றி பெறவும், இந்த நவீன உலகில் நேர்மறையான குழந்தைகளை வளர்க்கவும் பாடுபட்டுக் கொண்டிருக்கின்ற இவ்வேளையில், கிறிஸ், அது தொடர்பான மிக முக்கியமான ஓர் அம்சத்தை இந்நூலில் லாவகமாகக் கையாள்கிறார்."

- **ஷான் ஆச்சர்,** நூலாசிரியர்

"கிறிஸ் பெய்லியின் இந்நூல், நம்முடைய கவனத்தைத் தக்கவைத்துக் கொள்வதற்கான ஒரு பிரமிக்கத்தக்கக் கையேடு. அவருடைய நூல் வெறும் கோட்பாடு அல்ல. நடைமுறையில் பலரால் சிறப்பாகப் பயன்படுத்தப்பட்டுக் கொண்டிருக்கின்ற உத்திகளை உள்ளடக்கிய ஒரு பொக்கிஷம் இது."

- **கய்-ஃபூ லீ,** கூகுள் சீனாவின் நிறுவனர்

“கையில் குறைவான நேரத்தை வைத்துக் கொண்டு ஏராளமான விஷயங்களைச் செய்து முடிக்கத் திணறிக் கொண்டிருக்கின்ற இந்த உலகில் கிறிஸ் ஓர் ஆபத்பாந்தவனாக நம் முன் தோன்றியுள்ளார். சரியான நேரத்தில் வந்துள்ள அவரின் இந்நூலின் காரணமாக, பல ஆண்டுகளுக்குப் பிறகு இப்போதுதான் முதன்முறையாக, என் வாழ்க்கையில் மிகவும் முக்கியமான, மதிப்புக் கூட்டுகின்ற விஷயங்களில் கவனம் செலுத்த முடிகின்ற திறனை நான் பெற்றுள்ளேன். நீங்கள் உங்களுடைய மன அழுத்தத்தைக் குறைத்துக் கொள்வதற்கும், உங்களுடைய உற்பத்தித்திறனையும் மகிழ்ச்சியையும் மேம்படுத்திக் கொள்வதற்கும் ஓர் உத்தரவாதத்தைப் பெற விரும்பினால், இப்புத்தகத்தைப் படியுங்கள்.”

- ஜிம் சிட்ரின், நூலாசிரியர்

“மூச்சுமுட்ட வைக்கின்ற அளவு சுறுசுறுப்பாக இயங்கிக் கொண்டிருக்கின்ற இந்த உலகில், தங்களுடைய தொழில்வாழ்க்கையை மேம்படுத்திக் கொள்ள முனைகின்ற ஒவ்வொருவரின் அம்பறாத்தூணியிலும் கட்டாயம் இருக்க வேண்டிய ஓர் அம்புதான் ‘சிதறா கவனக்குவிப்பு’ என்ற இந்நூல். அதில் எப்படி வல்லவராவது என்பதைக் கிறிஸ் இந்நூலில் உங்களுக்குக் காட்டுகிறார். நவீன அறிவியலின் துணை கொண்டு, நீங்கள் வேலை செய்கின்ற விதத்தை மாற்றிக் கொள்வதற்குத் தேவையான, நடைமுறைக்கு உகந்த, அபாரமான செயல்திட்டத்தை அவர் இதில் உங்களுக்கு வழங்குகிறார்.”

- வனேசா வான் எட்வர்ட்ஸ், நூலாசிரியர்

“இருபத்தொன்றாம் நூற்றாண்டில் கவனக்குவிப்புதான் இருப்பதிலேயே மிகவும் மதிப்பு வாய்ந்த சொத்தாக விளங்கக்கூடும். பல பத்தாண்டுகால அறிவியல் ஆய்வுகளை அலசி ஆராய்ந்து, நடைமுறைச் செயல்முறைகளோடு அவற்றை ஜோடி சேர்த்து, நம்முடைய கவனக்குவிப்பை மிகச் சிறப்பாக மேம்படுத்துவதற்கு ஏற்ற வழிமுறைகளை கிறிஸ் இந்நூலில் நமக்குக் காட்டுகிறார்.”

- டேவிட் பர்கஸ், நூலாசிரியர்

“உங்களுடைய மதிப்புமிக்கச் சொத்துகளில் தலையாயது உங்களுடைய கவனக்குவிப்புதான் என்பதில் மாற்றுக் கருத்து இருக்க முடியாது. உங்களுக்கு உங்களுடைய வாழ்க்கையிலிருந்து கிடைக்கின்ற அனைத்து அனுபவங்களும் உங்களுடைய கவனக்குவிப்பிலிருந்துதான் கிடைக்கின்றன. இக்கருவியை எப்படிப் பயன்படுத்துவது, இதை எப்படிக் கூர்தீட்டுவது, இதை எப்படி உங்களுக்குச் சாதகமாகப் பயன்படுத்திக் கொள்வது, இவ்வளவு ஏன், இதை எப்படி இரசிப்பது என்பதைக்கூட இந்நூல் உங்களுக்குக் கற்றுத் தரும்.”

- பீட்டர் பிரக்மேன், நூலாசிரியர்

சிதறா கவனக்குவிப்பு

குறைவாக வேலை செய்து
அதிகமானவற்றைச் சாதிப்பது எப்படி

கிறிஸ் பெய்லி

தமிழில்:

PSV குமாரசாமி

MANJUL

மஞ்சுள் பப்ளிஷிங் ஹவுஸ்

First published in India by

MANJUL

Manjul Publishing House
Corporate and Editorial Office
•2nd Floor, Usha Preet Complex, 42 Malviya Nagar, Bhopal 462 003 - India
Sales and Marketing Office
•C-16, Sector 3, Noida, Uttar Pradesh 201301, India
Website: www.manjulindia.com
Distribution Centres
Ahmedabad, Bengaluru, Kochi, Kolkata, Chennai,
Hyderabad, Mumbai, New Delhi, Pune

Tamil translation of *Hyperfocus: How to Work Less to Achieve More*
by *Chris Bailey*

This edition published by arrangement with Viking, an imprint of Penguin Publishing Group, a division of Penguin Random House LLC

This edition first published in 2022
Fourth impression 2026

ISBN 978-93-5543-175-2

Translated by PSV Kumarasamy
Edited by Nagalakshmi Shanmugam

Printed and bound in India by Repro India Limited

ஆர்டைனுக்கு

சமர்ப்பணம்

உள்ளடக்கம்

அத்தியாயம்
0

கவனக்குவிப்பு ஏன் முக்கியம்

நான் இந்த வார்த்தைகளைக் கனடாவின் ஒன்டாரியோ மாநிலத்திலுள்ள கிங்ஸ்டன் நகரிலுள்ள ஒரு சிறிய உணவகத்தில், மெலிதான உரையாடல்கள் மற்றும் தட்டுகள் மற்றும் கரண்டியொலிகளுக்கு நடுவே அமர்ந்து எழுதிக் கொண்டிருக்கிறேன்.

எனக்கு எப்போதுமே மக்களை அவதானிப்பது பிடிக்கும். அவர்கள் உடையணிகின்ற விதம், உரையாடுகின்ற விதம், தனியாக இருக்கும்போதும் பிறருடன் சேர்ந்து இருக்கும்போதும் நடந்து கொள்கின்ற விதம் போன்ற பல விஷயங்கள் கவனிக்கப்படக்கூடியவையாகும். இது போன்ற சிறிய உணவகங்களில் அல்லது காபிக் கடைகளில், அணுமுடுக்கிகளில் உள்ள அணுக்களைப்போல ஆளுமைகள் ஒன்றோடொன்று மோதிக் கொள்வதை வேடிக்கை பார்ப்பது சுவாரசியமாக இருக்கும்; ஒருவர் தன் நண்பரிடம் பேசிக் கொண்டிருந்துவிட்டு, உணவகப் பணியாளரிடம் பேசும்போது அவரின் ஆளுமையில் ஏற்படுகின்ற மாற்றங்களை அவதானிப்பதும், பணியாளர்கள் மேசைக்கு மேசை மாறுகின்றபோது, அங்கு உட்கார்ந்திருப்பவர்கள் ஜோடிகளா அல்லது ஒரு பெரிய குடும்பத்தின் உறுப்பினர்களா என்பதைப் பொறுத்து அவர்களுடைய ஆளுமைகள் மாறுவதைக் கவனிப்பதும் எனக்குப் பிடிக்கும்.

மற்றவர்கள்மீது நான் என் கவனத்தைக் குவிப்பதன் மூலம், அவர்கள் எதன்மீது தங்களுடைய கவனத்தைக் குவிக்கிறார்கள் என்பது குறித்து நான் ஏராளமாக அவதானித்திருக்கிறேன். எந்தக் கணத்திலும், நாம் நம்முடைய அக உலகிற்குள் புகுந்திருக்கும்போதுகூட, நாம் அனைவரும் ஏதோ ஒன்றின்மீது நம்முடைய கவனத்தைக் குவித்துக் கொண்டுதான் இருக்கிறோம். இப்போது நாம் அந்த உணவகத்தைச் சுற்றி நம் கண்களை ஓட்டலாம்.

முதலில், எனக்கு இடது பக்கம் சிறிது தள்ளி அமர்ந்திருந்த இரண்டு யுவதிகளின் பக்கம் நான் என் கவனத்தைத் திருப்பினேன். அவர்கள் தங்களுடைய இருபதுகளில் இருந்தனர். அவர்கள் பரஸ்பரம் அடுத்தவர்மீது கவனம் செலுத்துவதற்குப் பதிலாக, தங்களுடைய அலைபேசிகளில் தங்களுடைய கவனத்தைக் குவித்திருந்தனர். குறுஞ்செய்திகள் அனுப்பி முடித்துவிட்டுக் கிடைத்த இடைவெளிகளில் அவர்கள் தங்களுடைய அலைபேசிகளை மேசையின்மீது தங்களுக்கு அருகே கவிழ்த்து வைத்தனர். அது ஓர் அபத்தமான செய்கையாக எனக்குப் பட்டது. ஏனெனில், முப்பது நொடிகளுக்குள் அவர்கள் அதை மீண்டும் தங்களுடைய கைகளில் எடுத்துக் கொண்டனர். அவர்கள் இருவருக்கும் இடையே நடந்த உரையாடல் முழுவதும் என் காதில் விழவில்லை என்றாலும், அவர்கள் மேலோட்டமாகப் பேசிக் கொண்டிருந்தனர் என்பதை என்னால் எளிதாகக் கண்டுகொள்ள முடிந்தது. அவர்கள் பெயரளவுக்குத்தான் அங்கு உட்கார்ந்திருந்தனர். அவர்களுடைய கவனம் வேறு எங்கோ இருந்தது.

அடுத்து, அந்த உணவகத்தின் மறுபுறம் எனக்கு எதிரே உட்கார்ந்திருந்த ஒரு ஜோடியை நான் கவனித்தேன். அவர்கள் ஓர் உரையாடலில் ஆழமாக மூழ்கியிருந்தனர். அதை அவர்களுக்கு அருகேயிருந்த சூடான காபியும் கேக்குகளும் விசிறிவிட்டுக் கொண்டிருந்தன. அவர்கள் முதலில் அந்த உணவகத்திற்குள் நுழைந்தபோது சாதாரணமாகத் துவங்கிய உரையாடலில் படிப்படியாக சுவாரசியம் கூடியதுபோல இருந்தது. அந்த யுவதிகளைப்போல இல்லாமல், இந்த ஜோடி, அங்கு வந்ததிலிருந்தே தங்களுடைய கவனத்தை ஒருவர்மேல் ஒருவர் பதித்திருந்தனர்.

அப்போது அந்த உணவகத்தின் ஸ்பீக்கர்களில் ஒரு நல்ல பாடல் இசைக்கத் துவங்கியது. என் கவனம் அந்த ஜோடியை அடுத்து அமர்ந்திருந்த இருவரை நோக்கித் திரும்பியது. அவர்களில் ஒருவன் உணவை ஆர்டர் செய்து கொண்டிருந்தபோது, மற்றொருவன் அந்தப் பாட்டுக்கு ஏற்பத் தன் கால்களால் மென்மையாகத் தாளம் போட்டுக் கொண்டிருந்தான். அப்படித் தாளம் போட்டுக் கொண்டிருந்தவன் தன் கவனத்தை மூன்று விஷயங்களில் குவித்திருக்க வேண்டும் என்று எனக்குத் தோன்றியது: அந்தப் பாட்டு; அவனுடைய நண்பன் கொடுத்துக் கொண்டிருந்த ஆர்டர்; தான் என்ன சாப்பிடலாம் என்பது குறித்தத் தீர்மானம். அவன் முட்டை வேண்டும் என்று கேட்டபோது, அவனுடைய ஆர்டரை எடுத்துக் கொண்டிருந்த உணவக ஊழியர், அவனுக்கு முட்டை எப்படி இருந்தால் பிடிக்கும் என்று கேட்டபோது, அவன் தன் கவனத்தை உள்முகமாகத் திருப்பியதைப்போல இருந்தது. அதாவது, முட்டையைத் தான் வழக்கமாக எவ்வாறு சாப்பிடுவோம் என்று அவன் யோசித்ததுபோல இருந்தது. இறுதியில், தனக்கு முட்டைப் பொரியல் வேண்டும் என்று அவன் கூறினான்.

ஒரு மேடைக்கு அருகே உயரமான ஸ்டூல்களில் அமர்ந்து, மூன்று அந்நியர்கள், முந்தைய நாள் நடைபெற்ற ஒரு கால்பந்துப் போட்டியின் சுருக்கமான வடிவத்தைத் தொலைக்காட்சியில் பார்த்துக் கொண்டே, அருகேயிருந்த அந்நியர்களுடன் உரையாடிக் கொண்டிருந்தனர். இந்த மூவரையும் சேர்த்து, உலகெங்குமுள்ள இலட்சக்கணக்கான மக்கள், போயும் போயும் சுமார் 11 அங்குலம் சுற்றளவுள்ள, வெளுத்துப் போன ஒரு மாட்டுத்தோலின்மீது தங்களுடைய கவனத்தைக் குவித்திருந்தது எனக்கு சுவாரசியமூட்டியது. நான் பார்த்துக் கொண்டிருந்தபோது, அந்த மூவரில் ஒருவர், தன் தலையை லேசாகத் திருப்பியபடி ஏதோ யோசனைக்குள் மூழ்கினார். பின் ஏதோ ஓர் அதிர்வலை அவருடைய உடலைத் தாக்கியதுபோல, அவர் திடுக்கிட்டு, தன் பாக்கெட்டில் வைத்திருந்த ஒரு குறிப்பேட்டில் ஒரு யோசனையை அவசரமாகக் குறித்துக் கொண்டார். கால்பந்துப் போட்டியின் இரைச்சல் பின்னணியில் ஓடிக் கொண்டிருக்க, அவர் தன் பகற்கனவில் மூழ்கியிருந்தபோது,

திடீரென்று ஏதோ ஓர் உள்நோக்கு அவருக்குத் தோன்றியிருந்தது. ஒரு 'யுரேகா' கணம் அவருக்கு வாய்த்திருந்தது.

என்னை எடுத்துக் கொள்ளுங்கள். அந்த உணவகத்தில் நான் ஒரு மடிக்கணினியுடன் அமர்ந்திருந்தேன். காபி அருந்திக் கொண்டும் வறுவலைக் கொறித்துக் கொண்டும் என்னால் என் வேலையில் ஆழமாகக் கவனம் செலுத்த முடிந்தது, செலவழிப்பதற்கு எனக்கு அதிக ஆற்றல் இருந்தது. காலையில் நான் மேற்கொண்ட தியானமும் இதற்கு உதவியிருக்கலாம். அப்படிச் செய்கின்றபோது என்னால் கூடுதலான வார்த்தைகளை எழுத முடிகிறது என்பதை நான் கண்டுள்ளேன். என் கணக்குப்படி, அது நாற்பது சதவீதம் கூடுதலாக இருக்கும். கவனச்சிதறல் இல்லாமல் எழுதுவதற்கு வசதியாக, நான் என் அலைபேசியை வீட்டிலேயே வைத்துவிட்டு வந்துவிட்டேன். அதோடு, நான் இங்கு நடந்து வருவதற்குள் என் மனமும் அமைதியடைந்திருந்தது. புதிய, புதுமையான யோசனைகள் தூண்டப்படுவதற்கு, அலைபேசி, இணையம் போன்றவற்றிலிருந்து நம்மைத் துண்டித்துக் கொள்வது ஆற்றல் வாய்ந்த வழிமுறைகளில் ஒன்று. இதைப் பற்றிப் பின்னர் நான் விரிவாக விளக்கவிருக்கிறேன். அந்த உணவகத்தில் இசைக்கப்பட்டுக் கொண்டிருந்த பின்னணி இசை மனத்தைக் கவர்ந்திழுப்பதாக இருந்தபோதிலும், அது கவனச்சிதறல் ஏற்படுத்துவதாக இருக்கவில்லை. அதோடு, நான் இசைக்காக இந்த உணவகத்திற்கு வரவில்லை. மேலும் நான் வழக்கமாகச் செல்கின்ற உணவகத்தை விடுத்து இந்த உணவகத்தைத் தேர்ந்தெடுத்ததற்குக் காரணம், இங்கு வை—ஃபை தொடர்பு கிடையாது என்பதுதான். இணையம் மற்றும் அலைபேசி மூலமாக இடைவிடாது நாம் கொண்டிருக்கின்ற பிணைப்பு, நம்முடைய கவனக்குவிப்புக்கும் உற்பத்தித்திறனுக்கும் மிக மோசமான இடையூறுகளை விளைவிக்கவல்லது. இந்த உணவகத்தில் நிலவிய சூழலும் இங்கிருந்த மக்களும் என் கவனத்தை லேசாகச் சிதறடித்திருந்தனர் என்பதை இதற்கு முந்தைய சில பத்திகளில் நான் விவரித்திருந்ததைக் கொண்டு நீங்கள் அறிந்திருப்பீர்கள். ஆனால் இந்த முன்னுரையில் நான்

கூற வந்துள்ள விஷயத்திற்கு அது ஒரு நல்ல தீவனமாக அமைந்துவிட்டது.

நான் சற்று முன் வெளிப்படுத்தியிருந்த ஒரு விஷயத்தை, இந்த உணவகக் காட்சி மிகவும் அருமையாக எடுத்துரைக்கிறது. நமது கவனத்தை ஈர்க்கின்ற விஷயங்கள் எப்போதும் நம்மைச் சுற்றி இருந்து கொண்டே இருக்கின்றன என்பதுதான் அது. நமது கிரகத்தில் இக்கணத்தில் விழித்துக் கொண்டிருக்கின்ற அனைவரும், அவர்கள் காலை உணவைச் சாப்பிட்டுக் கொண்டிருந்தாலும் சரி, வேலை செய்து கொண்டிருந்தாலும் சரி, அல்லது குடும்பத்தோடு நேரம் செலவழித்துக் கொண்டிருந்தாலும் சரி, ஏதோ ஒன்றில் கவனம் செலுத்திக் கொண்டிருக்கிறார்கள். நாம் எங்கு சென்றாலும் சரி, நம் சொந்த யோசனையில் மூழ்கியிருப்பது உட்பட எதைச் செய்து கொண்டிருந்தாலும் சரி, நாம் நம்முடைய வாழ்க்கையை, நம் கவனத்தை இழுக்கின்ற ஒரு பின்புலத்திற்கு மத்தியில்தான் செலவழித்துக் கொண்டிருக்கிறோம்.

* * *

நம்மால் எப்படி ஒரு மேம்பட்ட முறையில் கவனத்தைக் குவிக்க முடியும், கூடவே நம்மால் எப்படித் தெளிவாகவும் சிந்திக்க முடியும் என்பது குறித்த என்னுடைய ஆராய்ச்சியை நான் சில ஆண்டுகளுக்கு முன்பே துவக்கிவிட்டேன். ‘உற்பத்தித்திறன் வல்லுநர்’ என்ற முறையில் அது குறித்த ஆலோசனைகளைத் தொழில்முறைரீதியாக வழங்கி வருகின்ற எனக்கு இதை ஒப்புக் கொள்வது கொஞ்சம் கடினம்தான். இருந்தாலும் சொல்கிறேன். நான் கூடுதலாக உபகரணங்களைச் சேர்க்கத் துவங்கியவுடன் என் கவனச்சிதறல் அதிகரித்திருந்ததை நான் கவனிக்கத் துவங்கியிருந்தேன். மிகக் குறைவான காரியங்களைச் செய்து கொண்டிருந்த அதே வேளையில், நான் முன்னெப்போதையும்விட அதிக மும்முரமாக இருந்தேன். சலிப்புடன்கூடிய சஞ்சல உணர்வு என்னுள் அதிகரிக்கத் துவங்கியிருந்தது. என்னை ஊக்குவிப்பதற்கான தூண்டுதல்களுக்கும் பஞ்சமிருந்தது. எனக்குக் கிடைத்த ஒவ்வொரு கணத்திலும்

நான் அளவுக்கதிகமான விஷயங்களைச் செய்ய முயற்சி செய்து கொண்டிருந்தேன். நான் ஒரே நேரத்தில் பல வேலைகளைச் செய்ய முயலும்போது, என் மூளை ஒருபோதும் சரியாக வேலை செய்வதில்லை என்பதை நான் அறிந்திருந்தபோதிலும், அவ்வாறு செய்ய என்னை நானே கட்டாயப்படுத்திக் கொண்டிருந்தேன். ஓரிரண்டு எளிய விஷயங்களில் கவனம் செலுத்துவதைக் காட்டிலும், என் அலைபேசியை எப்போதும் அருகிலேயே வைத்துக் கொள்வதும், என் மின்னஞ்சலை எப்போதும் திறந்தவாறே வைத்திருப்பதும் அதிக வசீகரமானவையாக இருந்தன. என்னைப் பொறுத்தவரை இந்நூல் ஓர் அத்தியாவசியத்தின் பொருட்டே உருவானது. இதில் கூறப்பட்டுள்ள விஷயங்கள் எனக்குத் தேவை என்பதால் நான் இதை எழுதினேன்.

ஒரு புதிய யோசனை என்னைப் பரவசப்படுத்தினால், உடனடியாக அது தொடர்பான ஒரு டஜன் நூல்களை வாங்கிப் படித்து, நான் அதில் கரை காண முயல்வேன். கவனக்குவிப்பு என்னுடைய சமீபத்திய ஈர்ப்பாக இருந்தது. அதில் இவையெல்லாம் அடங்கும்: நம்மைச் சுற்றிலும் உள்ள கவனச்சிதறலை நம்மால் எப்படி முறியடிக்க முடியும்; ஒரே நேரத்தில் பல வேலைகளை எப்படித் திறம்படச் செய்ய முடியும் (அது சாத்தியம்தான்); நாம் தள்ளிப்போட விரும்புகின்ற விஷயங்களில் கவனத்தைக் குவிப்பதற்கு நம்முள் எழுகின்ற இயல்பான எதிர்ப்பை எப்படிச் சரிக்கட்ட முடியும்; நம்மை உண்மையாகவே ஆசுவாசப்படுத்திக் கொள்வதற்கும் நமக்குப் புத்துணர்ச்சியூட்டிக் கொள்வதற்கும் கவனக்குவிப்பிலிருந்து நாம் எப்படி விடுபட வேண்டும். நான் படித்த நூல்களிலிருந்து எனக்கு ஏராளமான தகவல்கள் கிடைத்தன. அவை முன்மொழிந்த அறிவுரைகளில் பல ஒன்றுக்கொன்று முரண்பட்டன. மொத்தத்தில், அவை படிப்பதற்கு சுவாரசியமாக இருந்தன, ஆனால் என் வேலையில் மேம்பாடு ஏற்படுவதற்கும் நான் என் வாழ்க்கையில் முன்னேறுவதற்கும் அவை எனக்கு எவ்விதத்திலும் உதவவில்லை.

அதையடுத்து நான் அறிவியல் ஆய்வுக் கட்டுரைகள் பக்கம் என் பார்வையைத் திருப்பினேன். கவனக்குவிப்புக் குறித்து எண்ணற்ற ஆய்வுகள் மேற்கொள்ளப்பட்டிருந்தன,

ஏகப்பட்ட ஆவணங்கள் தொகுக்கப்பட்டிருந்தன.* நான் படித்த ஆய்வுக் கட்டுரைகளின் எண்ணிக்கை அதிகரித்துக் கொண்டே போனதால், "கவனக்குவிப்பு" என்ற தலைப்பில் என்னுடைய கணினியில் நான் சேமித்து வைத்திருந்த கோப்புகளின் அளவும் பிரம்மாண்டமாக ஆனது. நான் அவற்றைப் படித்து எடுத்துக் கொண்டிருந்த குறிப்புகளின் அளவும் பெரிதானது. அதன் மூலம், நடைமுறைக்கு ஏற்ற, உத்திசார் படிப்பினைகளை நான் அடையாளம் காணத் துவங்கினேன். நாம் ஏன் மிகச் சுலபமாகக் கவனச்சிதறலுக்கு ஆளாகிறோம் என்பதையும், கவனச்சிதறல்மிக்க இந்த உலகில் எப்படி நம்முடைய மனத்தைக் கவனக்குவிப்பில் ஈடுபடுத்துவது என்பதையும் அறிந்து கொள்ள அதற்குள் ஆழமாக இறங்குவதற்கு, கவனக்குவிப்புக் குறித்த ஆய்வுகளில் ஈடுபட்டிருந்த, உலகின் தலைசிறந்த ஆய்வாளர்களிடம் நான் பேசத் துவங்கினேன். என்னுடைய கவனக்குவிப்பை முழுமையாக என்னுடைய கட்டுப்பாட்டுக்குள் கொண்டுவருவது உண்மையிலேயே சாத்தியமா என்பதைத் தெரிந்து கொள்வதற்காக, நானும் சொந்தமாகச் சில ஆய்வுகளில் ஈடுபடத் துவங்கினேன்.

நான் கண்டுபிடித்த விஷயங்கள் நான் வேலை செய்த விதத்தை ஒட்டுமொத்தமாக மாற்றியமைத்ததோடு, நான் வாழ்க்கை நடத்திய முறையையும் முற்றிலுமாக மாற்றின. கவனக்குவிப்பு என்னுடைய உற்பத்தித்திறனுக்குப் பங்களித்ததோடு மட்டுமல்லாமல், என்னுடைய ஒட்டுமொத்த நலனிலும் குறிப்பிடத்தக்க ஒரு காரணியாக விளங்கியதை நான் பார்க்கத் தொடங்கினேன். இதில் வேடிக்கை என்னவென்றால், என்னுடைய படைப்பாற்றல் திறமையையும் உற்பத்தித்திறனையும் ஊக்குவித்தச் சிறந்த நடவடிக்கைகளில் ஒன்று, ஒரு விஷயத்தில் எப்படிக் கவனம் செலுத்தாமல் இருப்பது என்பதைக் கற்றுக் கொள்வதுதான் என்பதை நான் கற்றுக் கொண்டேன். எந்தவொரு

* ஆய்வுக் கட்டுரைகளைப் படிப்பது நாம் நினைப்பதைக் காட்டிலும் கடினம்தான் என்றாலும், அதில் உங்களுக்கு ஈடுபாடு இருந்தால், அதுவொன்றும் முடியாத காரியமல்ல. நம்முடைய கவனக்குவிப்பைத் தீர்மானிப்பது நாம் படிக்கின்ற விஷயங்களின் சிக்கல்தன்மை அல்ல, அதில் நாம் எந்த அளவு ஈடுபாடு கொண்டிருக்கிறோம் என்பதுதான் என்று ஆய்வுகள் தெரிவிக்கின்றன.

குறிப்பிட்ட விஷயத்திலும் கவனம் செலுத்தாமல் இருப்பதன் மூலமும், என் வீட்டிலிருந்து அந்த உணவகத்திற்கு நான் நடந்து வந்தபோது நான் செய்ததைப்போல மனத்தை அலையவிடுவதன் மூலமும், என்னால் யோசனகளை ஒன்றோடொன்று முடிச்சுப் போட்டுப் பார்க்க முடிந்தது, புதிய யோசனைகளைக் கவர முடிந்தது என்பதை நான் கண்டுகொண்டேன்.

மனிதகுலத்தின் ஒட்டுமொத்த வரலாற்றில் இருந்ததைவிட இப்போது நமக்கு அதிகமான கவனச்சிதறல்கள் இருக்கின்றன என்பதையும் நான் கண்டுபிடித்தேன். நாம் ஒரு கணினி முன்னால் அமர்ந்து வேலை செய்கின்றபோது, கவனச்சிதறல் ஏற்படாமலோ அல்லது குறுக்கீடுகள் இல்லாமலோ நம்மால் சராசரியாக நாற்பது நொடிகளுக்கு மேல் வேலை செய்ய முடிவதில்லை என்று ஆய்வுகள் தெரிவிக்கின்றன. ஒரே நேரத்தில் பல வேலைகளைச் செய்வது என்பது உத்வேகமூட்டுகின்ற ஒன்று என்று நான் கொண்டிருந்த கண்ணோட்டத்திலிருந்து, அது தொடர்ச்சியான குறுக்கீடுகளை உள்ளடக்கிய ஒரு கிடுக்கிப்பிடிப் பொறி என்ற நிலைப்பாட்டுக்கு நான் வந்தேன். ஒரே நேரத்தில் பல வேலைகளை இழுத்துப் போட்டுக் கொண்டு செய்வதன் மூலம், இருப்பதிலேயே மிக முக்கியமான விஷயம் எதுவோ அதைச் செய்து முடிப்பதிலிருந்து நம்மை நாமே தடுத்துக் கொண்டிருக்கிறோம். ஒரு நேரத்தில் ஒரே ஒரு முக்கியமான வேலையில் மட்டும் ஆழமான கவனக்குவிப்புடன் செயல்படுவதன் மூலம், அதாவது, சிதறா கவனக்குவிப்பைக் கொண்டிருப்பதன் மூலம், மிகச் சிறந்த உற்பத்தித்திறனை வெளிப்படுத்துகின்ற நம்முடைய புதிய அவதாரமாக நாம் மாறுகிறோம்.

எல்லாவற்றுக்கும் மேலாக, வீட்டிலும் சரி, வேலையிலும் சரி, உற்பத்தித்திறன்மிக்க, படைப்பாற்றல்மிக்க, மகிழ்ச்சியான ஒருவராக நீங்கள் ஆவதற்கான முக்கியமான உள்ளீடாக கவனக்குவிப்பை நான் கருதத் துவங்கியுள்ளேன். வரம்புக்குட்பட்ட நம்முடைய கவனத்தை அறிவார்ந்த விதத்திலும் திட்டமிட்ட முறையிலும் நாம் முதலீடு செய்கின்றபோது, நம்மால் ஒரு விஷயத்தின்மீது ஆழமான

கவனம் செலுத்த முடிகிறது, தெளிவாகச் சிந்திக்க முடிகிறது. பெரும்பாலான நேரங்களில், நம் கவனத்தைச் சிதறடித்துக் கொண்டிருக்கின்ற சூழல்களில், மூளையைத் தீவிரமாகப் பயன்படுத்தி மெற்கொள்ளப்பட வேண்டிய அறிவார்ந்த வேலைகளில் நாம் ஈடுபட வேண்டியிருக்கின்ற இன்றைய உலகில், இது ஓர் அடிப்படைத் தேவையாகும்.

இந்நூலில், கவனக்குவிப்புக் குறித்து நான் கற்றுக் கொண்டுள்ள, மலைக்க வைக்கின்ற விஷயங்களை உங்களோடு பகிர்ந்து கொள்வதோடு நிறுத்திக் கொள்ளாமல், இந்த யோசனைகளை நீங்கள் உங்களுடைய சொந்த வாழ்வில் எப்படிப் பயன்படுத்தலாம் என்பதையும் நான் உங்களுக்குக் காட்டவிருக்கிறேன். அவற்றை நான் என் வாழ்வில் எனக்குத் திருப்தி ஏற்படுகின்ற விதத்தில் ஏற்கனவே பரிசோதித்துவிட்டேன். உற்பத்தித்திறன் குறித்த ஆய்வுகள் சிறப்பானவை என்பதில் சந்தேகமில்லை. ஆனால் அதன்மீது நீங்கள் நடவடிக்கை எடுக்காவிட்டால், அதனால் எந்தப் பயனும் இல்லை. இந்தக் கண்ணோட்டத்தில் பார்க்கின்றபோது, இப்புத்தகத்தை ஓர் 'அறிவியல் உதவிப் புத்தகமாக' நான் பார்க்கிறேன். இந்நூல், நீங்கள் எவ்வாறு கவனத்தைக் குவிக்கிறீர்கள் என்பதை ஆராய்வதோடு, அந்த உள்நோக்குகளை, நீங்கள் படைப்பாற்றல்மிக்கவராகவும் உற்பத்தித்திறன்மிக்கவராகவும் ஆவதற்கு உங்களுடைய கவனத்தைக் கையாள்வதற்கான வழிகளை ஆராய்வதற்கு உங்களுடைய அன்றாட வாழ்வில் பொருத்திப் பார்க்கவும் செய்கிறது. இதில் கூறப்பட்டுள்ள யோசனைகள் ஏற்கனவே ஒருவருடைய வாழ்க்கையை மாற்றியுள்ளன (அது அடியேன்தான்!). அதனால் அவற்றால் கண்டிப்பாக உங்களுடைய வாழ்க்கையிலும் பெரும் மாற்றத்தை ஏற்படுத்த முடியும் என்பதை நான் அறிவேன். வெளிப்பார்வைக்கு இதன் விளைவுகள் ஒரு மந்திரவித்தைபோலத் தோன்றலாம். ஆனால், ஒரு மந்திரவித்தையை எவ்வாறு செய்ய வேண்டும் என்பதை நீங்கள் அறிந்து கொண்டவுடன், அது தன்னுடைய மந்திரத்தன்மையை இழந்துவிடுகிறது.

அத்தியாயம்
0.5

இந்நூலின்மீது கவனத்தைக் குவிப்பது எப்படி

உங்களுடைய கவனக்குவிப்பைச் சோதனைக்கு உட்படுத்த உங்களுக்குக் கிடைத்துள்ள முதல் வாய்ப்பு இந்நூலைப் படிப்பதுதான். இதில் நீங்கள் எவ்வளவு அதிக அர்ப்பணிப்புடன் ஈடுபடுகிறீர்களோ, அவ்வளவு அதிகமான பயன்கள் உங்களுக்கு இதிலிருந்து கிடைக்கும். படிக்கும்போது ஆழமான கவனக்குவிப்புடன் செயல்படுவதற்கான ஏழு வழிகளிலிருந்து நாம் துவக்கலாம்.

அதற்கு முன்பாக நான் உங்களிடம் ஒரு விஷயத்தைக் கூறிக் கொள்ள விரும்புகிறேன். உற்பத்தித்திறன் என்பது நபருக்கு நபர் மாறுபடுகின்ற ஒன்று என்பது என்னுடைய ஆய்வுகளிலிருந்து நான் கற்றுக் கொண்ட ஒரு விஷயமாகும். ஒவ்வொருவரும் ஒரு தனித்துவமான முறையில் இயங்குபவர்கள், தனிப்பட்டப் பழக்கவழக்கங்களைக் கொண்டவர்கள். அதனால் உற்பத்தித்திறன் குறித்து இதில் முன்மொழியப்பட்டுள்ள அனைத்து உத்திகளும் உங்களுக்குப் பொருத்தமாக இருக்க வேண்டிய அவசியமில்லை. அதனால் இங்கு நான் வழங்குகின்ற அறிவுரைகளில் சிலவற்றை நீங்கள் பின்பற்ற விரும்பாமல் இருக்கலாம். இதில் கூறப்பட்டுள்ள உத்திகளை முடிந்த அளவு உங்களுடைய வாழ்க்கையில் பரிசோதித்துப் பாருங்கள். எவை உங்களுக்கு வேலை செய்கின்றனவோ, அவற்றை சுவீகரித்துக் கொள்ளுங்கள்.

1. உங்களுடைய அலைபேசியை உங்களால் பார்க்க முடியாத ஓரிடத்தில் வைத்துவிடுங்கள்

நீங்கள் செய்து கொண்டிருக்கின்ற காரியத்திற்கு உங்களுடைய மனம் சிறிதளவு எதிர்ப்புக் காட்டினால்கூட, தான் கவனம் செலுத்துவதற்கு வேறு புதுமையான விஷயங்களை அது தேடத் துவங்கிவிடும். நம்முடைய அலைபேசிகள் இதற்கான சிறந்ததோர் எடுத்துக்காட்டு. நம்முடைய மூளை நுகர்வதற்கு ஏற்ற, சிறிய அளவிலான, ருசிகரமான தகவல்களைத் தொடர்ந்து அளித்துக் கொண்டிருக்கும் வல்லமை படைத்தவை அவை.

கவனச்சிதறல்களையும் குறுக்கீடுகளையும், அவை சபலங்களாக மாறுவதற்கு முன்பு கையாள்வது மிகவும் எளிது. இதைப் பற்றி நான் பின்னர் விரிவாக விளக்கவிருக்கிறேன். உங்களுடைய அலைபேசி நிஜத்தில் என்னவாக இருக்கிறது என்பதைப் பார்க்கத் துவங்குங்கள்: உங்களுடைய பாக்கெட்டுக்குள் உட்கார்ந்து கொண்டு, உங்களுடைய உற்பத்தித்திறனை விழுங்கி ஏப்பம் விட்டுக் கொண்டிருக்கின்ற ஒரு கருந்துளை அது. இந்நூலைப் படிக்கும்போது, நீங்கள் இதில் கவனம் செலுத்துவதற்கு வசதியாக, உங்களுடைய அலைபேசியை வேறு ஓர் அறையில் வைத்துவிடுமாறு நான் உங்களுக்குப் பரிந்துரைக்கிறேன். உங்களுடைய அலைபேசி உங்களுக்கு அருகில் இல்லை என்பதற்குத் தன்னைப் பழக்கப்படுத்திக் கொள்ள உங்களுடைய மூளைக்குச் சிறிது நேரம் பிடிக்கும். இச்சிறிய எதிர்ப்பை உங்களுடைய மன உறுதியால் மீறுவது நல்ல பலனளிக்கும் என்பதை நீங்கள் காண்பீர்கள். நம்மை அடிமைப்படுத்துகின்ற எதுவொன்றையும் சார்ந்திருப்பது ஆரோக்கியமானதல்ல. பளபளப்பாகவும் அழகாகவும் இருக்கின்ற அந்தச் செவ்வக அலைபேசியும் அதிலடக்கம்!

இந்த யோசனைக்குள் இன்னும் ஆழமாகக் குதிக்க ஒரு வேடிக்கையான பரிசோதனை இதோ: ஓரிரு நாட்களுக்கு, உங்களுடைய கை தானாகவே எத்தனை முறை

உங்களுடைய அலைபேசியை நோக்கிச் செல்கிறது என்பதைக் கவனியுங்கள். அப்போது நீங்கள் எப்படி உணர்கிறீர்கள்? எது உங்களைத் தூண்டியது? ஒரு மின்தூக்கியில் நீண்ட நேரம் பயணிக்கின்றபோது, அதிலிருந்து உங்களுடைய கவனத்தைச் சிதறடிப்பதற்காக நீங்கள் அதைச் செய்கிறீர்களா? ஒரு சலிப்பான வேலையைத் தவிர்ப்பதற்காக அப்படிச் செய்கிறீர்களா? எந்த நேரங்களிலெல்லாம் அலைபேசியை எடுக்க வேண்டும் என்று உங்களுடைய கை துறுதுறுக்கிறது என்பதைக் குறித்துக் கொள்ளுங்கள். அப்படிச் செய்வதன் மூலம், எந்த வேலைகளை நீங்கள் அதிகமாக எதிர்க்கிறீர்கள் என்பது குறித்தும், அப்போது நீங்கள் எப்படி உணர்கிறீர்கள் என்பது குறித்தும் உங்களுக்கு ஒரு தெளிவு கிடைக்கும்.

2. உங்களுடைய சூழலைக் கணக்கில் எடுத்துக் கொள்ளுங்கள்

நிமிர்ந்து உட்கார்ந்து கொண்டு உங்களைச் சுற்றி உங்களுடைய கண்களை ஓட்டுங்கள். இந்த நூலை நீங்கள் எங்கு அமர்ந்து படித்துக் கொண்டிருக்கிறீர்கள்? இந்த இடத்தில் இருந்து கொண்டு படிக்கும்போது உங்களுக்கு எந்த அளவு குறுக்கீடுகள் அல்லது கவனச்சிதறல்கள் ஏற்படுவதற்கு வாய்ப்புகள் இருக்கின்றன? இப்படிப்பட்டக் கவனச்சிதறல்கள் ஏற்படுவதற்கு வழியில்லாத வேறு இடங்கள் இருக்கின்றனவா? இரயில் அல்லது பேருந்து போன்ற, உங்களுடைய கட்டுப்பாட்டில் இல்லாத ஒரு சூழலில் நீங்கள் இதைப் படித்துக் கொண்டிருக்கிறீர்களா?

உங்களுடைய கவனக்குவிப்பை வளர்த்துக் கொள்வதற்கு உள்ள வழிகளில் தலையாயது உங்களுடைய சூழலை மாற்றுவதுதான். உங்களுக்குக் குறைவான அளவு கவனச்சிதறல்களையும் குறுக்கீடுகளையும் ஏற்படுத்துகின்ற ஒரு சூழல்தான், உங்களுடைய கவனக்குவிப்புக்கு ஏற்ற ஒரு சூழலாகும். முடிந்தால், அப்படிப்பட்ட ஓரிடத்திற்கு மாறிக் கொள்ளுங்கள்.

3. உங்களுக்குக் கவனச்சிதறல் ஏற்படுத்துகின்ற விஷயங்களைப் பட்டியலிடுங்கள்

கவனச்சிதறல்கள் எப்போதும் இருந்து கொண்டுதான் இருக்கும். நீங்கள் உங்களுடைய அலைபேசியை ஒளித்து வைத்துவிட்டு, படிப்பதற்கு ஒரு ஜப்பானிய ஜென் தோட்டத்தில் ஓரிடத்தைத் தேர்ந்தெடுத்தால்கூட, கவனச்சிதறலிலிருந்து உங்களால் தப்பிக்க முடியாது. புறச் சூழல்களிலிருந்து வருகின்ற கவனச்சிதறல்களை மட்டுமே நாம் குற்றம் சொல்ல முடியாது. அகரீதியாக உருவாகின்ற கவனச்சிதறல்களைக் குறித்து எண்ணிப் பாருங்கள். மளிகைப் பொருட்கள் வாங்குவதற்கு நீங்கள் கடைக்குச் செல்ல வேண்டும் என்று உங்களுடைய மூளை உங்களுக்கு நினைவுபடுத்துவது இதற்கான ஓர் எடுத்துக்காட்டு.

இதைச் சமாளிப்பதற்கு நான் எப்போதும் என் கையில் ஒரு நோட்டுப் புத்தகத்தையும் ஒரு பேனாவையும் வைத்திருக்கிறேன். என் மனத்திற்குள் புகுகின்ற ஒவ்வொரு கவனச்சிதறலையும் அதில் நான் குறித்துக் கொள்கிறேன். நான் பின்னர் மேற்கொள்ள வேண்டிய வேலைகள், கண்டிப்பாக நான் நினைவில் வைத்திருக்க வேண்டிய விஷயங்கள், புதிய யோசனைகள் போன்றவை அவற்றில் அடங்கும்.

நீங்கள் படித்துக் கொண்டிருக்கும்போது உங்களுக்கு ஏற்படுகின்ற கவனச்சிதறல்களை ஒரு குறிப்பேட்டில் குறித்துக் கொள்வது, உங்களுடைய மனத்தில் மேலெழுகின்ற முக்கியமான விஷயங்களைப் பிடித்து வைத்துக் கொள்ள உதவும். அவற்றை எழுதி வைத்துக் கொள்வதன் மூலம், அவற்றை நீங்கள் மறக்க மாட்டீர்கள் என்ற உறுதி உங்கள் மனத்தில் தோன்றுவதால், உங்களால் மீண்டும் வாசிப்பில் எளிதாகக் கவனத்தைக் குவிக்க முடியும்.

4. இந்நூலைப் படித்து உள்வாங்கிக் கொள்வது தேவைதானா என்ற கேள்வியை எழுப்புங்கள்

பழக்கத்தின் காரணமாக, நாம் பல விஷயங்களை, அவற்றின் மதிப்பைச் சீர்தூக்கிப் பார்க்காமல் நுகர்கிறோம்.

நாம் படிக்கின்ற புத்தகங்களும் அவற்றில் அடங்கும்.

நீங்கள் வழக்கமாக எவற்றையெல்லாம் நுகர்கிறீர்கள் என்பதைச் சீர்தூக்கிப் பாருங்கள். நீங்கள் படிக்கின்ற புத்தகங்களின் பெயர்கள், பார்க்கின்ற தொலைக்காட்சி நிகழ்ச்சிகள், இணையத்தில் வாசிக்கின்ற, பார்க்கின்ற மற்றும் கேட்கின்ற விஷயங்கள், உங்களுடைய நேரத்தையும் கவனத்தையும் கவர முயற்சிக்கின்ற பிற விஷயங்கள் ஆகியவை அவற்றில் அடங்கும். பின் உங்களிடம் இக்கேள்வியைக் கேளுங்கள்: மேற்குறிப்பிடப்பட்டுள்ளவற்றில் நீங்கள் ஈடுபட்டப் பிறகு, உங்களுடைய நேரத்தையும் கவனத்தையும் அதில் நீங்கள் செலவழித்தது குறித்து நீங்கள் மகிழ்ச்சி கொள்கிறீர்களா?

நீங்கள் எதைச் சாப்பிடுகிறீர்களோ அதைப் பொறுத்து உங்களுடைய ஆரோக்கியம் அமைவதைப்போல, நீங்கள் எவற்றில் உங்கள் கவனத்தைக் குவிக்கிறீர்களோ அதைப் பொறுத்தே நீங்களும் இருப்பீர்கள். கவனக்குவிப்பு என்பது வரம்புக்கு உட்பட்ட ஒன்று. நீங்கள் ஒரு நல்ல வாழ்க்கையை வாழத் தேவையான மதிப்புமிக்க ஓர் இடுபொருள் அது. அதனால் நீங்கள் நுகர்கின்ற அனைத்தும் தகுதியானவையாக இருப்பதை உறுதி செய்து கொள்ளுங்கள். எந்தெந்த விஷயங்களில் நீங்கள் உங்களுடைய கவனத்தைச் செலுத்துகிறீர்கள் என்பது குறித்த விழிப்புணர்வு உங்களுக்குத் தினந்தோறும் கூடுதலாகப் பல மணி நேரத்தைப் பெற்றுத் தரும்.

5. படிப்பதற்கு முன்பு கேஃபீன் கலந்த பானங்களை அருந்துங்கள்

நம் உடலுக்குள் செலுத்தப்படுகின்ற கேஃபீன் நம் உடலிலிருந்து வெளியேற ஏறக்குறைய எட்டிலிருந்து பதினான்கு மணி நேரம்வரை ஆகும். அது பின்னிரவாக இல்லாதவரை, இந்நூலைப் படிக்கின்றபோது ஒரு கோப்பைக் காபி அல்லது தேநீர் அருந்துவது ஒரு நல்ல யோசனைதான்.

கேஃபீன் கவனக்குவிப்பை ஊக்குவிக்கிறது. பல மணி நேரம் கழித்து இதன் ஆற்றல் உங்கள் உடலிலிருந்து

வெளியேறுகின்றபோது நீங்கள் மீண்டும் உங்கள் உடலுக்குள் அந்த ஆற்றலைச் செலுத்த வேண்டியிருக்கும் என்பது உண்மைதான் என்றாலும், இந்த ஏற்பாடு பயனுள்ளது என்றுதான் கூற வேண்டும். கேஃபீன், எளிதாக அளவிடக்கூடிய விதத்தில், உடல்ரீதியான மற்றும் மனரீதியான செயல்திறனை ஊக்குவிக்கிறது. உடனடி ஊக்குவிப்பைக் கொடுக்கின்ற இந்த ஆற்றலை முக்கியமான வேலைகளைச் செய்வதற்கு நீங்கள் பயன்படுத்திக் கொள்ளலாம்.

6. அடிக்கோடிடுவதற்கு ஒரு பேனாவையோ அல்லது ஒரு ஹைலைட்டரையோ பயன்படுத்துங்கள்

என் மனைவிக்குப் பிடிக்காத பல பழக்கங்கள் என்னிடம் உண்டு. அவற்றில் ஒன்று இது. நான் எந்தப் புத்தகத்தை வாங்கினாலும், அதைப் படிக்கத் துவங்கும்போது, அதன் முதல் பக்கத்தைக் கிழித்து அதை மடித்து ஒரு ‘புக் மார்க்’போலப் பயன்படுத்துவேன். இது புத்தகத்தை அவமதிக்கும் செயல் என்று என் மனைவி வாதிடுவாள். நான் இதோடு நிறுத்திக் கொள்வதில்லை. நான் எப்போது படிக்க உட்கார்ந்தாலும், கையில் ஒரு பேனா அல்லது ஹைலைட்டரோடுதான் உட்காருவேன். ஒரு புத்தகத்தில் எந்த அளவு அடிக்கோடிடப்பட்டிருக்கிறதோ அந்த அளவு அதை நான் விரும்பியிருக்கிறேன் என்று அர்த்தம். நான் ஒரு புத்தகத்தை முதலில் ஒரு முறை படித்து முடித்தப் பிறகு, இரண்டாம் முறை அதைப் படிக்க உட்காருவேன். அப்போது அதில் நான் அடிக்கோடிட்டுள்ளவற்றை மட்டுமே நான் படிப்பேன். இப்படிச் செய்வதன் மூலம், அப்புத்தகத்தில் கூறப்பட்டுள்ள முக்கியமான விஷயங்களை என்னால் நன்றாக உள்வாங்கிக் கொள்ள முடியும். எனக்கு முடிந்த நேரங்களில், அப்படி நான் அடிக்கோடிட்டு வைத்துள்ளவற்றைப் பக்கத்தில் இருப்பவர்களிடம் கூறி அவர்களை எரிச்சலுக்கு ஆளாக்குவதும் உண்டு. முக்கியமான விஷயங்களை மனத்தில் மேலும் ஆழமாகப் பதிய வைக்க இந்த வழிமுறை எனக்கு உதவுகிறது.

இப்புத்தகத்தைப் படிக்கின்றபோது, நீங்களும் இந்த அடிக்கோடிடுகின்ற உத்தியைப் பயன்படுத்தலாம். அதன் மூலம், இதில் கூறப்பட்டுள்ள முக்கியமான விஷயங்களை உங்களுடைய மனத்தில் பதிய வைத்து, அவை தொடர்பான செயல்நடவடிக்கைகளில் உங்களால் ஈடுபட முடியும். இப்புத்தகத்தை நான் சிறப்பாக எழுதியிருந்திருக்கும் பட்சத்தில், உங்களுடைய பிரதியில் நீங்கள் ஏராளமாக அடிக்கோடிட்டிருப்பீர்கள்.

7. உங்களுடைய கவனம் சிதறுகின்ற பட்சத்தில்...

உங்களுடைய கவனக்குவிப்பு வரம்பற்றது அல்ல. அதை நீங்கள் மேம்படுத்தலாம் என்றாலும் ஒரு கட்டத்திற்குப் பிறகு அதுவும் தேயத் துவங்குவதை உங்களால் தவிர்க்க முடியாது. இது பெரும்பாலும், உங்களுடைய மனம் இதில் இடம்பெற்றுள்ள வார்த்தைகளிலிருந்து விலகி, வேறு ஏதோ எண்ணங்களில் வட்டமிடத் துவங்குகின்ற வடிவில் நடைபெறும். இது இயல்பானதுதான். மனத்தின் இந்த தாவலைச் சரியான முறையில் அறுவடை செய்தால், அதை ஆற்றல்மிக்கதாக மாற்ற முடியும். அதை நாம் பின்னர் பார்க்கலாம்.

இப்போதைக்கு, உங்களுடைய கவனம் சிதறுவதை நீங்கள் கண்டால், படிப்பதை ஒரு சில நிமிடங்களுக்குப் நிறுத்திவிட்டு, பாத்திரம் கழுவுவது, வீடு பெருக்குவது போன்ற, கவனக்குவிப்புத் தேவைப்படாத வேறு ஏதேனும் ஒரு வேலையில் ஈடுபடுங்கள். சில நிமிடங்களுக்குப் பிறகு, புத்துணர்ச்சி பெற்ற மனத்துடன் மீண்டும் படிக்கத் துவங்குங்கள். நீங்கள் படிப்பதிலிருந்து இப்படிச் சில நிமிடங்கள் ஓய்வெடுக்கின்றபோதும் ஒரு குறிப்பேட்டைக் கையில் வைத்துக் கொள்ளுங்கள். அப்போது தோன்றுகின்ற யோசனைகளைக் குறித்துக் கொள்ள அது வசதியாக இருக்கும்.

பகுதி ஒன்று

சிதறா கவனக்குவிப்பு

அத்தியாயம்
1

தானியங்கி முறைக்கு ஒரு முற்றுப்புள்ளி வைத்தல்

தானியங்கி முறை

இக்கணத்தில் நீங்கள் இப்புத்தகத்தில் கவனம் செலுத்திக் கொண்டிருப்பதற்கான வாய்ப்புகள் அதிகம். ஆனால், நீங்கள் இங்கே எப்படி வந்து சேர்ந்தீர்கள்?

என் வீட்டில் நான் வாங்கி வைத்துள்ள புத்தகங்களைப் பற்றி யோசிக்கின்றபோது, அவற்றில் பலவற்றை, என்னுடைய நண்பர்களின் பரிந்துரைகள், நூலாசிரியர்களின் இணைய ஒலிப்பதிவுகள் ஆகியவற்றின் அடிப்படையிலோ அல்லது அதே போன்ற நூல்களை அதற்கு முன்பு நான் இரசித்திருந்த காரணத்தாலோ நான் வாங்கினேன் என்பதை நான் உணர்கிறேன். பெரும்பாலான மக்கள், தங்கள் வாழ்வின் ஏதோ ஓர் அம்சத்தை மேம்படுத்துவதில் குதிப்பதற்கு முன்பாக, அது குறித்த நூல்களைப் படிப்பதை வழக்கமாகக் கொண்டுள்ளனர். நாம் ஒரு புத்தகத்தை வாங்க முடிவு செய்வதில் ஏகப்பட்ட நிகழ்வுகள் பங்களிக்கின்றன.

எடுத்துக்காட்டாக, நான் கடைசியாகப் படித்தப் புத்தகத்தை எடுத்துக் கொள்ளலாம். ஒரு நாள் நான் ஒரு வாடகைக் காரில் பயணம் செய்து கொண்டிருந்தேன். அதன் ஓட்டுநர் ஒரு வானொலி நிகழ்ச்சியைக் கேட்டுக்

கொண்டிருந்தார். அதில் ஒரு நூலாசிரியர் தன்னுடைய சமீபத்திய நூலைப் பற்றி வழங்கிக் கொண்டிருந்த ஒரு பேட்டி ஒலிபரப்பாகிக் கொண்டிருந்தது. சில நாட்கள் கழித்து, ஒரு நண்பர் அதே புத்தகத்தைப் பற்றி இரண்டு முறை டுவிட்டர் மூலம் தகவல் அனுப்பினார். இவை அனைத்தும் சேர்ந்து அப்புத்தகத்தை வாங்க என்னைத் தூண்டின. நான் திட்டமிட்டு அந்த நூலை வாங்கவில்லை, அது எதேச்சையாக நிகழ்ந்தது.

நாம் மேற்கொள்கின்ற ஒவ்வொரு காரியத்தையும் விலாவாரியாகத் திட்டமிட்டு நடத்தாமல் இருப்பது பெருமளவுக்கு நல்ல விஷயம்தான். நான் பெரும்பாலான புத்தகங்களைத் தானியங்கி முறையில்தான் வாங்குகிறேன். அதாவது, பிரக்ஞைபூர்வமான சிந்தனை இல்லாமல் நான் அவற்றை வாங்குகிறேன். இப்படிப்பட்டத் தானியங்கி முறை, வாழ்க்கையின் சவால்களுக்கு ஈடுகொடுக்க நமக்கு உதவுகிறது. எடுத்துக்காட்டாக, நீங்கள் ஒரு மின்னஞ்சலுக்குப் பதிலளிக்க வேண்டியிருக்கிறது என்று வைத்துக் கொள்வோம். அதற்கு நீங்கள் முதலில் அதை 'மைக்ரோசாஃப்டு வேர்டு' மென்பொருளில் தட்டச்சு செய்து, அதை ஒருவரிடம் கொடுத்துச் சரிபார்த்து, பின் அதைப் பிரதியெடுத்து உங்களுடைய மின்னஞ்சலில் ஒட்டி அனுப்ப வேண்டியிருந்தால் எப்படியிருக்கும் என்று யோசித்துப் பாருங்கள். ஒரு முக்கியமான திட்டத்திற்கு இந்த அணுகுமுறை சரியாக இருக்கலாம். ஆனால், ஒவ்வொரு மின்னஞ்சலுக்கும் இப்படிச் செய்வது பொருத்தமாக இருக்குமா? கடையில் ஒரு ரொட்டி வாங்குவதற்கும், குப்பைகளை வெளியே கொண்டுபோய் வைப்பதற்கும், பல் துலக்குவதற்கும் திட்டமிட்டு வலிந்து செயல்பட்டால் எப்படி இருக்கும் என்று யோசித்துப் பாருங்கள்.

இப்படிப்பட்டச் செயல்களில் நாம் ஈடுபடும்போது, தானியங்கி முறைதான் நம் உதவிக்கு ஓடோடி வருகிறது. நம்முடைய செயல்நடவடிக்கைகளில் சுமார் நாற்பது சதவீதம் பழக்கங்களின் மூலம் மேற்கொள்ளப்படுகின்றன. அவற்றுக்கு நாம் மெனக்கெட வேண்டியதில்லை. நீங்கள் ஒரு துறவியாக இருந்து, நாள் முழுவதும் தியானத்தில் திளைக்கின்ற வசதியும் வாய்ப்பும் உங்களுக்கு

இருந்தாலொழிய, நூறு சதவீத நேரமும் திட்டமிட்ட முறையில் வலிந்து காரியங்களைச் செய்வது சாத்தியமில்லை.

ஆனால் சில தீர்மானங்கள் அப்படித் திட்டமிட்ட முறையில் வலிந்து செய்வதற்குத் தகுதியானவை. நம்முடைய கவனக்குவிப்பை நாம் எப்படிக் கையாள்கிறோம் என்பது அவற்றில் ஒன்று.

கவனக்குவிப்பையும் நாம் பெரும்பாலும் தானியங்கி முறையில்தான் மேற்கொண்டு வருகிறோம். நம்முடைய மேலதிகாரியிடமிருந்து நமக்கு ஒரு மின்னஞ்சல் வந்தால், நாம் அப்போது செய்து கொண்டிருக்கின்ற விஷயங்களை அப்படியே நிறுத்தி வைத்துவிட்டு, அந்த மின்னஞ்சலுக்குப் பதிலளிப்பதில் இறங்கிவிடுகிறோம். யாரோ ஒருவர் நம்முடைய புகைப்படத்தை இணையத்தில் வெளியிட்டால், உடனடியாக, நாம் அதில் எவ்வாறு தோன்றுகிறோம் என்பதைப் பார்க்க நாம் ஓடுகிறோம். பிறகு, அதில் நம்மைப் பற்றிக் கூறப்பட்டுள்ள தகவல்களைப் படிக்கத் துவங்குகிறோம். நாம் நம் அன்புக்குரியவரிடமோ அல்லது சக ஊழியர் ஒருவரிடமோ பேசிக் கொண்டிருக்கும்போது, அவர்கள் பேசிக் கொண்டிருப்பதைக் காதில் வாங்கிக் கொள்ளாமல், அதற்கு எப்படிப் புத்திசாலித்தனமாக விடையளிக்க வேண்டும் என்று மனத்திற்குள் யோசிக்கத் துவங்குகிறோம்.

இதோ உங்களுக்கான ஓர் எளிய சோதனை. இதற்கு முப்பது நொடிகளுக்கு மேல் ஆகாது. இதற்கு நீங்கள் நேர்மையாகப் பதிலளிக்க வேண்டும். ஒரு நாளில் எத்தனை முறை, எதில் கவனம் செலுத்த வேண்டும் என்பதை நீங்கள் தேர்ந்தெடுக்கிறீர்கள்? வேறு வார்த்தைகளில் கூறுவதென்றால், நீங்கள் எந்த விஷயத்தைச் செய்ய விரும்புகிறீர்கள், அதை எப்போது செய்ய விரும்புகிறீர்கள் என்பதைத் திட்டமிடுவதற்கு நீங்கள் எவ்வளவு நேரத்தைச் செலவிடுகிறீர்கள்?

இக்கேள்விக்குப் பெரும்பாலானோர் அளிக்கும் பதில்கள் திருப்திகரமாக இருக்காது. நாம் எப்போதும் ஏதோ ஒன்றில் மும்முரமாக ஈடுபட்டிருக்கிறோம். அதனால் எப்போதாவதுதான் நாம் ஒரு விஷயத்தைத் திட்டமிட்டுச் செய்கிறோம். மற்ற நேரங்களில் நாம் தானியங்கி

முறையில்தான் இயங்கிக் கொண்டிருக்கிறோம்.

தானியங்கி முறையில் இயங்கிக் கொண்டு இருக்கின்றபோது, சில நேரங்களில் நாம் திடுக்கிட்டு விழித்துக் கொண்டு, நாம் உண்மையில் கவனம் செலுத்த வேண்டிய விஷயங்களில் கவனத்தைக் குவிக்க வலிந்து முயற்சிக்கிறோம்.

தானியங்கி முறையில் ஒரு நாள்

துரதிர்ஷ்டவசமாக, நாம் வேலை பார்க்கின்ற சூழல்களும் நம்முடைய வீட்டுச் சூழல்களும் நம்முடைய கவனத்தைக் கவர்வதற்குத் தம்முடைய சொந்தத் திட்டங்களை வைத்துள்ளதுபோலத் தோன்றுகிறது. குறுஞ்செய்திகள், எச்சரிக்கைச் செய்திகள், சிற்றொலிகள் போன்றவற்றின் மூலம் அவை நம்மை இடையறாது புரட்டியெடுக்கின்றன. தொடர்ச்சியாக ஏற்படுகின்ற இந்த இடையூறுகள், குறிப்பிட்ட ஒரு செயலில் நாம் கவனம் செலுத்த முடியாதபடி நம்மைத் தடுக்கின்றன. நம்முடைய மின்னஞ்சலில் வந்து குவிந்துள்ள முக்கியமான அஞ்சல்களுக்கு நாம் பதிலளித்து முடித்துவிட்டோம் என்று நினைத்துக் கொண்டு தலை நிமர்கின்றபோது, மளமளவென்று வேறு சில அவசர மின்னஞ்சல்கள் வந்து நம்மைத் தாக்குவதை நம்மில் பலரும் எதிர்கொண்டிருப்போம்.

நீங்கள் இந்த நூலை இதுவரை கீழே வைக்காமல் தொடர்ந்து படித்து வந்திருந்தால், உங்களுக்கு என் பாராட்டுகள். ஒரு சராசரி மனிதருக்கு இருக்கின்ற கவனக்குவிப்புத் திறனைவிட உங்களிடம் அந்தக் கவனக்குவிப்பு அதிகமாகவே இருக்கிறது. ஒரு புத்தகத்தைப் படிப்பதற்கு ஏராளமான கவனக்குவிப்பு தேவை. கவனக்குவிப்பு ஓர் அரிய பொருளாக மாறிக் கொண்டிருப்பதால், இப்போதெல்லாம் வெகு சிலராலேயே புத்தகங்களைக் கவனச்சிதறல் இல்லாமல் படிக்க முடிகிறது. இப்போது உங்களிடம் நான் ஒரு கேள்வி கேட்க விரும்புகிறேன்: இக்கணத்தில் நீங்கள் இப்பத்தியில் உங்களுடைய கவனத்தில் எத்தனை சதவீதத்தைக் குவித்திருக்கிறீர்கள்? அது 10 சதவீதமாக இருக்குமா? 85

சதவீதம்? 50 சதவீதம்? உங்களுடைய கவனக்குவிப்பின் அளவு மாறிக் கொண்டிருக்கிறதா? குறிப்பாக, நீங்கள் உங்களுடைய சூழலை மாற்றும்போது அது மாறுகிறதா? எவ்வளவு அடிக்கடி உங்களுடைய கவனம் இந்த நூலிலிருந்து விடுபட்டு வேறு ஏதோ நினைப்புக்குச் செல்கிறது? அப்போது உங்களுடய கண்கள் புத்தகத்தில் இருக்கின்ற எழுத்துகளில் கவனத்தைக் குவிக்கத் தடுமாறுகின்றன.* நீங்கள் அதை உணர்ந்து உங்கள் மனத்தை வாசிப்பிற்கு மீண்டும் மீட்டுக் கொண்டுவர வேண்டும். அனுபவசாலியான, சிறந்த கவனக்குவிப்புத் திறன் உள்ளவர்கள்கூட அவ்வப்போது இந்தப் பாதிப்புக்கு ஆளாவார்கள்.

கவனத்தைக் குவிக்கச் சிரமப்படுவது ஒன்றும் அசாதாரணமான ஒன்றல்ல. நம்முடைய அன்றாட வாழ்வில் இதற்கு ஏராளமான எடுத்துக்காட்டுகள் இருக்கின்றன. அவற்றில் சில:

- **சில நேரங்களில் நாம் படுக்கையில் படுத்தப் பிறகும் நம் மனம் தன்னை மூடிக் கொள்ள மறுப்பதை நீங்கள் அனுபவித்திருப்பீர்கள். அடுத்த நாள் நமக்கு ஏகப்பட்ட வேலைகள் இருப்பதால், நம்மில் ஒரு பகுதி உடனே தூங்க விரும்பும். ஆனால் நம்முடைய மனமோ, அன்று நிகழ்ந்த விஷயங்களை அசைபோட்டுப் பார்க்க ஆசைப்படும்.**
- **நம்முடைய மனம் வேளை கெட்ட வேளையில் மோசமான ஞாபகங்களை நமக்கு நினைவுபடுத்துவதில் கைதேர்ந்ததாக உள்ளது. இந்த எண்ணங்கள் எங்கிருந்து வருகின்றன?**

---

* நம்முடைய மனம் வேறு விஷயங்களுக்குத் தாவுகின்றபோது, கண்கள் நீங்கள் படித்துக் கொண்டிருக்கின்ற பக்கங்களில் மெதுவாக ஊர்வதாக ஆய்வுகள் தெரிவிக்கின்றன. அதனால், நீங்கள் படித்துக் கொண்டிருக்கும்போது, உங்கள் கண்கள் புத்தகத்தின் பக்கங்களில் ஊர்கின்ற வேகம் குறைந்தால், உங்கள் மனம் வேறு எங்கோ தாவிவிட்டது என்பதை நீங்கள் உணர்ந்து கொள்ளலாம். அப்போது அதை நிறுத்துவது எளிதாகிறது. வருங்காலத்தில் வரவிருக்கின்ற மின்னூல் வாசிப்புக் கருவிகளும், கையடக்கக் கணினிகளும், நம் மனம் அலைபாய்ந்து கொண்டிருப்பதை நாம் கண்டுபிடிப்பதற்கு முன்பாகவே கண்டுபிடிக்கின்ற தொழில்நுட்பத்தைக் கொண்டிருக்கக்கூடும்.

- நாம் குளித்துக் கொண்டிருக்கின்றபோது, திடீரென்று நமக்கு அபாரமான யோசனைகள் தோன்றுகின்றன. ஆனால் நமக்கு அவசியமாகத் தேவைப்படுகின்றபோது ஏனோ அவை நமக்கு உதிப்பதில்லை.
- சில நேரங்களில் நாம் நம் வீட்டுச் சமையலறைக்கோ அல்லது படுக்கையறைக்கோ எதற்காக வந்தோம் என்று தெரியாமல் விழிப்போம். அங்கு வருவதற்கு நாம் கொண்டிருந்த காரணத்தை எப்படி நம்மால் மறக்க முடிகிறது?
- சில நேரங்களில், நாம் விரும்புகின்ற ஒன்றில் நம்மால் கவனம் செலுத்த முடியாமல் போகிறது. காலக்கெடு இல்லாத ஒரு கட்டுரையை எழுதுவது இதற்கான ஓர் எடுத்துக்காட்டு. உருப்படியான விஷயங்களில் கவனத்தைக் குவிப்பதைத் தள்ளிப்போட்டுவிட்டு, வேண்டாத விஷயங்களில் நாம் ஏன் கவனத்தைக் குவிக்கிறோம்?
- சில நேரங்களில், நாம் ஏற்கனவே பார்த்துக் கொண்டிருக்கின்ற அதே அலைபேசிச் செயலிகளுக்கு மீண்டும் மீண்டும் திரும்பிக் கொண்டிருப்போம். இணையத் தேடலின்போதும் இது நிகழக்கூடும். அங்கு நாம் சமூக வலைத்தளங்கள், செய்திகள் போன்றவற்றில் மீண்டும் மீண்டும் வட்டமடித்துக் கொண்டிருப்போம்.
- சில வேளைகளில், நாம் சில விஷயங்கள் குறித்துக் கவலை கொண்டிருப்பதை நிறுத்த முடியாமல் தவிப்போம். பின்னர் அவை தாமாகவே மறைந்துவிடும் அல்லது தீர்க்கப்பட்டுவிடும்.

இப்புத்தகத்தை நீங்கள் மேலும் படிக்கின்றபோது, இவற்றைத் தடுப்பதற்கான வழிமுறைகளை நீங்கள் அறிந்து கொள்வீர்கள்.

செய்து முடிக்கப்பட வேண்டிய காரியங்களின் நான்கு வகைகள்

உங்களுடைய கவனத்தை நிர்வகிப்பது என்பது ஒரு விதத்தில் நெட்ஃபிலிக்ஸ் தளத்தில் எந்தத் திரைப்படத்தைப் பார்ப்பது என்பதைத் தேர்ந்தெடுப்பதைப் போன்றதுதான். நீங்கள் நெட்ஃபிலிக்ஸ் தளத்தைத் திறந்தவுடன், அங்கு இருக்கின்ற எண்ணற்றப் படங்களில் ஒரு சில படங்களின் பெயர்களும் சில தகவல்களும் தோன்றும். நெட்ஃபிலிக்ஸின் முகப்புப் பக்கம் என்பது நாற்சந்தி கொண்ட ஒரு தெருமுனை மாதிரி என்று வைத்துக் கொள்ளலாம். ஆனால் இங்கு, நான்கு சாலைகளுக்குப் பதிலாக நாற்பதாயிரம் பாதைகள் பிரியும். சிலவற்றில் நீங்கள் சென்றால், அவை உங்களைக் குஷிப்படுத்தக்கூடும். வேறு சில, உங்களுக்குப் பயனுள்ள சில விஷயங்களைக் கற்றுக் கொடுக்கக்கூடும்.

இப்போது நீங்கள் இப்புத்தகத்தில் மூழ்கியிருக்கிறீர்கள். இப்போது நீங்கள் இதிலிருந்து உங்களுடைய பார்வையைத் திருப்பினால், உங்களுடைய கவனத்தை ஈர்ப்பதற்காகப் பல்வேறு விஷயங்கள் உங்களுக்காகக் காத்துக் கொண்டிருப்பதை நீங்கள் காண்பீர்கள். அவற்றில் சில அர்த்தமுள்ளவையாகவும் உற்பத்தித்திறன்மிக்கவையாகவும் இருக்கக்கூடும். இந்நூலைப் படிப்பது என்பது, உங்களுடைய அலைபேசியைப் பார்ப்பது அல்லது ஓர் இசையைக் கேட்பதைவிட அதிகப் பயனுள்ளதாக இருக்கலாம். நீங்கள் ஒரு நண்பருடன் ஓர் உணவகத்தில் உணவருந்தச் செல்கின்றபோது, அங்கு ஓடிக் கொண்டிருக்கும் தொலைக்காட்சியில் உங்களுடைய கவனத்தைக் குவிக்காமல், உங்களுடைய நண்பரின் உரையாடலில் கவனத்தைக் குவிப்பது அதிக வெகுமதியளிப்பதாக இருக்கும்.

உங்களுடைய சூழலில் நீங்கள் கவனம் செலுத்த வாய்ப்புள்ள விஷயங்களை நீங்கள் கணக்கில் எடுத்துக் கொண்டால், அது உங்களுக்கு மலைப்பு ஏற்படுத்துகின்ற அளவு பெரிதாக இருக்கும். இதில், உங்களுடைய மனத்தில் ஓடிக் கொண்டிருக்கின்ற நூற்றுக்கணக்கான எண்ணங்கள்

கணக்கில் எடுத்துக் கொள்ளப்படவில்லை என்பதை நீங்கள் கவனிக்க வேண்டும்.

உங்களுடைய கவனத்தைத் தானியங்கி முறையில் நிர்வகிப்பதிலுள்ள பிரச்சனை இது. உங்களுடைய சூழலில் இருக்கின்ற விஷயங்களில் உங்களுக்குப் பெரும் கிளர்ச்சியைத் தூண்டுகின்ற விஷயங்கள் பெரும்பாலும் முக்கியத்துவம் மிக்கவையாக இருக்காது. அதனால்தான் தானியங்கி முறையை அணைத்து வைப்பது இன்றியமையாததாக ஆகிறது. நீங்கள் தேர்ந்தெடுக்கின்ற மிக முக்கியமானதொரு விஷயத்தில் உங்களுடைய கவனத்தைக் குவிப்பதற்கும், அதைத் தக்கவைத்துக் கொள்வதற்கும் நீங்கள் எடுக்கின்ற தீர்மானம் ஏராளமான பின்விளைவுகளை ஏற்படுத்துகின்ற ஒரு தீர்மானமாக இருக்கும். நாம் எதன்மீது நம் கவனத்தைச் செலுத்துகிறோமோ, நாம் அதுவாக ஆகிறோம்.

நம்முடைய கவனத்தைப் பெறுவதற்கு ஏராளமான விஷயங்கள் முண்டியடித்துக் கொண்டிருப்பதால், செய்து முடிக்கப்பட வேண்டிய காரியங்களை வகைபிரித்துக் கொள்வது நல்லது. நான் இங்கு வேலை தொடர்பான காரியங்களை மட்டுமே குறிப்பிடவிருக்கிறேன். ஆனால் அதே முறை, வீட்டு வேலைகளுக்கும் பொருந்தும் என்பதை நினைவில் கொள்ளுங்கள்.

எவற்றில் கவனம் செலுத்த வேண்டும் என்ற கண்ணோட்டத்தின் அடிப்படையில் செய்து முடிக்கப்பட வேண்டிய காரியங்களை வகைபிரிப்பதற்கு நாம் இரண்டு முக்கிய விஷயங்களைக் கணக்கில் எடுத்துக் கொள்ள வேண்டும். முதலாவது, அது உற்பத்தித்திறன்மிக்கதாக உள்ளதா என்று பார்ப்பது. அதாவது, அதைச் செய்து முடிப்பதன் மூலம் நீங்கள் பலவற்றைச் சாதிப்பீர்கள். இரண்டாவது, அது வசீகரமானதாக இருக்கிறதா என்று பார்ப்பது. வசீகரமானதாக இருந்தால் அதை நீங்கள் குதூகலமாகச் செய்வீர்கள். இல்லையெனில், அது உங்களுக்குச் சலிப்பூட்டும், உங்களை விரக்தி அடையச் செய்யும்.

செய்து முடிக்கப்பட வேண்டிய காரியங்களின் நான்கு வகைகள்

	வசீகரமற்றவை	வசீகரமானவை
உற்பத்தித்திறன்மிக்கவை	தேவையான வேலைகள்	நோக்கத்துடன்கூடிய வேலைகள்
உற்பத்தித்திறனற்றவை	தேவையற்ற வேலைகள்	கவனத்தைச் சிதறடிக்கின்ற வேலைகள்

இவற்றை நான் இந்நூலில் அடிக்கடி மேற்கோள் காட்டுவேன். அதனால் இவை ஒவ்வொன்றைப் பற்றியும் சற்று விபரமாக இப்போது பார்க்கலாம்.

தேவையான வேலைகள்

உற்பத்தித்திறன்மிக்கவையாக இருக்கின்ற அதே நேரத்தில், இவை வசீகரமற்றவையாகவும் இருக்கலாம். நீங்கள் சார்ந்துள்ள குழுவைச் சேர்ந்தவர்களின் சந்திப்புக்கூட்டங்கள், காலாண்டு வரவு செலவுத் திட்டக் கூட்டங்கள் போன்றவை இவற்றின் கீழ் வரும்.

தேவையற்ற வேலைகள்

இவை வசீகரமற்றவையாகவும், அதே நேரத்தில் உற்பத்தித்திறனற்றவையாகவும் இருக்கும். உங்களுடைய கணினியிலுள்ள கோப்புகளை ஒழுங்குபடுத்துதல் அல்லது உங்களுடைய மேசையில் இடம்பெற்றுள்ள ஆவணங்களை ஒழுங்குபடுத்துதல் போன்றவை இவற்றில் அடங்கும். பொதுவாக நாம் இவற்றைக் குறித்து அலட்டிக் கொள்வதில்லை. தேவையான வேலைகளைத் தள்ளிப்

போடுவதற்காக இவற்றை நாம் செய்யக்கூடும். இவற்றில் ஈடுபடுவது நம்மை மும்முரமாக வைத்திருக்கும். ஆனால் அதனால் எந்தப் பயனும் இருக்காது.

கவனத்தைச் சிதறடிக்கின்ற வேலைகள்

இவை உற்பத்தித்திறனை விழுங்கி ஏப்பம் விடுகின்ற வேலைகள். இவற்றில் சமூக ஊடகங்கள், இணைய அரட்டையரங்கங்கள், செய்தித் தளங்கள், அலுவலக வெட்டி வம்பளப்புகள், கிசுகிசுப்புகள் போன்றவை அடங்கும். இவை குதூகலமூட்டுபவையாக இருக்கக்கூடும். அதனால் இவற்றில் முடிந்த அளவு குறைவாக ஈடுபடுவது நல்லது. நீங்கள் உங்களுடைய கவனக்குவிப்பைச் சிறப்பாகக் கையாளக் கற்றுக் கொண்டால், நீங்கள் இவற்றில் குறைவான அளவு நேரத்தைச் செலவழிப்பீர்கள்.

நோக்கத்துடன்கூடிய வேலைகள்

இவை உற்பத்தித்திறன்மிக்கவை. இவற்றைச் செய்வதற்குத்தான் நாம் இந்தப் பூமியில் பிறந்திருக்கிறோம். இவற்றைச் செய்கின்றபோது நாம் ஆழ்ந்த ஈடுபாட்டுடன் செய்வோம். இவை மிக அதிகத் தாக்கம் ஏற்படுத்தவல்லவை. மிகக் குறைவான வேலைகளே இவற்றின் கீழ் அடைபடக்கூடியவை. பெரும்பாலானவர்களால் அதிகபட்சமாக, இது போன்ற மூன்று அல்லது நான்கு வேலைகளை மட்டுமே அடையாளம் காண முடியும். இதன் கீழ் வருகின்ற வேலைகளைச் சிறப்பாகச் செய்வதற்கு நீங்கள் உங்களுடைய மூளையின் ஆற்றலை அதிகமாகப் பயன்படுத்த வேண்டியிருக்கும். ஒரு நடிகரைப் பொறுத்தவரை, ஒத்திகை பார்ப்பதும் நடிப்பதும் இதன் கீழ் வரும். ஒரு பொருளாதார ஆலோசனையாளரைப் பொறுத்தவரை, முதலீடுகளைச் செய்வது, வாடிக்கையாளர்களைச் சந்திப்பது, சமீபத்தியப் போக்குகளை அறிந்து வைத்திருப்பது போன்றவை இதன் கீழ் வரும். ஓர் ஆய்வாளரைப் பொறுத்தவரை, ஆய்வுகளை வடிவமைத்து அவற்றை மேற்கொள்வது, கற்றுக் கொடுப்பது, நிதிக்கு விண்ணப்பிப்பது போன்றவை இதன் கீழ் வரும். என்னுடைய மிக முக்கியமான வேலைகளில்,

புத்தகங்கள் எழுதுவது, வலைப்பக்கங்களில் கட்டுரைகள் எழுதுவது, ஆய்வுக் கட்டுரைகளைப் படிப்பது, புதிய யோசனைகளை எதிர்கொள்வது, சொற்பொழிவுகள் நிகழ்த்துவது போன்றவை அடங்கும். உங்களுடைய தனிப்பட்ட வாழ்க்கையைப் பொறுத்தவரை, வாழ்க்கைத் துணைவருடனும் குழந்தைகளுடனும் நேரத்தைச் செலவிடுவது, பகுதிநேர வேலை எதையாவது பார்ப்பது, ஏதாவது ஒரு தொண்டு நிறுவனத்தில் இணைந்து பணியாற்றுவது போன்றவை அடங்கலாம்.

கச்சிதமான உற்பத்தித்திறன்மிக்கவராக விளங்க விரும்புகின்ற ஒருவர், மேற்கண்ட வரைபடத்தின் மேற்பகுதியில் இடம்பெற்றுள்ள இரண்டு கட்டங்களில் மட்டுமே தன்னுடைய கவனத்தைக் குவிக்க வேண்டும். நடைமுறை அவ்வளவு எளிதாக இருந்தால், உங்களுக்கு இதுபோன்ற புத்தகங்களே தேவைப்படாது. தேவையான வேலைகள் மற்றும் நோக்கத்துடன்கூடிய வேலைகளில் மட்டுமே கவனத்தைச் செலுத்துவது என்பது நடைமுறையில் கடினமானது என்பதை நீங்கள் கண்டிப்பாக அனுபவித்திருப்பீர்கள். அன்றாட வாழ்வில், ஒவ்வொரு நாளும், நான்கு கட்டங்களிலும் இடம்பெற்றிருக்கின்ற வேலைகள் உங்களுடைய கவனத்தை ஈர்ப்பதற்காக ஒன்றோடொன்று போட்டிப் போடும். நீங்கள் தானியங்கி முறையில் இயங்கினால், தேவையற்ற மற்றும் கவனத்தைச் சிதறடிக்கின்ற வேலைகளில்தான் நீங்கள் கவனத்தைச் செலுத்திக் கொண்டிருப்பீர்கள். தேவையான வேலைகளில், அவற்றின் கெடு நெருங்கும்போது மட்டுமே ஈடுபட்டு அவற்றைச் செய்து முடிப்பீர்கள்.

இந்தப் புத்தகத்தில் நான் பரிந்துரைத்துள்ளவற்றை நான் என்னுடைய சொந்த வாழ்வில் கடைபிடித்தபோது சுவாரசியமான விஷயம் ஒன்றைக் கண்டுபிடித்தேன். இவற்றை நான் தொடர்ந்து கடைபிடித்து வந்தபோது, நாளடைவில், தானியங்கி முறையில் செயல்படுகின்ற விஷயங்களில் நான் குறைவான நேரத்தைச் செலவிடத் துவங்கியதையும், நான் நோக்கத்துடன்கூடிய வேலைகளிலும் தேவையான வேலைகளிலும் என் கவனத்தைக் குவிக்கத் துவங்கியிருந்ததையும் நான் கண்டேன். உங்களுடைய

கவனக்குவிப்பை நீங்கள் திட்டமிட்ட முறையில் கையாண்டு வருகின்றபோது, இது உங்களுக்கும் நிகழும் என்று நான் உறுதியாக நம்புகிறேன்.

உங்களுடைய உற்பத்தித்திறனை உடனடியாக மேம்படுத்துவதற்கு இதோ ஒரு வழி. உங்களுடைய வேலைகளை மேலே குறிப்பிட்டிருந்ததைப்போல நான்கு வகைகளாகப் பிரித்துக் கொள்ளுங்கள். இந்த ஒரு நடவடிக்கையே, உங்களுடைய வாழ்க்கையில் உண்மையிலேயே எவை முக்கியமானவை என்பது குறித்தத் தெளிவான விழிப்புணர்வை உங்களுக்குக் கொடுக்கும். இந்த வரைபடத்தைப் பற்றி நான் இந்நூலில் ஆங்காங்கே குறிப்பிட உள்ளதால், இப்படி உங்களுடைய வேலைகளைப் பிரித்துக் கொள்வது பின்னாலுள்ள பகுதியில் இடம்பெற்றுள்ள செயல்முறைகளில் நீங்கள் பங்கேற்பதை எளிதாக்கும்.

அத்தியாயம்
2

உங்களுடைய கவனக்குவிப்பின் வரம்புகள்

உங்களுடைய கவனக்குவிப்பின் எல்லைகள்

ஓர் அற்புதமான வாழ்க்கையை வாழ்வதற்கும் அபாரமான சாதனைகளைப் படைப்பதற்கும் நாம் கொண்டுள்ள ஓர் ஆற்றல்மிக்கக் கருவிதான் கவனக்குவிப்பு. ஆனால் கவனத்தைக் குவிப்பதற்கான நம்முடைய திறன் இரண்டு வழிகளில் நெருக்கடிக்கு உள்ளாகிறது.

முதலாவது, நம்முடைய கவனக்குவிப்புக்கு ஒரு வரம்பெல்லை இருக்கிறது. ஆனால் நாம் நினைப்பதைக் காட்டிலும் அது சிறியதுதான். கோட்பாட்டுரீதியாக, ஒரே நேரத்தில் நம்மால் பல விஷயங்களில் நம்முடைய கவனத்தைக் குவிக்க முடிந்தால், நம்மால் அதிகமான விஷயங்களைச் செய்ய முடியும். எடுத்துக்காட்டாக, ஒரு பியானோவை இசைத்துக் கொண்டே, புதிதாக அறிமுகமான ஒருவருடைய தொலைபேசி எண்ணை மனப்பாடம் செய்தல், இரண்டு நபர்களுடன் ஒரே நேரத்தில் உரையாடுதல், தொலைபேசியில் பேசிக் கொண்டே ஒரு மின்னஞ்சலுக்குப் பதில் எழுதுதல் போன்றவை இதற்கான எடுத்துக்காட்டுகள். ஆனால், நடைமுறையில் நம்மால் அதிகபட்சம் ஒன்று அல்லது இரண்டு விஷயங்களை மட்டும்தான் ஒரே நேரத்தில் சரியாகச் செய்ய முடியும்.

நம்முடைய சூழல் ஒவ்வொரு நொடியும் நம் மூளைக்குத் தொடர்ந்து தகவல்களை அனுப்பிக் கொண்டே இருக்கிறது. இக்கணத்தில் உங்களுடைய கண்களில் படுகின்ற காட்சிகள், காதில் கேட்கின்ற சத்தங்கள் மற்றும் பிற விஷயங்களை நினைத்துப் பாருங்கள். அப்படியெனில், நீங்கள் உங்களுடைய கவனத்தைக் குவிப்பதற்கு எல்லையற்ற விஷயங்கள் இருக்கின்றன என்று அர்த்தம். விர்ஜீனியா பல்கலைக்கழகத்தில் ஓர் உளவியல் பேராசிரியராக இருக்கின்ற டிமோத்தி வில்சன், நமது மூளை ஒவ்வொரு நொடியிலும் சுமார் ஒரு கோடித் தகவல் துணுக்குகளைப் பெற்றுக் கொண்டிருப்பதாகத் தெரிவிக்கிறார்.

ஆனால் இந்த ஒரு கோடித் தகவல் துணுக்குகளில் எத்தனைத் தகவல்கள்மீது நம்முடைய மனத்தால் ஒரே நேரத்தில் கவனம் செலுத்த முடியும்? வெறும் நாற்பது மட்டுமே.

நாம் எதில் நம் கவனத்தைக் குவிப்பது என்பதைத் தேர்ந்தெடுக்கின்றபோது, உண்மையில் நாம் ஒரு கிணற்றிலிருந்து ஸ்ட்ரா மூலம் உறிஞ்சிக் குடித்துக் கொண்டிருக்கிறோம். ஒரே ஓர் உரையாடலே நம்முடைய கவன வளம் முழுவதையும் கிரகித்துக் கொள்ளும். அதனால்தான், ஒரே நேரத்தில் இரண்டு உரையாடல்களை நிகழ்த்துவது நமக்குச் சிரமமாக இருக்கிறது. பிரபலமான உளவியலாளரான மிஹாலி சிசிக்ஸ்சென்ட்மிஹாலி, நம்மால் புரிந்து கொள்ள முடிகின்ற விதத்தில் ஓர் உரையாடலை அலசுவதற்கு நம்முடைய கவன ஆற்றலில் பாதிக்கு மேல் செலவாகிவிடுகிறது என்று கூறுகிறார். நீங்கள் உரையாடிக் கொண்டிருக்கின்ற அதே நேரத்தில், மீதமிருக்கின்ற கவனக்குவிப்பு ஆற்றலைச் செலுத்துவதற்கு வேறு பல விஷயங்கள் இருக்கின்றன. நாளை உங்களுடைய அலுவலகத்தில் நீங்கள் பார்க்க வேண்டிய வேலை, உங்கள் மண்டைக்குள் ஓடிக் கொண்டிருக்கின்ற, ஒன்றுக்கொன்று தொடர்பற்ற விஷயங்கள், உரையாடலில் அடுத்து நீங்கள் என்ன சொல்லவிருக்கிறீர்கள் போன்றவை அவற்றில் அடங்கும்.

நாம் ஒரு விஷயத்தில் நம் கவனத்தைக் குவித்தப் பிறகு, நம்முடைய குறுகிய கால ஞாபகத்தில் நம்மால் மிகச்

சிறிய அளவு தகவலை மட்டுமே சேமித்து வைக்க முடியும் என்ற வரம்பு நம்முடைய இரண்டாவது நெருக்கடியாகும். நம்முடைய மனத்தில் தற்காலிகமாகத் தகவல்களைச் சேமித்து வைக்க முடியும் என்பது ஓர் அதிஆற்றல்தான். நாம் ஒரு காரியத்தைச் செய்து கொண்டிருக்கும்போதே, அது நாம் சாதாரணமான கூட்டல் கணக்குப் போட்டுக் கொண்டிருக்கும்போது ஈவுத் தொகையை நினைவில் வைத்திருத்தல் போன்ற பிரச்சனைகளைத் தீர்க்கின்ற செயல்பாடுகளாக இருந்தாலும் சரி, அடுத்த நாள் உடற்பயிற்சிக்கூடத்தில் எந்த வரிசைக்கிரமத்தில் உடற்பயிற்சிகளைச் செய்ய வேண்டும் போன்ற வருங்காலத் திட்டமிடுதல்களாக இருந்தாலும் சரி, அதைப் பற்றிச் சிந்திப்பதற்கு அதுதான் உதவுகிறது. மனத்திடம் இந்தத் தற்காலிக நினைவாற்றல் இல்லாமல் இருந்திருந்தால், நம்மைச் சுற்றியுள்ள உலகில் நடக்கின்ற அனைத்து விஷயங்களுக்கும் நாம் சிந்திக்காமலேயே எதிர்வினையாற்றிக் கொண்டிருப்போம்.

தற்காலிக நினைவாற்றல் என்று வருகின்றபோது, நான் முன்பு குறிப்பிட்டிருந்த நாற்பது விஷயங்கள் வெறும் நான்கு விஷயங்களாகச் சுருங்கிவிடுகின்றன. கீழே குறிப்பிடப்பட்டுள்ள பெயர்களை மனப்பாடம் செய்துவிட்டு, அவற்றை ஒரு காகிதத்தில் எழுதுங்கள்:

- ஆர்டைன்
- ரிக்
- ரயன்
- லூசின்டா
- லூயிஸ்
- மார்ட்டின்
- கெல்சி
- சினிசா
- டுவைட்
- பிரைஸ்

இந்தப் பரிசோதனையில் பங்கெடுத்துக் கொண்ட சிலரால் மூன்று பெயர்களை மட்டுமே நினைவுக்குக் கொண்டுவர முடிந்தது. வேறு சிலரால் ஐந்திலிருந்து ஏழு

வரை நினைவுகூர முடிந்தது. ஆனால் சராசரி எண்ணிக்கை நான்காக இருந்தது.

இந்த நான்கு என்ற எண்ணிக்கையை ஒரு தொகுதி என்று வர்ணிக்கலாம். உங்களால் ஒரு சில பெயர்களை இப்படி ஒரு 'தொகுதியாக' ஆக்க முடிந்தால், உங்களால் கூடுதலான பெயர்களை நினைவில் வைத்துக் கொள்ள முடியும். எடுத்துக்காட்டாக, இதில் குறிப்பிடப்பட்டிருக்கின்ற சில பெயர்களை, நீங்கள் அதே பெயருடைய உங்களுடைய நண்பர்களுடன் பொருத்தி மனத்தில் அவர்களுடைய உருவங்களைக் காட்சிப்படுத்தலாம். என்னைப் பொறுத்தவரை, என்னால் இந்தப் பட்டியலில் இடம் பெற்றிருக்கின்ற பத்துப் பேரையும் நினைவில் வைத்துக் கொள்ள முடியும். அதற்காக நான் ஒரு அதிமேதாவி என்று நீங்கள் நினைத்துக் கொள்ள வேண்டியதில்லை. ஆனால், கடந்த வாரம் நான் யாருடனெல்லாம் அதிகமான எண்ணிக்கையில் மின்னஞ்சல் தொடர்புகளைக் கொண்டிருந்தேனோ அவர்களின் பெயர்களை நான் இதற்காகத் தொகுத்திருந்தேன். அதனால் அவற்றைச் சிறு தொகுதிகளாகப் பிரித்து, என்னால் எளிதாக நினைவில் வைத்துக் கொள்ள முடிந்தது.

இந்தத் தொகுதி உத்தியைப் பயன்படுத்தி விஷயங்களைத் தொகுப்பதன் மூலம் நம்மால் நாள் முழுவதும் பல விஷயங்களை நினைவில் வைத்துக் கொள்ள முடியும். இன்று காலையில் நான் சில மளிகைப் பொருட்களையும் காய்கறிகளையும் வாங்குவதற்குக் கடைக்குச் சென்றேன். அப்போது நான் ஓர் ஒலிப்புத்தகத்தையும் கேட்டுக் கொண்டிருந்தேன். கடையில் செலரி, ஹம்மஸ், உப்பு பிஸ்கெட் ஆகிய மூன்றையும் நான் வாங்க வேண்டியிருந்தது. அக்கடை நான் வழக்கமாகச் செல்கின்ற ஒன்று என்பதால், இந்த மூன்று பொருட்களையும் அவர்கள் எங்கு வைப்பர் என்பது எனக்குத் தெரியும். அதனால், நான் என் மனத்தில் அக்கடையில் அந்த மூன்று பொருட்களும் இருக்கும் இடத்தை இணைத்து ஒரு கற்பனையான முக்கோணத்தை வரைந்தேன். அப்பொருட்களை நினைவில் வைத்துக் கொள்வதற்குப் பதிலாக நான் அந்த

முக்கோணத்தின் மூன்று புள்ளிகளுக்கும் சென்று எனக்குத் தேவையான பொருட்களை அள்ளிக் கொண்டேன். அதே மூன்று பொருட்கள் அடங்கிய ஒரு சாப்பாட்டை மனத்தில் காட்சிப்படுத்தியிருந்தாலும் அது நிறைவேறியிருந்திருக்கும். அது இன்னும் எளிமையான யோசனையாக இருந்திருக்கும்.

நடைமுறையில் நாம் அதிகபட்சமாக, நம்முடைய தற்காலிக நினைவாற்றலில் தனித்துவமான ஏழு விஷயங்களை வைத்திருக்கிறோம் என்று கருதப்படுகிறது. உங்களைச் சுற்றியுள்ள உலகை உற்றுப் பார்த்தாலே, தகவல்களை நாம் எப்படி நம்முடைய மனத்தில் ஒருவிதமான ஒழுங்குமுறையுடன்கூடிய அலகுகளாகத் தொகுத்து வைக்கிறோம் என்பதை உங்களால் கண்டுபிடித்துவிட முடியும். இரண்டாம் எண்ணிலிருந்து துவங்கலாம். சில விஷயங்களை ஒரு ஜோடியாக நாம் தொகுக்கின்றபோது, அதை நம்மால் எளிதாக நினைவில் வைத்துக் கொள்ள முடிகிறது. இதற்கு ஏகப்பட்ட எடுத்துக்காட்டுகள் இருக்கின்றன: கால்வின் – ஹோப்ஸ், லைலா – மஜ்னு, டாம் – ஜெர்ரி. மூன்று என்ற எண்ணுக்கும் இது பொருந்தும். அவையும் ஒரு தொகுதியாக நம் மனத்தில் இடம்பிடித்துக் கொள்ளும். ஒலிம்பிக்கில் வழங்கப்படுகின்ற மூன்று பதக்கங்களும், ‘கோல்டிலாக்கும் மூன்று கரடிகளும்,’ ‘மூன்று குட்டிப் பன்றிகள்,’ போன்ற கதைகளும் இதற்கான எடுத்துக்காட்டுகள். சில விஷயங்களை நான்கு அம்சங்களைக் கொண்ட ஒரு தொகுதியாக நாம் பிரித்துக் கொள்கிறோம். நான்கு பருவங்கள், சீட்டுக் கட்டிலுள்ள நான்கு வகைகள் போன்றவை இதற்கான எடுத்துக்காட்டுகள். அதேபோல, ஐந்து என்ற எண்ணுக்கு, ‘காதல் மொழிகள் ஐந்து’, பஞ்ச பூதங்கள் போன்றவை எடுத்துக்காட்டுகள். ஆறு என்ற எண்ணுக்கு, பகடையிலுள்ள ஆறு பக்கங்கள் ஓர் எடுத்துக்காட்டு. ஏழு என்ற எண்ணுக்கு, வாரத்தின் ஏழு நாட்கள், ஏழு உலக அதிசயங்கள் போன்றவை எடுத்துக்காட்டுகள். அதனால்தான் பத்து இலக்கங்களைக் கொண்ட தொலைபேசி எண்கள்கூட, நினைவில் வைத்துக் கொள்வதற்கு வசதியாக, மூன்று, மூன்று, நான்கு என்று பிரிக்கப்படுகின்றன. ஏழுக்கு மேற்பட்ட எண்கள் குறித்த

எடுத்துக்காட்டுகள் அரிதாக இருப்பதால் அவற்றை நம்மால் சட்டென்று கூற முடிவதில்லை.

கவனக்குவிப்பிடம்

விஷயங்களில் கவனம் செலுத்துவதற்கு நமக்கு இருக்கும் திறனின் அளவை விவரிப்பதற்கு நான் 'கவனக்குவிப்பிடம்' என்ற வார்த்தையைப் பயன்படுத்துகிறேன். இது குறித்தப் பிரக்ஞை நமக்கு எப்போதும் இருக்கிறது. தகவல்களைத் தற்காலிகமாகச் சேமிப்பதற்கு இதை நாம் பயன்படுத்துகிறோம். போகிற போக்கில் சட்டென்று தகவல்களைச் சேகரித்து, அவற்றை ஒன்றுக்கொன்று தொடர்புபடுத்தி, அவற்றைத் திறமையாகக் கையாள்வதைக் கவனக்குவிப்பிடம் சாத்தியமாக்குகிறது. நாம் எதில் கவனத்தைக் குவிக்க வேண்டும் என்பதைத் தேர்ந்தெடுத்தவுடன், அத்தகவல் நம்முடைய தற்காலிக ஞாபகத்தை ஆக்கிரமித்துக் கொள்கிறது. நம்முடைய கவனக்குவிப்பிடம், நாம் அதில் தொடர்ந்து இயங்கிக் கொண்டிருப்பதற்கு வசதியாக, அதைத் துடிப்புடன் வைத்திருக்கிறது. நம்முடைய பிரக்ஞைபூர்வமான அனுபவங்கள் பெரும்பாலானவற்றுக்கு நம்முடைய கவனக்குவிப்பிடமும் நம்முடைய கவனக்குவிப்பும்தாம் பொறுப்பு. நம்முடைய மூளையை ஒரு கணினியோடு ஒப்பிட்டால், கவனக்குவிப்பிடத்தைக் கணினியிலுள்ள 'ரேம்'* என்பதோடு ஒப்பிடுவது பொருத்தமாக இருக்கும்.

---

* ரேமைக் கொண்டிருக்கின்ற கணினி அல்லது அலைபேசியால் கூடுதல் விஷயங்களை நினைவில் வைத்துக் கொள்ள முடியும் என்பதால், அவற்றால் வேகமாக இயங்க முடியும். ஆனால் கூடுதல் ரேம், குறிப்பாக அலைபேசியில் இருக்கின்ற ரேம், அதன் பேட்டரியின் ஆயுட்காலத்தைக் குறைத்துவிடும். கணினியில் தகவல்கள் அனைத்தும் அதன் வழியாகச் செலுத்தப்படுவதால், அது ஏராளமான மின்சக்தியை உறிஞ்சிக் கொண்டிருக்கும். இக்காரணத்தினால்தான் நாம் குறைவான கவனக்குவிப்பிடத்தைக் கொண்டிருக்கின்ற விதத்தில் பரிணாம வளர்ச்சி அடைந்திருக்கிறோம் என்று சில அறிவியல் அறிஞர்கள் கருதுகின்றனர். நம்முடைய உடல் நிறையில் இரண்டிலிருந்து மூன்று சதவீதம் வரை மட்டுமே இருக்கின்ற நம்முடைய மூளை ஏற்கனவே இருபது சதவீத ஆற்றலை விழுங்கிக் கொண்டிருக்கிறது. நம்முடைய கவனக்குவிப்பிடத்தின் அளவு பெரிதாக இருந்தால் அதற்கு இதைவிட அதிகமான ஆற்றல் தேவைப்படும்.

இந்த இடம் மிகச் சிறியதாக இருப்பதாலும், ஒரு நேரத்தில் அதனால் மிகக் குறைவான விஷயங்களை மட்டுமே கையாள முடியும் என்பதாலும் அதைச் சரியாக நிர்வகிப்பது இன்றியமையாதது. நாம் பகற்கனவு கண்டு கொண்டிருக்கும்போதும், மனத்தை வெறுமனே அலையவிட்டுக் கொண்டிருக்கும்போதும்கூட நாம் நம்முடைய கவனக்குவிப்பிடத்தைப் பயன்படுத்துகிறோம். நாம் ஓர் உரையாடலில் ஈடுபட்டிருக்கும்போது, அந்த இடம் முழுமையாக ஆக்கிரமிக்கப்பட்டுவிடுகிறது. நாம் சமையல் செய்து கொண்டே ஒரு வீடியோ பார்த்தால், இந்தக் கவனக்குவிப்பிடத்திற்கு அவை இரண்டுமே சண்டையிட்டுக் கொள்ளும். நம் நண்பனின் பிறந்தநாள் அல்லது ஒரு பாட்டின் பெயர் போன்ற ஒரு விஷயத்தையோ அல்லது ஒரு தகவலையோ நாம் நினைவுகூர விரும்பினால், அத்தகவல் நம்முடைய நீண்டகால ஞாபகத்திலிருந்து கவனக்குவிப்பிடத்திற்கு மாற்றப்படும்.

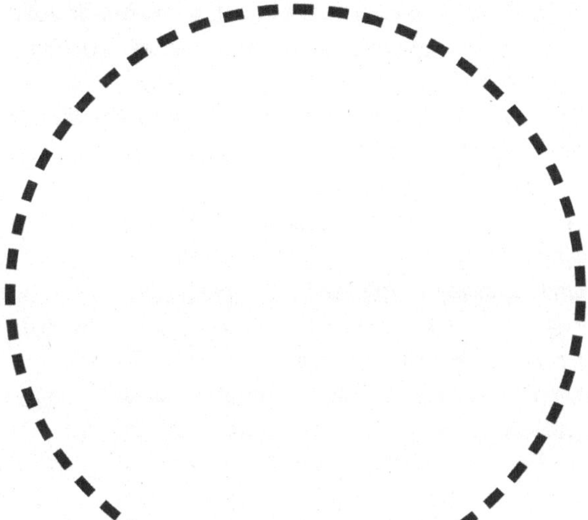

கவனக்குவிப்பிடம்

காரோட்டிக் கொண்டே உங்களால் உங்களுடைய அலைபேசியில் குறுஞ்செய்தியைத் தட்டச்சு செய்ய முடியாது. ஏனெனில், இரண்டு செயல்களுக்குமே உங்களுடைய கவனக்குவிப்பிடத்தின் முழுப் பகுதியும் தேவைப்படும். அதேபோல, படித்துக் கொண்டே உங்களால் குறுஞ்செய்தியைத் தட்டச்சு செய்ய முடியாது. அதிகபட்சமாக, படித்துக் கொண்டிருக்கும்போது உங்களால் காபி வேண்டுமானால் குடிக்க முடியும். சில நேரங்களில், நீங்கள் படிக்கின்ற விஷயத்தில் நீங்கள் ஆழமாக மூழ்கிவிட்டிருந்தால், காபி ஆறிப் போய்விடும். சில வேளைகளில், அதை நீங்கள் உங்களுடைய புத்தகத்தில் கொட்டவும் நேரிடலாம்.

நீங்கள் படித்துக் கொண்டிருக்கும்போது, உங்களுடைய மூளை, அத்தகவல் துணுக்குகளை நீங்கள் ஞாபகம் வைத்துக் கொள்கின்ற விதத்தில், புள்ளிவிபரங்கள், கதைகள், மற்றும் படிப்பினைகளாக மாற்றுவதில் மும்முரமாக ஈடுபடுகிறது. நீங்கள் படித்துக் கொண்டிருக்கின்ற புத்தகத்திலிருந்து வெளிப்படுகின்ற ஒளியை உங்களுடைய கண்கள் உள்வாங்கி அதை மூளைக்கு அனுப்புகின்றன. மூளை அவற்றிலிருந்து வார்த்தைகளை உருவாக்குகிறது. இந்த வார்த்தைகள் தற்காலிகமாக உங்களுடைய கவனக்குவிப்பிடத்தை ஆக்கிரமித்துக் கொள்கின்றன. பின் அந்த வார்த்தைகள் வாக்கியங்களாக மாற்றப்படுகின்றன. இறுதியில் அவை உங்களுடைய மூளையால் அர்த்தப்படுத்தப்படுகின்றன.

வாக்கியங்களின் கட்டமைப்பு இந்தச் செயல்பாட்டின்மீது தாக்கம் ஏற்படுத்தி நம் வாசிப்பு வேகத்தைக் கூட்டவோ அல்லது குறைக்கவோ செய்கிறது. அதனால்தான், புத்தகங்களில் இடம் பெறுகின்ற வாக்கியங்கள், வாசகர்களின் குறுகலான கவனக்குவிப்பிடத்தைக் கணக்கில் எடுத்துக் கொண்டு கட்டமைக்கப்படுகின்றன. வாக்கியங்கள் ஒரு குறிப்பிட்ட நீளத்திற்கு மேல் போகாமல் பார்த்துக் கொள்ளப்படுகின்றன; அவற்றில் அரைப்புள்ளி, காற்புள்ளி, கோடுகள், மற்றும் பிற நிறுத்தக்குறிகள் பயன்படுத்தப்படுகின்றன. ஒரு வாக்கியத்தில் இடம்பெற்றிருக்கும் முற்றுப்புள்ளியைப் பார்த்தவுடன், நம் மூளை அந்த இடத்தில் நிறுத்திக் கொண்டு, அதுவரையுள்ள வார்த்தைகளைக் கவனக்குவிப்பிடத்தில் ஏற்றிக் கொள்கிறது

என்று ஓர் ஆய்வு தெரிவிக்கிறது.

நீங்கள் ஈடுபட்டிருக்கின்ற காரியங்களோடு உங்களுடைய கவனக்குவிப்பு ஒத்திசைவோடு செயல்படுகிறது. எடுத்துக்காட்டாக, இயல்பாக நடைபெறுகின்ற கண்சிமிட்டல்கள்கூட, நீங்கள் படித்துக் கொண்டிருக்கும்போது, அந்த வாசிப்போடு ஒத்திசைவாகச் செயல்படுகிறது. பொதுவாக நாம் ஒரு நிமிடத்திற்குப் பதினைந்திலிருந்து இருபது முறை கண் சிமிட்டுகிறோம். ஆனால் அது உங்களுடைய கவனக்குவிப்பில் கிடைக்கின்ற இடைவேளையோடு ஒத்திசைவாக இருக்கிறது. ஒரு வாக்கியத்தின் முடிவில் நீங்கள் கண்சிமிட்டுகிறீர்கள்; பேசிக் கொண்டிருக்கும்போது, இடைவெளி விடுகின்றபோது நீங்கள் கண்சிமிட்டுகிறீர்கள். இந்தக் கண்சிமிட்டல் தானியங்கி முறையில் நடைபெறுகிறது.

உங்களுடைய கவனக்குவிப்பிடம் எவற்றால் நிரப்பப்படுகிறது?

நீங்கள் இதற்குப் பதிலளியுங்கள்; இக்கணத்தில் உங்களுடைய கவனக்குவிப்பிடத்தை எது ஆக்கிரமித்துள்ளது? அதாவது, இத்தருணத்தில் உங்களுடைய மனத்தில் என்ன இடம்பெற்றுள்ளது?

உங்களுடைய கவனக்குவிப்பிடத்தை நூறு சதவீதம் முழுமையாக இப்புத்தகமும் அதைப் பற்றிய எண்ணங்களும் ஆக்கிரமித்துள்ளனவா? அப்படியிருக்கும் பட்சத்தில், இப்புத்தகத்தில் கூறப்பட்டுள்ளவற்றை விரைவாகவும் மேம்பட்ட விதத்திலும் நீங்கள் கிரகித்துக் கொள்வீர்கள். மாறாக, உங்களுடைய கவனத்தில் மூன்றில் ஒரு பகுதி உங்களுக்கு அருகே இருக்கின்ற அலைபேசியின்மீது இருக்கிறதா? அல்லது இந்த அத்தியாயத்தை முடித்தப் பிறகு நீங்கள் என்ன செய்யலாம் என்று யோசித்துக் கொண்டிருக்கிறீர்களா? அல்லது வேறு ஏதாவது ஒரு விஷயத்தைப் பற்றிக் கவலைப்பட்டுக் கொண்டிருக்கிறீர்களா? இந்தக் கவலைகள் மற்றும் அக்கறைகள் திடீரென்று எங்கிருந்தோ வந்து உங்கள் முன் குதிக்கின்றனவா?

நாம் பொதுவாக எவை நம்முடைய கவனத்தை ஆக்கிரமித்துக் கொண்டிருக்கின்றன என்பதில் ஆர்வம் கொண்டிருப்பதில்லை. மாறாக, அந்த நிகழ்வுகள் கொடுக்கின்ற அனுபவங்களில் நாம் முழுமையாகத் திளைத்திருக்கிறோம். இது 'சுய அறிதலறிவு' என்று அழைக்கப்படுகிறது. நீங்கள் எதைப் பற்றிச் சிந்தித்துக் கொண்டிருக்கிறீர்கள் என்பது குறித்த விழிப்புணர்வு இது. உங்களுடைய கவனக்குவிப்பைச் சிறப்பாக நிர்ணயிப்பதற்கான சிறந்த வழி இது. அதோடு, இது உங்களுடைய அலைபாய்கின்ற மனத்தை வேகமாக மீட்டுக் கொண்டுவருவதற்கும் உதவுகிறது.

நீங்கள் ஒரு மின்னஞ்சலை எழுதிக் கொண்டிருந்தாலும் சரி, ஒரு தொலைபேசி உரையாடலில் ஈடுபட்டிருந்தாலும் சரி, ஒரு தொலைக்காட்சி நிகழ்ச்சியைப் பார்த்துக் கொண்டிருந்தாலும் சரி அல்லது குடும்பத்தோடு அமர்ந்து உணவருந்திக் கொண்டிருந்தாலும் சரி, அந்த நேரத்தில் பாதியை நீங்கள் உங்களுக்கு முன்னாலுள்ள விஷயத்தில் செலவழித்துக் கொண்டிருக்க மாட்டீர்கள், உங்களுடைய கவனத்தில் பாதிதான் அதில் குவிந்திருக்கும். மீதிப் பாதி, கடந்தகாலத்திலோ அல்லது எதிர்காலத்திலோ உலவிக் கொண்டிருக்கும். அது ஏராளமான நேர விரயமும் கவனக்குவிப்பு விரயமும் ஆகும். உங்கள் மனம் பல விஷயங்களில் பரந்துபட்ட நிலையில் ஈடுபட்டிருப்பதில் சில அனுகூலங்கள் இருக்கின்றன என்றாலும், நிகழ்கணத்தில் நம் கவனத்தைக் குவிப்பதுதான் நல்லது.

இதுதான் நிகழ்கணலயிப்பு: ஒரு குறிப்பிட்டக் கணத்தில் நீங்கள் எதைப் பற்றிச் சிந்தித்துக் கொண்டிருக்கிறீர்கள், எப்படி உணர்கிறீர்கள் என்பதுதான் அது. நிகழ்கணலயிப்பில் ஈடுபடும்போது நீங்கள் சிந்தித்துக் கொண்டிருக்கும் விஷயங்களை நீங்கள் எடைபோடுவதில்லை என்பதால், அது இந்தக் கலவையில் மேலும் ஓர் அம்சத்தை உள்ளே நுழைக்கிறது. உங்களுடைய மனத்தில் ஓடிக் கொண்டிருக்கின்ற எண்ணங்கள் குறித்த விழிப்புணர்வு

உங்களிடம் இருக்கின்றபோது, உங்கள் மனத்தில் பலதரப்பட்டப் பைத்தியக்காரத்தனமான எண்ணங்களும் ஓடிக் கொண்டிருப்பதை நீங்கள் உணர்வீர்கள். அவை அனைத்துமே உண்மையல்ல. எதிர்மறையான சுயபேச்சு இதற்கான ஓர் எடுத்துக்காட்டு. எல்லோருடைய மனங்களும் இதை ஏதோ ஒரு கட்டத்தில் செய்து கொண்டுதான் இருக்கின்றன. அதனால் இது குறித்து நீங்கள் அலட்டிக் கொள்ள வேண்டியதில்லை; உங்களுடைய அனைத்து எண்ணங்களையும் தீவிரமாக எடுத்துக் கொள்ள வேண்டியதில்லை. எனக்குப் பிடித்த எழுத்தாளர்களில் ஒருவரான டேவிட் கெயின் இதை இவ்வாறு அருமையாகக் கூறியிருக்கிறார்: "நம்முடைய அனைத்து எண்ணங்களும் நாம் அவற்றின்மீது அக்கறை கொள்ள வேண்டும் என்று விரும்புகின்றன. ஆனால் ஒரு சிலவே அதற்குத் தகுதியானவை."

உங்களுடைய கவனக்குவிப்பிடத்தை எவை ஆக்கிரமித்துள்ளன என்பதை வெறுமனே கவனிப்பதே உங்களுடைய உற்பத்தித்திறனை மேம்படுத்துவதாகக் கண்டறியப்பட்டுள்ளது. இது தொடர்பாக ஓர் ஆய்வு மேற்கொள்ளப்பட்டது. அதில் இரண்டு குழுவினர் பங்கேற்றனர். ஒரு துப்பறியும் நாவலைப் படித்து அதில் இடம்பெற்றுள்ள குற்றத்தைத் துப்புத் துலக்குமாறு அவர்கள் கேட்டுக் கொள்ளப்பட்டனர். ஒரு குழுவினர் தங்களுடைய மனம் அலைபாய்ந்து கொண்டிருந்தபோது அது குறித்து விழிப்புணர்வு கொண்டிருந்தனர். இன்னொரு குழுவினரிடம் அது இருக்கவில்லை. விழிப்புணர்வு கொண்டிருந்த குழுவினரின் துப்புத்துலக்கல் விகிதம் குறிப்பிடத்தக்க அளவில் கூடுதலாக இருந்தது. நம்முடைய மனம் அலைபாய்ந்து கொண்டிருக்கிறது என்பது குறித்த விழிப்புணர்வு நம்மிடம் இருக்கின்றபோது, நாம் செய்கின்ற அனைத்துக் காரியங்களையும் நம்மால் குறிப்பிடத்தக்க அளவு மேம்பாட்டுடன் செய்ய முடியும்.

உங்கள் மனத்தில் ஓடிக் கொண்டிருப்பவற்றின்மீது உங்களால் கவனம் செலுத்த முடிந்தால் – ஒரு நிமிடத்திற்கு மேல் அதைத் தொடர்வது கடினம் என்பது

வேறு விஷயம் – உங்களுடைய கவனக்குவிப்பிடத்தை ஆக்கிரமித்துக் கொண்டிருக்கும் விஷயங்கள் தொடர்ந்து மாறிக் கொண்டிருப்பதை நீங்கள் காண்பீர்கள். உங்களுடைய மனநிலையின் மாறுதலுக்கு ஏற்ப உங்களுடைய கவனக்குவிப்பிடமும் கூடிக் குறைந்து கொண்டிருப்பதையும் நீங்கள் காண்பீர்கள். இதற்குள் நுழைந்து கொண்டிருக்கின்ற விஷயங்களும், வருகின்ற வேகத்திலேயே அங்கிருந்து போய்விடுவதையும் உங்களால் பார்க்க முடியும். பெரும்பாலும் அது குறித்த விழிப்புணர்வு உங்களுக்கு இருக்காது. கவனக்குவிப்பிடத்தில் விஷயங்கள் தற்காலிகமாகத்தான் தங்கியிருக்கின்றன. சரியாகச் சொல்ல வேண்டுமென்றால், சராசரியாகப் பத்து நொடிகளுக்கு மட்டுமே அவை அங்கு இருக்கின்றன.

நன்றாக ஜோடி சேர்கின்ற காரியங்கள்

அப்படியானால், கவனக்குவிப்பிடத்தில் எவை கச்சிதமாகப் பொருந்தும்?

காரியங்கள் அவற்றின் சிக்கல்தன்மையைப் பொறுத்துக் கவனக்குவிப்பிடத்தில் கூடுதலாகவோ அல்லது குறைவாகவோ இடத்தை ஆக்கிரமித்துக் கொள்கின்றன. எடுத்துக்காட்டாக, ஓர் அர்த்தமுள்ள உரையாடல் கூடுதல் இடத்தை எடுத்துக் கொள்ளும். அப்போது அந்த இடத்தைப் பிடிக்க மற்ற விஷயங்கள் மல்லுக்கட்டினால், உங்களுடைய உரையாடலில் அது பாதிப்பை ஏற்படுத்தும். எடுத்துக்காட்டாக, ஓர் உரையாடலின்போது நீங்கள் உங்களுடைய அலைபேசியை உங்கள் மேசைமீது வைத்திருந்தால், அதில் வருகின்ற தகவல்களால் உங்களுடைய கவனம் சிதறக்கூடும்.

எல்லாக் காரியங்களுக்கும் இதுபோலக் கூடுதலான இடம் தேவைப்படுவதில்லை. நம்முடைய தனிப்பட்ட வாழ்க்கையிலும் சரி, தொழில்வாழ்க்கையிலும் சரி, இரண்டு விதமான காரியங்கள் நடைபெறுகின்றன. முதலாவது, பழக்கங்கள். அவற்றை நம்மால் சிந்திக்காமலேயே செய்ய முடியும் என்பதால், அதற்கு ஏராளமான கவனக்குவிப்பிடம்

தேவைப்படுவதில்லை. இரண்டாவது, சிக்கலான காரியங்களைச் சிரத்தையான கவனக்குவிப்புடன் மட்டுமே நன்றாகச் செய்ய முடியும். நம்மால் ஒரே நேரத்தில் பல வேலைகளைச் செய்ய முடியாது என்று வல்லுநர்கள் வாதிடுகின்றனர். அது சிக்கலான காரியங்களுக்குப் பொருந்தும், ஆனால் பழக்கங்களுக்குப் பொருந்தாது. இன்னும் சொல்லப் போனால், பழக்கங்களைப் பொறுத்தவரை, நம்மால் பல காரியங்களை எளிதாகச் செய்ய முடியும். நம்மால் ஒரே நேரத்தில் இரண்டு உரையாடல்களில் ஈடுபட முடியாமல் போகலாம். ஆனால், நடத்தல், சுவாசித்தல், பபிள்கம்மைச் சுவைத்தல் போன்றவற்றை ஓர் ஒலிப்புத்தகத்தைக் கேட்டுக் கொண்டே நம்மால் செய்ய முடியும். நகம் வெட்டுவது, துணி துவைப்பது, மளிகைச் சாமான்கள் வாங்குவது போன்றவற்றுக்கு, சிக்கலான காரியங்களுக்குத் தேவைப்படுகின்ற அளவு கவனம் தேவைப்படுவதில்லை. அதனால் ஒரே நேரத்தில் இது போன்ற வேலைகள் பலவற்றைத் தாராளமாகச் செய்யலாம். அதனால் அவற்றின் தரம் குறைந்துவிடாது. வாராவாரம் நான் ஓர் ஒலிப்புத்தகத்தையோ அல்லது ஒரு வலையொலிப்பதிவையோ கேட்டுக் கொண்டே வீட்டைச் சுத்தம் செய்துவிடுவேன். வேலைக்குப் பயணிக்கின்ற நேரத்தில் ஒலிப்புத்தகங்களைக் கேட்கின்ற பழக்கத்தை வளர்த்துக் கொண்டால், உங்களால் வாரத்திற்கு ஒரு புத்தகத்தைக் கூடுதலாகப் படிக்க முடியும்.

பழக்கங்களுக்குச் சிந்தித்தல் தேவையில்லை என்பதால், மிகக் குறைவான கவனக்குவிப்பிடத்தையே அவை எடுத்துக் கொள்கின்றன. நரம்பியல் வல்லுநரும் நூலாசிரியருமான ஸ்டானிஸ்லாஸ் டெஹென் என்னிடம் இவ்வாறு தெரிவித்தார்: “பியானோ வாசித்தல், உடையணிதல், முகச்சவரம் செய்து கொள்ளுதல், வழக்கமான சாலையில் வேலைக்குப் பயணித்தல் போன்றவை தானியங்கி முறையில் செயல்படுவதால், வலிந்து மேற்கொள்ளப்படுகின்ற சிந்தனைகளை அவை தடுப்பதில்லை. இப்பழக்கங்கள் உருவாக்கப்பட்டுக் கொண்டிருக்கின்ற வேளையில் வலிந்து மேற்கொள்ளப்படுகின்ற சிந்தனைகள் தேவை என்றாலும், அதற்குப் பிறகு அவை தானியங்கி முறையில்

செயல்படத் துவங்கிவிடுகின்றன. எப்போதாவது அதில் லேசான மாற்றங்கள் தேவைப்படுகின்றபோது நம்முடைய வலிந்த சிந்தனை தேவைப்படும். எடுத்துக்காட்டாக, நீங்கள் வழக்கமாகத் திங்கட்கிழமை அணிகின்ற சட்டை துவைக்கப்படாமல் இருந்தால், அன்று வேறு எதை அணிவது என்று யோசிப்பதற்கு வலிந்து சிந்திக்க வேண்டியிருக்கும். ஆனால் அது நிறைவேறியவுடன், உங்களுடைய உடையணிதல், வழக்கமாக நடைபெறுகின்ற வரிசைக்கிரமப்படி தானாகவே நடந்தேறிவிடும். இப்படிப்பட்டப் பழக்கங்கள் மூளையில் ஒரு வரிசைக்கிரமச் செயல்நடவடிக்கையாகப் பதிவு செய்யப்பட்டிருக்கலாம்." நான் ஒன்றுக்கு மேற்பட்டப் பழக்கங்களை ஒரே சமயத்தில் செய்ய முயல்கின்றபோது, நம்முடைய மூளை, இரத்தவோட்டத்தைக் குறிப்பிட்டச் சில பகுதிகளுக்குத் திருப்பிவிடுகிறது.

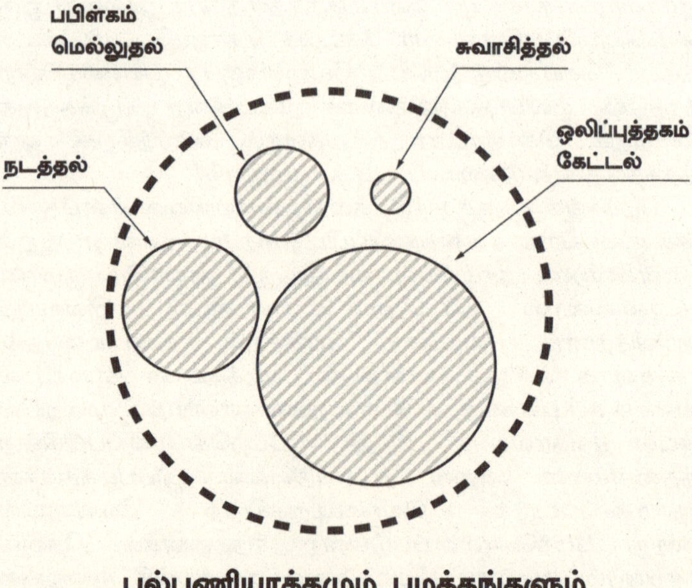

பல்பணியாக்கமும் பழக்கங்களும்

பல்பணியாக்கத்தில் ஈடுபடுகின்றபோது அந்த வேலைகள் ஒன்றுக்கொன்று தொடர்பற்றவையாக இருந்தால், நம்முடைய கவனக்குவிப்பிடத்தால் கூடுதலான செயல்களைக் கையாள முடியும். அலைபேசியில் பேசிக் கொண்டே துவைப்பதற்குத் துணிகளை நம்மால் எளிதாக வகைபிரித்துவிட முடியும். இந்த நடவடிக்கைகள் நம்முடைய வெவ்வேறு புலன்களைப் பயன்படுத்துகின்றன. துணிகளை வகைபிரித்தல் நம்முடைய பார்வைப் புலனையும், அலைபேசி உரையாடல் நம்முடைய செவிப் புலனையும் பயன்படுத்துகின்றன. இவற்றைச் செயல்படுத்த நாம் மூளையின் வெவ்வேறு பகுதிகளைப் பயன்படுத்துவதால், இந்த வேலைகள் ஒரே மூளை வளத்திற்குப் போட்டி போடுவதில்லை. ஆனால், நீங்கள் அளவுக்கதிகமான எண்ணிக்கையில் ஒரே நேரத்தில் பல வேலைகளைச் செய்தால், அது வளங்களைப் பயன்படுத்துவது குறித்தப் போட்டியில் போய் முடியும் – குறிப்பாக, அவற்றில் நீங்கள் அடிக்கடி வலியத் தலையிட வேண்டியிருக்கும்போது! சிக்கலான வேலைகளைவிடக் கூடுதலான எண்ணிக்கையில் பழக்கங்களாகிப் போன காரியங்களை கவனக்குவிப்பிடத்தால் கையாள முடியும்.

பழக்கங்களாக இல்லாத காரியங்களுக்கு அதிகமான கவனக்குவிப்பிடம் தேவைப்படுகிறது. ஒரு புத்தகம் படிப்பது, ஆழமான உரையாடல் ஒன்றில் ஈடுபடுவது, ஒரு முக்கியமான அறிக்கையைத் தயாரிப்பது போன்றவை இதற்கான எடுத்துக்காட்டுகள். ஏனெனில், இவற்றுக்கு நாம் தொடர்ந்து பல உள்ளீடுகளை வலிய அளிக்க வேண்டியிருக்கிறது.

முதல் அத்தியாயத்தில் நான் கூறியிருந்ததைப்போல நீங்கள் உங்களுடைய வேலைகளை நான்கு பிரிவுகளாகப் பிரித்திருந்தால், தேவையான வேலைகளும் நோக்கத்துடன்கூடிய வேலைகளும் பழக்கத்தின் அடிப்படையில் செய்யப்பட முடியாதவை என்பதை நீங்கள் புரிந்து கொள்வீர்கள்.* துல்லியமாக அதே

* உங்களுடைய உற்பத்தித்திறன்மிக்க வேலைகளை உங்களால் ஒரு பழக்கம்போல யோசிக்காமல் செய்ய முடிந்தால், அதைப் பிறரிடம் பகிர்ந்து அளிப்பதற்கான அல்லது அதை ஒட்டுமொத்தமாக நிறுத்திவிடுவதற்கான வேளை வந்துவிட்டது என்று நீங்கள் எடுத்துக் கொள்ளலாம்.

காரணத்தினால்தான் அவை உற்பத்தித்திறன் மிக்கவையாக இருக்கின்றன. அவற்றைச் செய்து முடிப்பதன் மூலம் உங்களால் கூடுதலாகச் சாதிக்க முடியும். ஏனெனில், அவற்றுக்குக் கவனக்குவிப்பும், மூளை ஆற்றலும், உங்களுடைய தனித்துவமான திறமையும் தேவைப்படுகின்றன. பழக்கத்தின் காரணமாக எவரொருவராலும் சிந்தனை தேவைப்படாத வேலைகளைச் செய்துவிட முடியும்.

நாம் நம்முடைய உற்பத்தித்திறன்மிக்கக் காரியங்களில் ஈடுபடும்போது, வேறு எதிலும் செலவழிப்பதற்கு நம்மிடம் கவனக்குவிப்பு எதுவும் மிச்சமிருக்காது.

நம்மால் ஒரே நேரத்தில் இரண்டு சிக்கலான வேலைகளைச் செய்ய முடியாது என்பதை நினைவில் வைத்திருங்கள்.

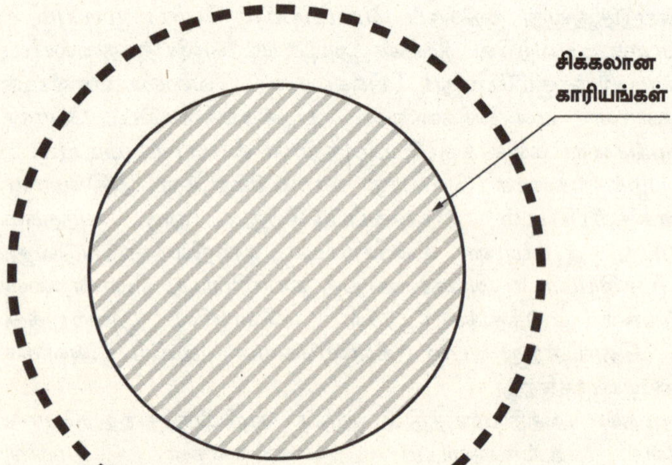

சுமாரான சிக்கலுடைய வேலைகள்கூட நம்முடைய கவனத்தை ஏராளமாக அபகரித்துவிடும் என்பதால், அவற்றோடு சேர்த்து இன்னொரு சிக்கலான வேலையைச் செய்வதற்குப் பதிலாக, பழக்கமாகிப் போய்விட்ட ஒரு வேலையைச் செய்வதுதான் நல்லது.

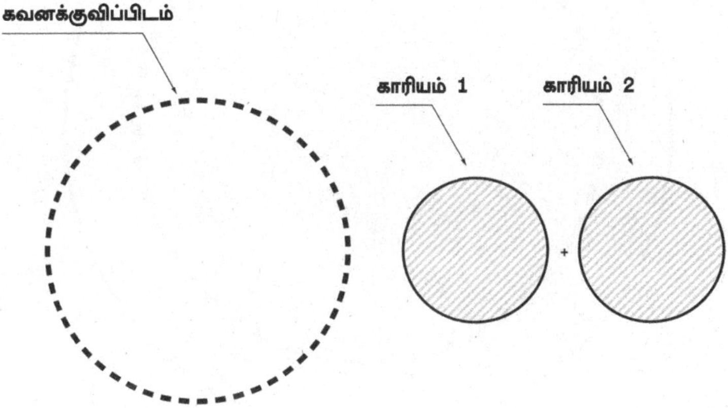

ஒரு வேலைக்குத் துல்லியமாக எவ்வளவு கவனக்குவிப்பிடம் தேவைப்படும் என்று கணிப்பது கடினம். எடுத்துக்காட்டாக, நீங்கள் காரோட்டுவதில் வல்லவராக இருந்தால், கார் ஓட்டுவதற்கு, ஒரு கற்றுக்குட்டிக்குத் தேவைப்படுவதைவிடக் குறைவான கவனக்குவிப்பே உங்களுக்குத் தேவைப்படும். வேறு வேலைகளில் கவனம் செலுத்துவதற்கான சுதந்திரத்தை அது உங்களுக்கு அளிக்கிறது. மற்றோர் அம்சம், உங்களுடைய கவனக்குவிப்பிடத்தின் அளவு. அது ஆளுக்கு ஆள் வேறுபடும்.

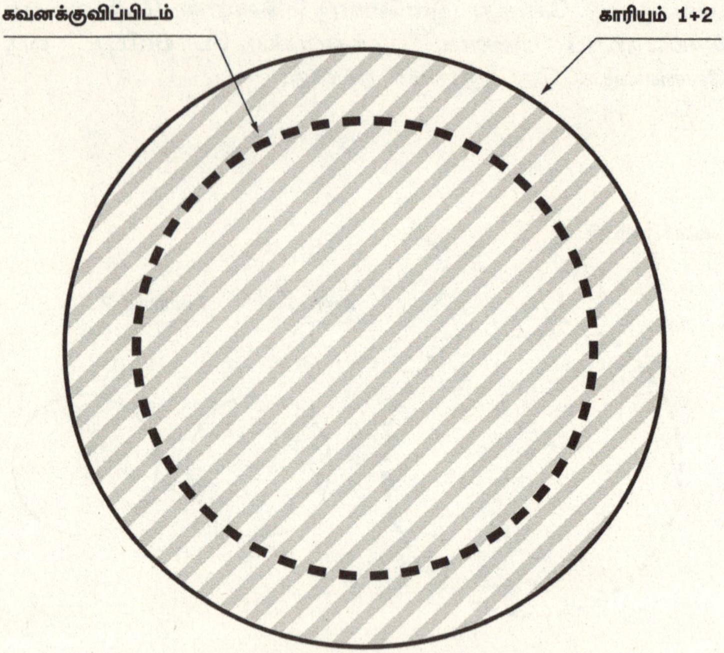

பல்பணியாக்கம் வேலை செய்யாதபோது

மொத்தத்தில் மூன்று விதமான கலவைகளில் இருக்கின்ற காரியங்கள் உங்களுடைய கவனக்குவிப்பிடத்திற்குள் சௌகரியமாகப் பொருந்தும். அவற்றை ஒவ்வொன்றாகப் பார்க்கலாம்.

1. ஒரு சில சிறிய, பழக்கமான காரியங்கள்

ஓடிக் கொண்டிருக்கின்றபோதே நம்மால் சுவாசிக்க முடிகிறது, நம்முடைய இதயத்துடிப்பில் கவனம் செலுத்த முடிகிறது, இசையை இரசிக்க முடிகிறது.

2. ஒரு சிக்கலான காரியமும் ஒரு பழக்கமான காரியமும்

நாம் ஒரு சிக்கலான காரியத்தைச் செய்து கொண்டிருக்கின்றபோது, கூடவே, பழக்கமாக ஆகிவிட்டுள்ள ஒரு காரியத்தையும் நம்மால் செய்ய முடியும். வீட்டை ஒழுங்குபடுத்திக் கொண்டே ஓர் ஒலிப்புத்தகத்தைக் கேட்பது அல்லது ஓர் ஒலிப்புத்தகத்தைக் கேட்டுக் கொண்டிருக்கும்போதே, பல முறை விளையாடியுள்ள ஒரு வீடியோ விளையாட்டை விளையாடுவது இதற்கான எடுத்துக்காட்டுகளாகும். ஆனால் இது மூளைக்கு அதிகச் சுமை ஏற்படுத்தும் என்பதால், இதைத் தவிர்ப்பது நல்லது.

3. ஒரே ஒரு சிக்கலான காரியம்

உங்களுக்கு முக்கியமாகப் படுகின்ற, அதை முடித்தால் ஒரு சாதனையுணர்வு ஏற்படுகின்ற காரியங்கள் இதன் கீழ் வரும். இவற்றில் நீங்கள் எந்த அளவு கவனத்தையும் நேரத்தையும் செலவழிக்கிறீர்களோ, அந்த அளவுக்கு உங்களுடைய உற்பத்தித்திறன் அதிகரிக்கும்.

ஒரு சிக்கலான வேலை எடுத்துக் கொள்கின்ற கவனக்குவிப்பிடத்தின் அளவு, நேரத்திற்கு ஏற்ப மாறுபடும். எடுத்துக்காட்டாக, நீங்கள் உங்களுடைய மேலதிகாரியுடன் ஓர் உரையாடலில் ஈடுபட்டிருப்பதாக வைத்துக் கொள்வோம். உரையாடலில் இடம்பெறுகின்ற விஷயங்களின் தீவிரத்தைப் பொறுத்து உங்களுடைய கவனக்குவிப்புக் கூடும் அல்லது குறையும்.

ஒரு சிக்கலான காரியத்தில் ஈடுபட்டிருக்கும்போது, அதில் செலவிட்டது போகக் கூடுதலாகக் கவனக்குவிப்பிடம் இருந்தால், உங்களால் இரண்டு விஷயங்களில் ஈடுபட முடியும்:

அந்த வேலையை எப்படிச் சிறப்பாகச் செய்து முடிக்கலாம் என்று நீங்கள் யோசிக்கலாம். உங்களுடைய கவனக்குவிப்பிடத்தை நீங்கள் முழுமையாக நிரப்பியிருக்கின்றபோது சாத்தியப்படாத சில வேலைகள்

இப்போது சாத்தியப்படலாம். புதிய யோசனைகளின் உதயம் அவற்றில் ஒன்று.

கூடுதலாகச் சிறிது இடம் இருந்தால், உங்களுடைய கவனத்தை எங்கு குவிக்க வேண்டும் என்பது குறித்த விழிப்புணர்வோடு அதில் ஈடுபடுவது சாத்தியப்படும். அலைபாய்கின்ற மனத்தைச் சட்டென்று இழுத்துப் பிடிக்க அந்த விழிப்புணர்வு உதவும். அதோடு, அந்த வேலை திடீரென்று இன்னும் கூடுதலாகச் சிக்கலாகிவிட்டால், அதைச் சமாளிப்பதும் எளிதாக இருக்கும்.

மிகைக் கவனக்குவிப்பு

பொருத்தமான அளவு மற்றும் சரியான விதமான காரியங்களைக் கவனக்குவிப்பிடத்தில் பொருத்துவது என்பது ஒரு கலை. அது உற்பத்தித்திறனுக்கான ஒரு முதலீடும்கூட. ஏனெனில், அளவுக்கதிகமான விஷயங்களைக் கவனக்குவிப்பிடத்தில் திணிப்பது பெரும் பாதகங்களை ஏற்படுத்தும்.

நீங்கள் உங்களுடைய படுக்கையறைக்கோ அல்லது சமையலறைக்கோ வந்த பிறகு, அங்கு எதற்காக வந்தீர்கள் என்று நீங்கள் விழித்தால், நீங்கள் மிகைக் கவனக்குவிப்புக்குப் பலியாகி இருக்கிறீர்கள் என்று அர்த்தம்.

அதேபோல, நீங்கள் அலுவலகத்திலிருந்து வீட்டுக்கு வண்டி ஓட்டிக் கொண்டு வரும்போது அலுவலகப் பிரச்சனைகளில் உங்களுடைய மனம் திளைத்திருந்தாலும் இதுதான் நிகழும். வீட்டுக்கு அதே வழியில் நீங்கள் பல முறை வண்டி ஓட்டி வந்திருந்தால், அதன் அனைத்து அம்சங்களும் உங்களுக்குப் பழகியிருக்கும் என்பதால், வண்டியோட்டுவதில் உங்களுக்குப் பிரச்சனை இருக்காது. ஆனால், அலுவலகப் பிரச்சனையோடு சேர்த்து நீங்கள் உங்கள் காரில் வானொலியையும் ஓடவிட்டுக் கொண்டிருந்தால், வழியில் நீங்கள் ஓரிடத்தில் காரை நிறுத்தி ரொட்டி வாங்க வேண்டும் என்று நீங்கள் திட்டமிட்டிருந்தது உங்களுக்கு நினைவிருக்காது. அந்தச் சிறிய, அற்பமான வேலைக்குக்கூட உங்களுடைய

கவனக்குவிப்பிடத்தில் இடம் இருக்காது. மறுநாள் காலையில் எழுந்திருக்கும்போதுதான் நீங்கள் முந்தைய நாள் ரொட்டி வாங்கி வந்திருக்கவில்லை என்பதே உங்கள் புத்தியில் உறைக்கும்.

முடிந்தவரை நாம் ஒரு குறிக்கோளுடன் வேலை செய்ய வேண்டும். குறிப்பாக, நமக்கு நேரம் குறைவாகவும், செய்து முடிக்கப்பட வேண்டிய வேலைகள் அதிகமாகவும் இருக்கின்றபோது இது முக்கியம். நாம் ஒரு குறிக்கோளுடன் செயலாற்றுகின்றபோது, நாம் முக்கியமான விஷயங்களுக்கு முன்னுரிமை கொடுப்போம் என்பதால், நாம் நம்முடைய கவனக்குவிப்பிடத்தை மிகையாகப் பயன்படுத்த மாட்டோம். ஒரு குறிக்கோளுடன் செயல்படுவது நமக்கு ஓர் அமைதியான உணர்வைக் கொடுக்கிறது. அளவுக்கதிகமாக உண்டுவிட்டால் நீங்கள் எப்படித் திக்குமுக்காடுவீர்களோ, அதேபோல உங்களுடைய கவனக்குவிப்பிடத்தில் அளவுக்கதிகமான விஷயங்கள் திணிக்கப்படுகின்றபோது நீங்கள் அமைதியிழப்பீர்கள்.

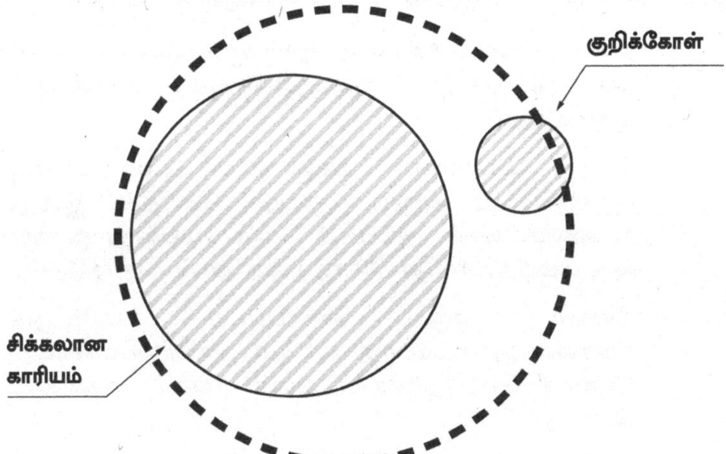

குறிக்கோளுடன் இயங்குதல்

எந்தவொரு நேரத்திலும் உங்களுடைய கவனக்குவிப்பிடம், நீங்கள் இறங்கியுள்ள காரியம் தொடர்பான இரண்டு முக்கியமான விஷயங்களுக்கு மேல் கையாளாமல் இருப்பதை நீங்கள் உறுதி செய்து கொள்ள வேண்டும். ஒன்று, நீங்கள் தற்போது கையாண்டு கொண்டிருக்கின்ற விஷயம். இரண்டாவது, நீங்கள் எதைச் சாதிக்க விரும்புகிறீர்கள் என்பது. அனைத்து நேரங்களிலும் இது சாத்தியப்படாது என்பது உண்மைதான் என்றாலும், உங்களுடைய குறிக்கோள் குறித்து நீங்கள் கவனமாக இருக்கின்றபோது, நீங்கள் இறங்கியிருக்கின்ற காரியம் உங்களுடைய நோக்கத்தோடு ஒத்திசைவாக இருக்கும் என்று தைரியமாக இருக்கலாம்.

நீங்கள் ஒரு முக்கியமான வேலையைக் கையாள்கின்றபோது நீங்கள் தானியங்கி முறைக்குச் சென்றுவிட்டால், நீங்கள் உங்களுடைய கவனக்குவிப்பிடத்தில் அளவுக்கதிகமானவற்றைத் திணிக்க முயற்சி செய்து கொண்டிருக்கிறீர்கள் என்று அர்த்தம். நீங்கள் வலிந்து அதை நிர்வகிக்காவிட்டால், அது விரைவில் வழிந்தோடிவிடும். இதற்கான சில எடுத்துக்காட்டுகள்:

- **பல்பொருள் அங்காடி ஒன்றில் சாமான்கள் வாங்கச் செல்லும்போது, கைக்குழந்தையும் கவனித்துக் கொள்ளுதல்.**
- **நடந்து கொண்டே உங்களுடைய அலைபேசியில் குறுஞ்செய்தி அனுப்ப முயற்சி செய்தல். இன்று காலையில்தான் அப்படிச் செய்ய முயன்று ஒருவர் ஒரு கம்பத்தின்மீது மோதியதை நான் பார்த்தேன்.**
- **நீங்கள் ஒரு திரைப்படம் பார்த்துக் கொண்டிருக்கும்போது யாரோ ஒருவர் உங்களிடம் பேச்சுக் கொடுத்ததால் அதை நீங்கள் ரீவைன்ட் செய்தல்.**
- **ஓர் உணவுப் பதார்த்தத்தில் பேக்கிங் பவுடருக்குப் பதிலாக பேக்கிங் சோடாவைச் சேர்த்தல். ஏனெனில், அப்போது நீங்கள் ஒரு தொலைக்காட்சி நிகழ்ச்சியையும் பார்த்துக் கொண்டிருந்தீர்கள்.**

- **ஒரு திரைப்படத்தைவிட்டு வெளியே வரும்போது, வயிற்று வலியோடு வருதல். ஏனெனில், படம் பார்க்கின்ற சுவாரசியத்தில் அளவுக்கதிகமான பாப்கார்னை நீங்கள் சாப்பிட்டிருந்தீர்கள்.**

இவற்றைப் போன்ற கணங்களை நீங்களும் அனுபவித்திருக்கக்கூடும். அவற்றில் சிலவற்றைத் தவிர்ப்பது கடினம். ஏனெனில், வாழ்க்கை எப்போதுமே நமக்கு எதிர்பாராத ஆச்சரியங்களை வழங்குகின்ற தன்மை கொண்டது. ஆனால் பெரும்பாலானவற்றுக்கு மாற்றுத் தீர்வு கண்டுவிட முடியும். ஆனால் அப்படிப்பட்ட விஷயங்கள் உங்களைத் திக்குமுக்காட வைத்தால், நீங்கள் உங்களுடைய கவனக்குவிப்பிடத்தில் அளவுக்கதிகமானவற்றைத் திணித்திருக்கிறீர்கள் என்று அர்த்தம்.

இதுபோலக் கவனக்குவிப்பிடத்தில் அளவுக்கதிகமானவற்றைத் திணிப்பதைத் தவிர்ப்பதற்கு நீங்கள் உங்கள் காரியங்களைத் தேர்ந்தெடுத்துச் செய்ய வேண்டும். எடுத்துக்காட்டாக, நீங்கள் வேலையிலிருந்து வீட்டுக்கு வண்டியோட்டி வருகின்றபோது, அன்று உங்களுக்கு அலுவலகத்தில் ஏகப்பட்டப் பிரச்சனைகள் இருந்திருந்தால், காரில் வானொலியை ஓடவிடாதீர்கள். அப்போது நீங்கள் உங்களுடைய அலுவலகப் பிரச்சனைகளை மனத்திற்குள் அலசிக் கொண்டிருந்தாலும், ரொட்டி வாங்க வேண்டும் என்ற விஷயம் உங்களுக்கு மறக்காது. அதேபோல, வீட்டில் தொலைக்காட்சி பார்த்துக் கொண்டிருக்கும்போது யாராவது உங்களைப் பார்க்க வந்தால், அத்தொலைக்காட்சி நிகழ்ச்சியைத் தற்காலிகமாக நிறுத்தி வைத்துவிட்டு அவர்களிடம் உரையாடினால், நீங்கள் அதை ரீவைன்ட் செய்ய வேண்டிய தேவை எழாது. இப்படிப்பட்டச் சிறிய மாற்றங்களைச் செய்து கொள்வது நீங்கள் உங்களுடைய கவனத்தை உங்களுடைய குறிக்கோளில் நிலைநிறுத்துவதற்கு உதவும்.

நம்முடைய கவனக்குவிப்பிடத்தை எளிமையாக வைத்துக் கொள்வது, நாள் முழுவதும் நாம் நம்முடைய தொழில்வாழ்க்கையிலும் தனிப்பட்ட வாழ்க்கையிலும் ஒரு குறிக்கோளுடன் இயங்க வழிவகுக்கும். நிகழ்கணத்தில் எவை முக்கியமானவையாகவும் அர்த்தமுள்ளவையாகவும்

இருக்கின்றனவோ, அவற்றில் கூடுதல் நேரத்தைச் செலவிடவும் இது இட்டுச் செல்லும். உங்களுடைய கவனக்குவிப்பிடம் அளவுக்கதிகமான விஷயங்களின் திணிப்பால் திணறுகின்றபோது, நீங்களும் திக்குமுக்காடிப் போவீர்கள். அது தெளிவாக இருக்கின்றபோது, நீங்களும் தெளிவாக உணர்வீர்கள். எந்த அளவுக்கு நீங்கள் உங்களுடைய கவனக்குவிப்பிடத்தை நேர்த்தியாக வைத்துக் கொள்கிறீர்களோ, அந்த அளவு உங்களால் தெளிவாகச் சிந்திக்க முடியும்.

விரைவாக ஒன்றை இப்போது சோதித்துவிடலாம்: இக்கணத்தில் உங்களுடைய கவனக்குவிப்பிடத்தை எவை ஆக்கிரமித்திருக்கின்றன? உங்கள் மனத்திலுள்ள அனைத்தையும் கணக்கில் எடுத்துக் கொள்ளுங்கள். உங்களுடைய கவனக்குவிப்பிடம் நிறைந்திருந்தால், அதை எளிமைப்படுத்துங்கள். அதை நீங்கள் இரண்டு வழிகளில் செய்யலாம். சில விஷயங்களைப் பின்னர் கையாள்வதற்கு வசதியாக அவற்றை எழுதி வைத்துக் கொள்ளலாம். அல்லது இப்புத்தகத்தில் உங்களுடைய கவனத்தை மீண்டும் பதிக்கலாம்.

இக்கணத்தில் நாம் கவனம் செலுத்திக் கொண்டிருப்பவற்றை எளிமைப்படுத்துவது என்பது ஏறுக்குமாறான ஓர் அறிவுரைபோலத் தோன்றலாம். நாம் பண்ண வேண்டிய வேலைகள் நிறைய இருக்கின்றபோது, நம்மால் முடிந்த அளவு நிறைய விஷயங்களில் கவனத்தைச் செலுத்த வேண்டும் என்று நாம் விரும்புவதுதான் இயல்பு. இது போதாதென்று, திட்டமிடுதல், தர்க்கரீதியாகச் சிந்தித்தல், செயல்நடவடிக்கைகளில் இறங்குதல் போன்றவற்றைக் கட்டுப்படுத்துகின்ற நம்முடைய மூளையின் முன்பகுதிக்கு இருக்கின்ற ஒரு பலவீனம், நிலைமையை மேலும் மோசமாக்குகிறது. புதுமையின் பக்கம் சாய்கின்ற பலவீனம்தான் அது. நாம் ஒரு வேலையிலிருந்து மறு வேலைக்குத் தாவுகின்றபோது, நம்முடைய மூளை, அதை

டோபமைன் என்ற, இன்ப உணர்ச்சிகளைக் கொடுக்கின்ற ஹார்மோனின் சுரப்பு மூலம் ஊக்குவிக்கவும் செய்கிறது. நீங்கள் தொலைக்காட்சியின் முன்பு உட்கார்கின்றபோது, அருகிலேயே உங்களுடைய அலைபேசியை வைத்துக் கொள்வதை நீங்கள் கவனித்திருக்கக்கூடும். அலுவலகத்தில் வேலை பார்த்துக் கொண்டிருக்கின்றபோது, கணினியில் உங்களுடைய மின்னஞ்சல் பக்கத்தையும் திறந்து வைத்திருப்பீர்கள். தொடர்ந்து நமக்கு நம்முடைய மூளையிலிருந்து கிடைத்துக் கொண்டிருக்கின்ற இந்த ஹார்மோன் ஊக்குவிப்பு நாம் மிகுந்த உற்பத்தித்திறனுடன் இயங்கிக் கொண்டிருக்கிறோம் என்ற உணர்வை நமக்குக் கொடுக்கிறது. ஏனெனில், நாம் ஒரே நேரத்தில் பல வேலைகளில் ஈடுபட்டிருக்கிறோம் என்ற நினைப்பு நமக்கு இருக்கிறது. நாம் மும்முரமாக இருக்கின்ற காரணத்தால் நாம் அதிகமாகச் சாதித்துக் கொண்டிருக்கிறோம் என்று அர்த்தமில்லை.

ஆரோக்கியம் பற்றிப் பேசுகின்ற அனைத்துப் புத்தகங்களிலும், நமது மூளை புராதனமானது என்றும் அதை நாம் புத்திசாலித்தனத்துடன் பயன்படுத்த வேண்டும் என்றும் தவறாது குறிப்பிடப்பட்டிருக்கும். இந்தப் புத்தகமும் அதற்கு விலக்கல்ல. துரதிர்ஷ்டவசமாக, நம்முடைய மூளை அறிவார்ந்த வேலைகளைச் செய்வதற்காகப் படைக்கப்பட்ட ஒன்று அல்ல. அது உயிர்பிழைத்திருத்தல் மற்றும் இனப்பெருக்கத்திற்காகப் படைக்கப்பட்ட ஒன்று. நம்முடைய உயிர்பிழைத்திருத்தலுக்கு உதவுகின்ற நடத்தைகள் மற்றும் பழக்கவழக்கங்களை ஊக்குவிக்கின்ற விதத்தில் நம்முடைய மூளை டோபமைன் ஹார்மோனைச் சுரப்பதால், அந்த விஷயங்களுக்கு ஏங்குகின்ற விதத்தில் நாம் பரிணாம வளர்ச்சி அடைந்துள்ளோம். இனப்பெருக்கத்தை ஊக்குவிப்பதற்காக, நம்முடைய மூளை, கலவி முடிந்த பிறகும் அதே டோபமைன் ஹார்மோனைச் சுரக்கிறது. நாம் இனிப்பான பொருட்களை உண்ணுகின்றபோதும் அதே ஹார்மோன் சுரக்கிறது. நாம் பரிணாம வளர்ச்சி அடைந்து கொண்டிருந்த காலத்தில், இனிப்பான பொருட்கள் உடனடியான ஆற்றலைக் கொடுத்ததாலும், உணவு அபரிமிதமாகக் கிடைக்காததாலும், குறைவான அளவில்

அதை உட்கொண்டால் போதும் என்பதாலும் மூளை அதை ஊக்குவித்தது. ஆனால் உணவு அபரிமிதமாகக் கிடைக்கின்ற இக்காலத்திற்கு இது பொருந்தாது.

நாம் நம்முடைய கவனக்குவிப்பைக் குறைவாகப் பயன்படுத்தினால், அதற்கும் நம்முடைய மூளை வெகுமதி அளிக்கிறது. முற்காலத்தில் உயிர்பிழைத்திருத்தலே சவாலாக இருந்த காலகட்டத்தில் கவனக்குவிப்பு அதிகமாக இருந்தால், சுற்றுச்சூழலில் நிலவிய ஆபத்துகளை அவர்கள் தவறவிட்டுவிடக்கூடிய அபாயம் இருந்தது. எடுத்துக்காட்டாக, அவர்கள் தீமூட்டுவதில் முழுக் கவனத்தையும் செலுத்திக் கொண்டிருந்தால், அவர்களை நெருங்கிக் கொண்டிருக்கும் ஒரு புலியை அவர்கள் தவறவிடக்கூடும்; அது அவர்களுடைய உயிருக்கே உலை வைக்கக்கூடும்.

இன்றைய நவீன உலகில் நமக்கு அருகே இருக்கின்ற ஒரு புலி நம் ஊரிலுள்ள விலங்குக் காட்சிச் சாலையில்தான் இருக்கிறது. ஒரு காலத்தில் நமக்குச் சாதகமாகச் செயல்பட்ட நம்முடைய மூளையினுடைய, புதுமையின் பக்கம் சாய்கின்ற போக்கு, இன்று நமக்கு எதிராகச் செயல்பட்டுக் கொண்டிருக்கிறது. இன்றும் நாம் அதிகக் கவனக்குவிப்புத் தேவைப்படுகின்ற வேலைகளில் ஈடுபடுவதற்குப் பதிலாக, குறைவான கவனக்குவிப்புத் தேவைப்படுகின்ற வேலைகளில் ஈடுபடும்போது, நம் மூளை நமக்கு வெகுமதி அளிக்கிறது. அதனால் குறைவான கவனக்குவிப்புத் தேவைப்படுகின்ற, தொலைக்காட்சி நிகழ்ச்சிகளைப் பார்த்தல், அலைபேசியில் அரட்டையடித்தல், இணையத்தில் மேய்தல் போன்றவற்றில் நாம் ஈடுபட்டுக் கொண்டிருக்கிறோம்.

இவை குறித்து நான் பல ஆண்டுகளாக ஆய்வு செய்து வந்துள்ளதிலிருந்து, உற்பத்தித்திறன் என்ற வார்த்தை 'கருத்துப் பெருத்த' ஒரு வார்த்தையாக உருவாகியுள்ளதாக நான் கருதுகிறேன். இது இப்போது, பெருநிறுவனங்களில் இதயமற்ற முறையில் பயன்படுத்தப்படுகின்ற, செய்நேர்த்தியில் அதீதக் கவனம் செலுத்துகின்ற அர்த்தத்தை வெளிப்படுத்துகின்ற ஒரு சொல்லாடலாக மாறியுள்ளது. ஆனால் நான் ஒரு வித்தியாசமான, இங்கிதமான விவரணத்தை அளிக்க விரும்புகிறேன். உற்பத்தித்திறன் என்பது உங்களுடைய

குறிக்கோளின் சாதிப்பு. மூவாயிரம் வார்த்தைகளை எழுதுவது, அலுவலகத்தில் ஓர் அமர்க்களமான விளக்கவுரையை நிகழ்த்துவது, வந்து குவிந்திருக்கின்ற அனைத்து மின்னஞ்சல்களுக்கும் பதிலளிப்பது ஆகியவை உங்களுடைய இன்றைய குறிக்கோள் என்று வைத்துக் கொள்வோம். இவை அனைத்தையும் நீங்கள் வெற்றிகரமாக நிறைவேற்றிவிட்டால், உங்களுடைய உற்பத்தித்திறன் கச்சிதமாக இருக்கிறது என்று அர்த்தம். அதேபோல, ஒரு நாள் முழுவதையும் ஆசுவாசமாகக் கழிக்க நீங்கள் முடிவு செய்திருந்து, அன்று எதையும் செய்யாமல் இருந்துவிட்டால், அன்று உங்களுடைய உற்பத்தித்திறன் கச்சிதமாக இருக்கிறது என்று எடுத்துக் கொள்ளலாம். ஒருவர் நாள் முழுவதும் மும்முரமாக இருக்கின்ற காரணத்தாலேயே அவர் உற்பத்தித்திறன் மிக்கவராக விளங்குகிறார் என்று கூறிவிட முடியாது. ஒரு நாளில் நீங்கள் எவ்வளவுதான் மும்முரமாக இருந்தாலும், அதன் மூலம் முக்கியமான எதையும் நீங்கள் சாதித்திருக்காவிட்டால், அதனால் எந்தப் பயனும் இல்லை. ஒரு நாளுக்குள் எத்தனை விஷயங்களைத் திணிக்கிறோம் என்பது உற்பத்தித்திறன் அல்ல. ஒவ்வொரு கணத்திலும் சரியான செயல்களைச் செய்வதுதான் உற்பத்தித்திறனாகும்.

அளிக்கப்படுகின்ற விலை

ஒரே நேரத்தில் பல வேலைகளைச் செய்வது ஒரு பெருங்குற்றமல்ல என்பதை மீண்டும் வலியுறுத்துவதில் தவறொன்றும் இல்லை. பழக்கப்பட்டுவிட்ட விஷயங்கள் பலவற்றை ஒரே நேரத்தில் செய்வதில் பிரச்சனை ஒன்றுமில்லை. ஆனால் பல்பணியாக்கத்திற்கும் கவனத்தை மடை மாற்றுவதற்கும் இடையே வேறுபாடுகள் இருக்கின்றன. பல்பணியாக்கம் என்பது ஒரே நேரத்தில் பல விஷயங்கள்மீது கவனத்தைக் குவிக்க முயற்சிப்பது. கவனத்தை மடை மாற்றுவது என்பது கவனக்குவிப்பை ஒரு வேலையிலிருந்து மறு வேலைக்கு மாற்றுவது. ஒரு நாளில் கவனத்தை அவ்வப்போது மடை மாற்றுவது தேவையான ஒன்று. நாம் நாள் முழுவதும் ஒரே வேலையைப் பார்த்துக்

கொண்டிருந்தால், அது எவ்வளவுதான் முக்கியமானதாக இருந்தாலும், அது சலிப்பை ஏற்படுத்தி, உற்பத்தித்திறனின்மீது தாக்கம் விளைவிக்கும். ஆனால், அளவுக்கதிகமான மடை மாற்றங்கள் உற்பத்தித்திறனை வெகுவாகப் பாதிக்கவல்லவை. குறிப்பாகக் கவனச்சிதறலை ஏற்படுத்தவல்ல ஏராளமான உபகரணங்களை வைத்திருப்பது அறிவார்ந்த செயலல்ல.

உங்களுடைய கவனக்குவிப்பிடம் நிரம்பி வழிவது உங்களுடைய ஞாபகசக்தியையும் பாதிக்கும். நீங்கள் உங்களுடைய அலைபேசியை அருகில் வைத்துக் கொண்டே ஒரு திரைப்படத்தைப் பார்த்தால், இத்திரைப்படத்தில் வருகின்ற காட்சிகளை உங்களால் குறைவான அளவே நினைவுகூர முடியும். என்னுடைய வாழ்க்கைக்குள் நான் அதிகமான தொழில்நுட்பக் கருவிகளை அனுமதித்தப் பிறகு, என்னுடைய நினைவாற்றல் குறைந்திருப்பதை என்னால் உணர முடிகிறது. ஒவ்வொரு கணத்தையும் அளவுக்கதிகமான கவனக்குவிப்பால் இட்டு நிரப்பத் தொழில்நுட்பம் நம்மைத் தூண்டுகிறது. இதனால் நம்முடைய ஞாபகசக்தி குறைகிறது. ஏனெனில், நாம் ஒரு விஷயத்தில் கவனத்தைக் குவித்தால்தான், நம்முடைய மூளை அதை ஞாபகமாக மாற்றும்.*

நம்முடைய கவனக்குவிப்பிடம் ஏராளமான விஷயங்களைப் பந்தாடிக் கொண்டிருக்கின்றபோது, நாம் நம்முடைய முக்கியமான விஷயங்கள் குறித்த விபரங்களைக் கவனிக்கத் தவறிவிடுகிறோம். அதன் விளைவாக அவற்றை நம்மால் நினைவில் வைத்துக் கொள்ள முடிவதில்லை. நாம் பல்பணியாக்கத்தில் ஈடுபடுகின்றபோது, அது மூளையின் முற்றிலும் வேறுபட்ட ஒரு பகுதியில் கையாளப்படுகிறது. இதற்குப் படித்தலை ஓர் உதாரணமாக எடுத்துக் கொள்ளலாம். ஸ்டான்ஃபோர்டு பல்கலைக்கழகத்தைச்

---

* நீங்கள் செய்கின்ற காரியங்களில் நீங்கள் கவனத்தைக் குவித்தால் உங்களுக்கு ஞாபக மறதிப் பிரச்சனை வராது. எடுத்துக்காட்டாக, நீங்கள் உங்களுடைய அடுப்பை அணைத்துவிட்டு, அடுத்த அறைக்குச் சென்றவுடன் அதை நீங்கள் அணைத்தீர்களா என்ற சந்தேகம் உங்களுக்கு வருவதற்குக் காரணமே, அதை அணைக்கின்றபோது, நீங்கள் அதில் உங்களுடைய கவனத்தைக் குவிக்காமல் இருந்ததுதான். படிப்பு விஷயத்திற்கும் இது பொருந்தும். ஒரு தகவல்மீது நீங்கள் மீண்டும் மீண்டும் கவனத்தைக் குவிக்கின்றபோது, அதை நீங்கள் நினைவில் வைத்துக் கொள்வதற்கான வாய்ப்பு அதிகரிக்கிறது.

சேர்ந்த உளவியல் பேராசிரியர் என்னிடம் இது குறித்து இவ்வாறு கூறினார்: "நாம் பல்வேறு வேலைகளைச் செய்து கொண்டே படிக்கின்றபோது, திறன்கள் மற்றும் பழக்கங்களின் கற்றலைக் கையாள்கின்ற மூளையின் பகுதி, அதைத் தன் வசம் எடுத்துக் கொள்கிறது. ஆனால், நாம் நம்முடைய படிப்பைக் கவனக்குவிப்புடன் படித்தால், தகவல்களைச் சேமித்துத் தேவைப்படுகின்றபோது மீட்டுக் கொடுக்கின்ற மூளையின் ஹிப்போகாம்பஸ் பகுதி அதைக் கையாள்கிறது."

உரையாடல்கள், உணவருந்தல்கள், உல்லாசப் பயணங்கள் போன்ற அனுபவங்கள் குறித்த ஞாபகங்களை உருவாக்காவிட்டால், நாம் அவற்றில் செலவழிக்கின்ற நேரத்தால் என்ன பயன்? நாம் ஒரு விஷயத்தில் ஆழமாகக் கவனம் செலுத்தாமல் இருக்கின்றபோது, அதில் நுனிப்புல் மேய்கிறோம். அதன் விளைவாக நாம் நம் நேரத்தை எப்படிச் செலவழித்தோம் என்பதையே நாம் மறந்துவிடுகிறோம். நீண்டகால நோக்கில் இது நம்முடைய உற்பத்தித்திறன்மீது தாக்கம் ஏற்படுத்துகிறது. நாம் கூடுதல் தவறுகள் செய்கிறோம். நாம் குறைவான அளவு அறிவையே கிரகித்துக் கொள்கிறோம். நாம் அறிவுசார் யுகத்தில் வாழ்வதால், நீண்டகால நோக்கில் இது நமக்குப் பின்னடைவை ஏற்படுத்தும்.

நாம் நம்முடைய கவனக்குவிப்பிடத்தை எவ்வளவு அதிகமாகப் பொங்கி வழிகின்ற அளவு நிரப்புகிறோமோ, அவ்வளவு அதிகமான நேரம் ஒரு காரியத்திலிருந்து மறு காரியத்திற்கு மாறுவதற்கு நமக்குத் தேவைப்படுகிறது, ஒரு காரியத்திலிருந்து மற்றொரு காரியத்திற்கு மாற வேண்டும் என்ற உந்துதலும் குறைகிறது.

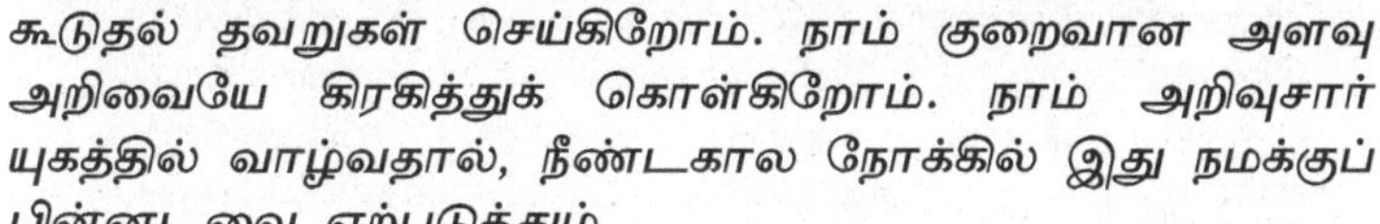

நாம் ஒரு கணினியின் முன் உட்கார்ந்திருக்கும்போது நாம் தொடர்ந்து 40 நொடிகள் மட்டுமே ஒரு காரியத்தில் ஈடுபடுகிறோம் என்று முன்பு நான் கூறியிருந்தேனல்லவா? கணினியில் இருக்கின்ற கவனச்சிதறல் அம்சங்கள் போதாதென்பதுபோல, நம்முடைய அலைபேசியையும் நாம் உடன் வைத்துக் கொண்டால், இந்த நாற்பது நொடிகள் இன்னும் சுருங்கும். எந்தவொரு முக்கியமான காரியத்தை மேற்கொள்வதற்கும் நாற்பது நொடிகள் போதாதென்று தனியாகக் குறிப்பிட்டுச் சொல்லத் தேவையில்லை.*

கவனச்சிதறல்கள் மற்றும் இடையூறுகள் குறித்துத் தனியாக ஓர் அத்தியாயமே நான் எழுதியிருக்கிறேன். இங்கே உங்களுக்கு ஓர் உத்தியை மட்டும் குறிப்பிட விரும்புகிறேன். உங்களுடைய அலைபேசியில் இருக்கின்ற செயலிகள் அனைத்தும், நமக்குத் தேவைப்படுகின்ற மற்றும் தேவைப்படாத அறிவிப்புச் செய்திகளை எப்போதும் அனுப்பிக் கொண்டே இருக்கும். அவற்றில் முக்கியமாகத் தேவைப்படாத அறிவிப்புகளைத் தற்காலிகமாகத் தடுத்துவிடுங்கள். அதை நீங்கள் உங்களுடைய கணினிக்கும் பின்பற்றலாம். பெரும்பாலானவை நமக்கு அத்தியாவசியமாகத் தேவைப்படாதவைதாம். நான் என்னுடைய அலைபேசியில் மின்னஞ்சல்கள் பார்க்கின்ற வசதியை நீக்கிவிட்டேன்.

---

* மக்கள் எவ்வளவு அடிக்கடி ஒரு வேலையிலிருந்து மறுவேலைக்குத் தாவுகின்றனர் என்பதை ஆய்வு செய்வதற்காக, ஐம்பது பேரைக் கொண்டு மற்றோர் ஆய்வு மேற்கொள்ளப்பட்டது. அவர்களில் அதிக அளவு கவனச்சிதறலுக்கு ஆளாகியிருந்த பத்துப் பேர், சராசரியாக இருபத்தொன்பது நொடிகளுக்கு ஒருமுறை ஒன்றிலிருந்து மற்றொன்றுக்குத் தாவிக் கொண்டிருந்தனர். குறைந்த அளவு கவனச்சிதறலுக்கு ஆளாகியிருந்த பத்துப் பேர், சராசரியாக எழுபத்து ஐந்து நொடிகளுக்கு ஒருமுறை ஒன்றிலிருந்து மற்றொன்றுக்குத் தாவிக் கொண்டிருந்தனர். அக்குழுவில் இருந்தவர்களில் மிகச் சிறப்பான கவனக்குவிப்புடன் செயல்பட்டுக் கொண்டிருந்தவர்கள், ஒரு நிமிடம்கூடத் தொடர்ந்து ஒரு வேலையில் ஈடுபட்டிருக்கவில்லை.

அதோடு, நாம் ஒரு விஷயத்திலிருந்து மற்றொரு விஷயத்திற்குத் தாவுவதிலும் அவ்வளவு சிறப்பாகச் செயல்படுவதில்லை என்பதும் கண்டுபிடிக்கப்பட்டுள்ளது. நாம் ஒரே ஒரு காரியத்தில் நம்முடைய கவனத்தைக் குவித்திருக்கின்றபோதும் விரைவாகத் தாவுவதில் சில சிக்கல்கள் இருப்பதாக வாஷிங்டன் பல்கலைக்கழகத்தைச் சேர்ந்த நிறுவன நடத்தையியல் பேராசிரியரான சோஃபி லீராய் தெரிவிக்கிறார். ‘கவனக்குவிப்பு எச்சம்’ என்ற புதிய வார்த்தை ஒன்றை அவர் இதற்காக உருவாக்கியிருக்கிறார். நாம் ஒரு காரியத்திலிருந்து மறு காரியத்திற்கு மாறுகின்றபோது, முந்தைய காரியத்தின் சில எச்சங்கள் நம்முடைய கவனக்குவிப்பிடத்தில் தங்கிவிடுகின்றன என்று அவர் கூறுகிறார். எடுத்துக்காட்டாக, நீங்கள் உங்களுடைய அலுவலகத்தின் சந்திப்புக்கூட்டம் ஒன்றில் கலந்து கொள்கிறீர்கள் என்று வைத்துக் கொள்ளலாம். அங்கு இருக்கின்றபோது, நீங்கள் அதற்கு முன்பு பாதியில் விட்டுவிட்டு வந்திருக்கின்ற ஒரு திட்டத்தைப் பற்றிய நினைவுகள் உங்களுடைய மனத்தில் ஓடிக் கொண்டிருக்கலாம். அதன் காரணமாக, தற்போது நீங்கள் கலந்து கொண்டிருக்கின்ற கூட்டத்தில் முழுக் கவனத்தையும் செலுத்துவதற்கு நீங்கள் சிரமப்படலாம். நீங்கள் ஒரு புதிய காரியத்திற்குத் தாவிய பிறகும்கூட, உங்களிடம் தங்கியிருக்கின்ற கவனக்குவிப்பு எச்சத்தின் காரணமாக உங்களுடைய மனம் அது குறித்து அலசிக் கொண்டும், அதிலுள்ள பிரச்சனைகளைத் தீர்க்க முயற்சி செய்து கொண்டும் இருக்கும்.

கண்டிப்பாக இந்த நாளுக்குள் செய்து முடித்தாக வேண்டும் என்ற நிபந்தனைகளுடன்கூடிய ஒரு காரியத்தை நாம் முழுவதுமாகச் செய்து முடித்தப் பிறகு, ஒரு காரியத்திலிருந்து மற்றொன்றுக்கு மாறுவது எளிது. அதே நேரத்தில், அவசரமாகச் செய்து முடிக்கப்பட வேண்டும் என்ற அழுத்தம் இல்லாத காரியங்களைச் செய்து முடித்தப் பிறகு, நம் மூளை, “அதை நாம் இப்படிச் செய்திருப்பதற்குப் பதிலாக அப்படிச் செய்திருக்கலாமோ?” “இதைச் செய்வதற்கு வேறு ஏதேனும் புதிய வழி இருக்கிறதா?” “அதை நான் இன்னும் மேம்பட்ட விதத்தில் செய்திருக்கலாமோ?” என்று யோசிக்கும். நேர அழுத்தத்தோடு நாம்

செயல்பட்டுக் கொண்டிருக்கின்றபோது, நாம் நம் மனத்தை அதில் ஒருமுகப்படுத்துகிறோம், மாற்று வழிகளைப் பற்றி யோசிப்பதில்லை. அதனால், அடுத்த விஷயத்திற்கு மாறுவது எளிதாக இருக்கிறது.

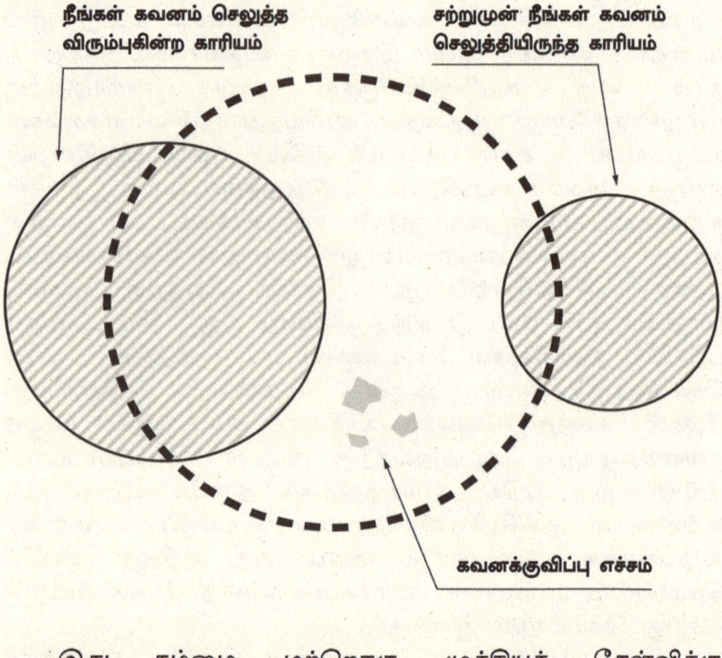

இது நம்மை மற்றொரு முக்கியக் கேள்விக்கு இட்டுச் செல்கிறது. கவன மடை மாற்றல் நம்முடைய உற்பத்தித்திறனைப் பாதிக்கிறதா என்பதே அக்கேள்வி. நாம் ஒரு காரியத்திலிருந்து மற்றொன்றுக்கு மாறிக் கொண்டிருக்கின்றபோது, நாம் செய்து கொண்டிருக்கின்ற வேலையை முடிக்க நமக்குக் கூடுதலாக ஐம்பது சதவீத நேரம் ஆகிறது என்று ஓர் ஆய்வு தெரிவிக்கிறது. அதனால் நேர நிர்ப்பந்தம் இல்லாத காரியங்களைச் செய்து முடித்தப் பிறகு, அடுத்த வேலைக்குத் தாவுவதற்கு முன்பாக ஒரு சிறிய இடைவேளை எடுத்துக் கொள்வது

நல்லது. ஏனெனில், அப்போது கவனக்குவிப்பு எச்சம் கரைந்துவிடும். உற்பத்தித்திறனைப் பொறுத்தவரை, நீங்கள் ஒரு பெரிய வேலையைச் செய்து முடிக்கின்ற வேளைதான், இடைவெளி விடுவதற்கான சரியான நேரமாகும்.

உங்களுடைய கவனக்குவிப்பின் தரம்

உங்களுடைய வாழ்க்கைத் தரத்தின் மேம்பாட்டில் தாக்கம் விளைவிப்பதில் மற்ற அனைத்தையும்விடக் குறிக்கோளுடன்கூடிய கவனக்குவிப்பு முக்கியப் பங்கு வகிக்கிறது. தொழில்வாழ்க்கையிலும் தனிப்பட்ட வாழ்க்கையிலும் நாறு சதவீத நேரமும் குறிக்கோளுடன்கூடிய கவனக்குவிப்புடன் செயல்பட முடியாது என்பது எதார்த்தம். ஆனால் முடிந்தவரை ஒரு குறிக்கோளுடன் செயல்பட்டால், நம்மால் ஒரு நாளில் அதிகமானவற்றைச் சாதிக்க முடியும்.

இந்த அத்தியாயம் பெருமளவுக்குக் கோட்பாட்டுரீதியாகவே அமைந்துவிட்டது. இதில் கூறப்பட்டுள்ள அறிவுரைகளை நடைமுறைப்படுத்துவதற்கு நீங்கள் சில காரியங்களைச் செய்ய வேண்டும். அடிக்கடிக் குறிக்கோள்களை நிர்ணயித்துக் கொள்ளுங்கள்; முடிந்த அளவு உங்களுடைய சூழலைக் கவனச்சிதறல் இல்லாத ஒன்றாக வைத்துக் கொள்ளுங்கள்: சில குறிப்பிட்ட வேலைகளுக்கு உங்களுக்கு இருக்கின்ற மனத்தடைகளை மீறி வர முயலுங்கள்; கவனச்சிதறல்கள் உங்களைக் கவிழ்த்துவதற்கு முன்பாகவே அவற்றைக் களையெடுத்துவிடுங்கள்; உங்களுடைய மண்டைக்குள் ஓடிக் கொண்டிருக்கின்ற கவனச்சிதறல்களை நீக்குவதற்கும் முயற்சி செய்யுங்கள். அடுத்து வருகின்ற அத்தியாயங்களில் இவற்றைப் பற்றி நாம் விரிவாகப் பார்க்கலாம். ஆனால் இவற்றுக்குப் பின்னால் இருக்கின்ற கொள்கைகளைப் புரிந்து கொள்ள வேண்டியது மிகவும் முக்கியம்.

உங்களுடைய கவனத்தை எங்கு குவிக்க வேண்டும் என்பதைத் தேர்ந்தெடுப்பதன் மூலமும், தெளிவான கவனக்குவிப்பிடத்தை நிர்வகிப்பதன் மூலமும் உங்களால் பலவற்றைச் சாதிக்க முடியும். அவற்றில் சில:

- **உங்களுடைய குறிக்கோளை நீங்கள் அடிக்கடி எட்டுவீர்கள்.**
- **உங்களால் ஆழமான கவனக்குவிப்பில் ஈடுபட முடியும்.**
- **உங்களால் அதிகமானவற்றை நினைவில் வைத்துக் கொள்ள முடியும்.**
- **உங்களிடம் குற்றவுணர்வும் சந்தேகமும் குறைவாக இருக்கும்.**
- **நீங்கள் முக்கியமற்றக் காரியங்களில் நேரத்தை வீணாக்க மாட்டீர்கள்.**
- **உள்ளிருந்தும் வெளியிலிருந்தும் வருகின்ற கவனச்சிதறல்களுக்கு நீங்கள் அதிகமாகப் பலியாக மாட்டீர்கள்.**
- **கூடுதல் மனத் தெளிவு, குறைவான மன அழுத்தம், குறைவான திக்குமுக்காடல் உணர்வு ஆகியவற்றை நீங்கள் அனுபவிப்பீர்கள்.**
- **உங்களுடைய வேலைக்குப் பின்னால் ஒரு வலுவான நோக்கத்தை உணர்வீர்கள்.**
- **ஆழமான உறவுகளையும் நெருக்கமான தோழமையையும் வளர்த்தெடுப்பீர்கள்.**

உங்களுடைய குறிக்கோளின் தரத்தை அளவிடுவதற்கு எண்ணற்ற வழிகள் இருக்கின்றன. என்னுடைய முன்னேற்றத்தை அளவிடுவதற்கு நான் மூன்று அளவுகோல்களை வடிவமைத்திருக்கிறேன். உங்களுடைய முன்னேற்றத்தை அளவிட நீங்களும் இதே அளவுகோல்களைப் பயன்படுத்தலாம்:

1. **உங்களுடைய நேரத்தில் எவ்வளவு நேரத்தை நீங்கள் ஒரு குறிக்கோளுடன் பயன்படுத்துகிறீர்கள்?**
2. **ஒரு முறை உட்கார்ந்தால், உங்களால் எவ்வளவு நேரம் கவனக்குவிப்புடன் செயல்பட முடியும்?**
3. **நீங்கள் சுதாரித்துக் கொள்வதற்கு முன்பாக, உங்களுடைய மனம் எவ்வளவு நேரம் அலைபாய்ந்து கொண்டிருக்கும்?**

அத்தியாயம்
3

சிதறா கவனக்குவிப்பின் சக்தி

சிதறா கவனக்குவிப்பு - ஓர் அறிமுகம்

கடைசியாக நீங்கள் உங்களுடைய வேலையில் சிறப்பாகச் செயல்பட்ட ஒரு நாளை நினைவுகூருங்கள். அந்த நாளில் கீழ்க்கண்டவை நேர்ந்திருப்பதற்கான வாய்ப்புகள் அதிகம்.

அன்று நீங்கள் ஒரே ஒரு விஷயத்தில் மட்டுமே கவனம் செலுத்தியிருந்திருப்பீர்கள். அதற்கான காலக்கெடு நெருங்கிவிட்டிருந்தது ஒரு காரணமாக இருந்திருக்கலாம்.

அன்று உங்களுடைய கவனக்குவிப்பிடம் முழுவதையும் அந்த ஒரே ஒரு வேலை மட்டுமே நிறைத்திருந்திருக்கும்.

அன்று நீங்கள் கவனச்சிதறல்களைத் தவிர்த்திருப்பீர்கள் அல்லது அவற்றிலிருந்து விரைவாக மீண்டிருப்பீர்கள்.

உங்களுடைய வேலை ஒரு மிதமான அளவு சிரமமான ஒன்றாக இருந்திருக்கும். அது பயமுறுத்துகின்ற அளவு கடினமாக இல்லாமலும், ஒரு பழக்கமாகிவிட்ட விஷயத்தைச் செய்வதுபோல எளிமையாக இல்லாமலும் இருந்திருக்கும்.

எதையும் புதிதாகத் துவக்குகின்றபோது ஏற்படுகின்ற தடையை மீறிவிட்டப் பிறகு நீங்கள் அதை வேறு எந்தவிதமான எதிர்ப்பும் இன்றி முடித்திருந்திருப்பீர்கள்.

அன்று நீங்கள் கடினமாக உழைத்திருந்தும் களைப்படைந்திருக்க மாட்டீர்கள். நேரம் போனதே

தெரிந்திருக்காது. வேலை முடிந்த பிறகும் உங்களுடைய ஊக்குவிப்பும் உற்சாகமும் சிறிதும் குறையாமல் அப்படியே இருந்திருக்கும்.

அன்றைய தினம் நீங்கள் உங்களுடைய மூளையின் ஒரு முக்கியமான இயக்கத்தைக் கட்டவிழ்த்துவிட்டிருப்பீர்கள். சிதறா கவனக்குவிப்புதான் அது.*

நீங்கள் ஒரு காரியத்தில் சிதறா கவனக்குவிப்புடன் ஈடுபடுகின்றபோது . . .

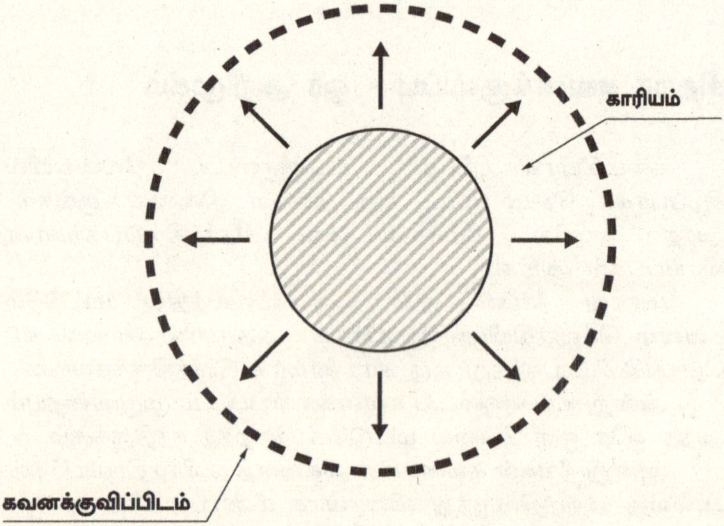

* இது உளவியலில் உருவான ஒரு சொல். ஏடிஎச்டி என்று சுருக்கமாக அழைக்கப்படுகின்ற அவதானப் பற்றாக்குறை மிகையியக்கக் குறைபாடு உடையவர்கள், ஒரு காரியம் முக்கியமானதாக இருந்தாலும் சரி, இல்லாவிட்டாலும் சரி, அதில் மூழ்கியிருப்பார்கள். இக்குறைபாடு உடையவர்களுக்குக் கவனக்குவிப்பு என்பது ஒரு பிரச்சனை அல்ல. மாறாக, கவனக்குவிப்போடு செயல்பட்டுக் கொண்டிருக்கும்போது, அதைக் கட்டுப்படுத்துவது அவர்களுக்குப் பிரச்சனையாக இருக்கும். அதே சொல்லை நான் கடன் வாங்கியிருக்கிறேன். இங்கு நான், வலிந்து மேற்கொள்ளப்படுகின்ற தீவிரக் கவனக்குவிப்பு என்ற கண்ணோட்டத்தில் அதைப் பயன்படுத்துகிறேன்.

சிதறா கவனக்குவிப்பு

. . . அந்த வேலை உங்களுடைய கவனக்குவிப்பிடத்தை முழுவதுமாக நிரப்பிவிடுகின்ற விதத்தில் அதை விசாலமாக ஆக்கிக் கொள்கிறீர்கள்.

நீங்கள் உங்களுடைய கவனத்தை வலிந்தும் திட்டமிட்ட முறையிலும் நிர்வகிப்பதன் மூலம் இந்த நிலைக்குள் நுழைகிறீர்கள்: ஒரே ஒரு முக்கியமான காரியத்தைத் தேர்ந்தெடுத்து, எப்படியும் உருவாகப் போகின்ற கவனச்சிதறல்களை முறியடித்து, அந்த ஒன்றில் மட்டும் முழுக்கவனத்தைக் குவிப்பதுதான் அது. சிதறா கவனக்குவிப்பு வலிந்து செய்யப்படுகின்ற ஒன்று. கவனம் சிதறினாலும் அதனால் அதை உடனடியாக மீட்டுக் கொண்டு வந்துவிட முடியும். நாம் நம் வேலையில் முழுமையாக மூழ்கிவிட அது நமக்கு உதவுகிறது. அது நம்மைப் பெருமளவு மகிழ்ச்சிப்படுத்துகிறது. கடந்த முறை இப்படிப்பட்ட ஒரு நிலையில் இருந்தபோது நீங்கள் எப்படி உணர்ந்தீர்கள், அது உங்களுக்கு எவ்வளவு புத்துணர்ச்சியூட்டியது என்பதை நினைவுகூருங்கள். சிதறா கவனக்குவிப்புடன் நீங்கள் இயங்கும்போது, நீங்கள் ஆசுவாசமாக உணர்வீர்கள். அது உங்களைத் திக்குமுக்காட வைக்காது, உங்களுக்கு மன அழுத்தம் கொடுக்காது. உங்களுடைய கவனக்குவிப்பிடம் பொங்கி வழியாது.

உங்களுடைய வேலை சிக்கல்மிக்கதாகத் தோன்றாது. சிதறா கவனக்குவிப்பு, கூடுதல் உற்பத்தித்திறன்மிக்க ஒன்றாக விளங்குவதால், நீங்கள் உங்களுடைய மும்முரத்தைச் சிறிதளவு குறைத்துக் கொண்டால்கூட, குறுகிய நேரத்தில் உங்களால் ஏராளமானவற்றைச் சாதித்துவிட முடியும்.

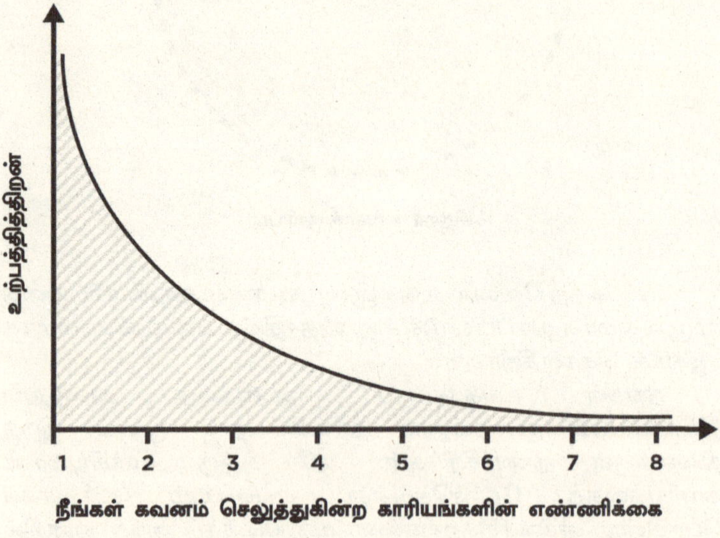

நான் வேலை பார்க்கின்ற மற்றும் வசிக்கின்ற சூழலைக் கணக்கில் எடுத்துக் கொண்டால், இது ஓர் ஆடம்பரமான இடம்போலத் தோன்றும். நீங்கள் குறைவான விஷயங்களை உங்களுடைய கவனக்குவிப்பிடத்தில் அனுமதிப்பதால், குறைவான அளவு மும்முரமாக இருக்கிறீர்கள். எந்தக் காரியத்தைச் செய்ய வேண்டும் என்பதை நீங்கள் முன்கூட்டியே தீர்மானித்துவிடுவதால், ஒரு குறிப்பிட்டக் கணத்தில் எது முக்கியமோ அதில் கவனம் செலுத்துவது உங்களுக்குச் சாத்தியமாகிறது. முன்னெப்போதையும்விட, இன்றைய அறிவுசார் உலகில் இது மிகவும் இன்றியமையாததாக ஆகியுள்ளது. ஏனெனில்,

இங்கு அனைத்து வேலைகளும் சமமானவையாக உருவாக்கப்பட்டிருக்கவில்லை. நீங்கள் ஒரு நாள் முழுவதும் உங்களுடைய கவனக்குவிப்பிடம் நிரம்பி வழிகின்ற விதத்தில் பல வேலைகளை ஒரே நேரத்தில் இழுத்துப் போட்டுக் கொண்டு சாதிப்பதைவிடக் கூடுதலானவற்றை, நீங்கள் சிதறா கவனக்குவிப்புடன் செயல்படும்போது உங்களால் ஒரே ஒரு மணி நேரத்தில் சாதித்துவிட முடியும். நிறைய வேலைகள் உங்களுடைய கவனத்திற்குப் போட்டி போட்டுக் கொண்டிருக்கின்றபோது, நீங்கள் எந்தெந்த விஷயங்களில் கவனம் செலுத்தப் போகிறீர்கள் என்பதைத் தேர்ந்தெடுப்பது மிகவும் முக்கியம்.

உங்களுடைய முக்கியமான வேலைகளைப் பொறுத்தவரை, நீங்கள் எவ்வளவு குறைவான விஷயங்களில் கவனம் செலுத்துகிறீர்களோ, உங்களுடைய உற்பத்தித்திறன் அவ்வளவு அதிகமாக இருக்கும்.

பழக்கங்களில் சிதறா கவனக்குவிப்பு

சிதறா கவனக்குவிப்பின் ஒரு முக்கியமான அம்சம், உங்களுடைய கவனக்குவிப்பிடத்தை ஒரே ஓர் அர்த்தமுள்ள காரியம்தான் ஆக்கிரமித்துக் கொள்ளும். இதை எளிதாக நிர்வகித்துவிடலாம். இதில் விவாதத்திற்கே இடமில்லை. ஏனெனில், எந்தவொரு முக்கியமான திட்டமும் கூடுதல் கவனத்தால் நல்ல பயனையே பெறும். அவை பொதுவாகப் பழக்கங்களாக இருக்க மாட்டா. ஏனெனில், பழக்கங்கள் உங்களுடைய கவனக்குவிப்பிடத்தை முழுமையாக ஆக்கிரமிப்பதில்லை.

அதற்காக ஒரு பழக்கத்திற்குச் சிதறா கவனக்குவிப்பைப் பயன்படுத்த முடியாது என்று அர்த்தமில்லை. கவனம் செலுத்தப்பட முடியாத அளவு சிறிய விஷயம் என்ற ஒன்று கிடையவே கிடையாது. நீங்கள் கடினமாக முயற்சி செய்தால், சுவரில் அடித்த வண்ணம் காய்வதைக் கவனக்குவிப்புடன் பார்த்துக் கொண்டிருக்க உங்களை அர்ப்பணித்துக் கொள்ள முடியும். ஆனால், பழக்கமான வேலைகளுக்குப் பதிலாக, சிக்கலான வேலைகளுக்குச்

சிதறா கவனக்குவிப்பு ஏற்றது என்பதற்கு இரண்டு காரணங்கள் இருக்கின்றன.

முதலாவது, சிதறா கவனக்குவிப்புக்கு மன உறுதியும் மன ஆற்றலும் தேவை. ஆனால் அவை வரம்புக்கு உட்பட்டவை. இருப்பதை வைத்துக் கொண்டு நாள் முழுவதும் நீங்கள் ஓட்ட வேண்டும். பழக்கங்கள் நம்முடைய கவனக்குவிப்பிடத்தில் மிகச் சிறிய பகுதியை மட்டுமே ஆக்கிரமித்துக் கொள்வதால், அவற்றுக்குச் சிதறா கவனக்குவிப்பு தேவையேயில்லை.

இரண்டாவது, நீங்கள் உங்களுடைய சிக்கலான மற்றும் முக்கியமான வேலைகளில் சிதறா கவனக்குவிப்புடன் செயல்படும்போது, அவற்றின் உற்பத்தித்திறன் அதிகரிக்கிறது. ஆனால் பழக்கங்களுக்கு அதைப் பிரயோகிக்கின்றபோது, அது பாதிப்படைகிறது.

இதை நாம் இரண்டு எடுத்துக்காட்டுகளுடன் பார்க்கலாம். நீங்கள் ஓரிடத்தில் நடந்து சென்று கொண்டிருக்கின்றபோது, யாரோ ஒருவர் அதை உற்றுக் கவனிப்பதை நீங்கள் காண்கிறீர்கள். உடனே நீங்கள் ஒரு கச்சிதமான மனிதன் நடப்பதைப்போல நடக்க வேண்டும் என்று முடிவு செய்து அதில் கவனம் செலுத்துகிறீர்கள். ஆனால் அது கேலிக்கூத்தில்தான் போய் முடியும். ஏனெனில், நடத்தல் என்பது உங்களுக்குப் பழக்கமான ஒரு செயல். அதில் நீங்கள் வலிந்து உங்களுடைய கவனத்தைக் குவிக்கின்றபோது, உங்களுடைய நடை பாதிப்படைகிறது.*

அடுத்து நீங்கள் உங்கள் நண்பருடன் 'பௌலிங்' விளையாட்டு விளையாடச் செல்கிறீர்கள் என்று வைத்துக் கொள்வோம். முதலில் விளையாடுகின்ற நீங்கள் வழக்கத்தைவிட அதிகமான பாயின்ட்களை எடுக்கிறீர்கள். நீங்கள் அது குறித்துச் சிந்திக்கிறீர்கள். இம்முறை நீங்கள் எதை வித்தியாசமாகச் செய்தீர்கள் என்று நீங்கள் யோசிக்கிறீர்கள். ஆனால் இறுதியில் உங்களுடைய நண்பர் அதில் வென்றுவிடுகிறார். ஒரு

* உளவியலில் இது 'ஸ்பாட்லைட் விளைவு' என்று அழைக்கப்படுகிறது. பொதுவெளியில் இருக்கும்போது வேறு சிலர் உங்களைப் பார்த்துக் கொண்டிருப்பதாக நீங்கள் நினைத்துக் கொள்ளக்கூடும். ஆனால் எதார்த்தத்தில், நீங்கள் அங்கு இருப்பது குறித்தப் பிரக்ஞைகூட அவர்களுக்கு இருப்பதில்லை.

பழக்கமாக ஆகிவிட்டிருந்த அந்த விளையாட்டில் நீங்கள் உங்களுடைய கவனத்தைக் குவித்ததால் நீங்கள் வழக்கமான முறையில் விளையாடாததால் உங்களுடைய செயல்திறன் குறைந்துவிட்டது.

தட்டச்சு செய்பவர்களிடம் நடத்தப்பட்ட ஒரு சோதனை இந்த முடிவை உறுதி செய்தது. அவர்கள் எவ்வளவு அதிகமாகத் தங்களுடைய தட்டச்சில் கவனம் செலுத்தினரோ, அவர்கள் அவ்வளவு அதிகமான தவறுகள் செய்தனர் அல்லது அவர்களுடைய தட்டச்சு வேகம் வெகுவாகக் குறைந்தது. இதுபோன்ற பழக்கமான வேலைகளைச் செய்யும்போது அவற்றில் கவனம் செலுத்தாமல் இருப்பதே நல்லது.

சிதறா கவனக்குவிப்பை உங்களுடைய சிக்கலான வேலைகளுக்கு மட்டுமே பயன்படுத்துங்கள். உங்களுடைய கவனக்குவிப்பால் அவை பயன் பெறும். ஓர் அறிக்கையைத் தயாரிப்பது, உங்களுடைய குழுவின் வரவு செலவுத் திட்ட அறிக்கையைத் திருத்துவது, நீங்கள் நேசிக்கின்ற ஒருவருடன் அர்த்தமுள்ள உரையாடல் ஒன்றை நிகழ்த்துவது போன்றவை இதற்கான எடுத்துக்காட்டுகள்.

அப்படிச் செய்யும்போது சில அற்புதமான விஷயங்கள் நிகழும். நீங்கள் இங்கு ஒரே ஒரு வேலையில் கவனம் செலுத்துவதால், கவனக்குவிப்பிடத்தில் காலியிடம் ஏற்படும். நீங்கள் விழிப்புணர்வுடன் செயல்படுவதால், குறுக்கீடுகளும் கவனச்சிதறல்களும் உங்களைக் கீழே தள்ளிவிடாமல் நீங்கள் பார்த்துக் கொள்வீர்கள். எல்லாவற்றையும்விட முக்கியமாக, நீங்கள் செய்து கொண்டிருக்கின்ற காரியத்தைப் பற்றிச் சிந்திக்கக்கூட உங்களால் முடியக்கூடும். மனம் அலைபாய்கின்றபோது அதை மீட்டுக் கொண்டுவருவதும் எளிதாக இருக்கும். இவை அனைத்தும் சேர்ந்து உங்களுக்கு ஏராளமான நேரத்தை மிச்சப்படுத்திக் கொடுக்கும். இதை நீங்கள் நினைவில் வைத்துக் கொள்ள வேண்டும்: முக்கியமற்ற விஷயங்களில் நீங்கள் ஒருபோதும் உங்களுடைய கவனத்தைக் குவிக்கக்கூடாது.

சிதறா கவனக்குவிப்பின் நான்கு நிலைகள்

எந்த ஒரு குறிப்பிட்டத் தருணத்திலும், ஒன்று, நீங்கள் உங்களுடைய சுற்றுச்சூழலில் அல்லது உங்களுடைய மண்டைக்குள் ஓடிக் கொண்டிருக்கின்ற எண்ணத்தில் அல்லது இரண்டிலும் உங்களுடைய கவனத்தைக் குவித்திருப்பீர்கள். நீங்கள் முற்றிலுமாக உங்களுடைய சுற்றுச்சூழலில் கவனத்தைக் குவித்திருந்தால், நீங்கள் தானியங்கி முறையில் இயங்கிக் கொண்டிருக்கிறீர்கள் என்று அர்த்தம். சாலை நிறுத்தத்தில் பச்சை விளக்குக்காக நீங்கள் காத்துக் கொண்டிருக்கின்றபோது இந்த நிலைக்குள் புகுந்து கொள்கிறீர்கள். உங்கள் மனத்தில் வட்டமிட்டுக் கொண்டிருக்கின்ற எண்ணங்களில் மட்டுமே நீங்கள் உங்களுடைய கவனத்தைக் குவித்திருந்தால், நீங்கள் பகல்கனவு கண்டு கொண்டிருக்கிறீர்கள் என்று அர்த்தம். நீங்கள் ஒரு மெதுவோட்டத்தில் ஈடுபட்டிருக்கின்றபோதோ அல்லது குளித்துக் கொண்டிருக்கின்றபோதோ இது நிகழக்கூடும். நீங்கள் உங்களுடைய சுற்றுச்சூழலையும் உங்களுடைய மனத்தில் வட்டமிட்டுக் கொண்டிருக்கின்ற எண்ணங்களையும் ஒரே நேரத்தில், வலிந்து ஒரு குறிக்கோளுடன் ஈடுபடுத்துகின்றபோது, நீங்கள் சிதறா கவனக்குவிப்புக்குள் நுழைகிறீர்கள்.*

அப்படியானால் சிதறா கவனக்குவிப்பு நிலைக்குள் எப்படி நுழைவது?

நாம் கவனக்குவிப்பில் ஈடுபடுகின்றபோது, நாம் நான்கு நிலைகளைக் கடக்கிறோம் என்று அறிவியல் கூறுகிறது. முதல் நிலையில், நாம் எடுத்தக் காரியத்தில் நம்முடைய

---

* இக்கண்ணோட்டத்தில் பார்த்தால், மிஹாலி சிசிக்ஸ்சென்ட்மிஹாலி 'ஃப்ளோ' என்று அழைக்கின்ற நிலைக்கு முந்தைய நிலை இது. நீங்கள் ஃப்ளோ நிலையில் இருக்கும்போது, நீங்கள் ஈடுபட்டிருக்கின்ற காரியத்தில் நீங்கள் முழுமையாக மூழ்கியிருப்பீர்கள்; அங்கு நேரம் வேகமாகப் பறக்கும். இந்த நிலையில் இருக்கின்றபோது வேறு எதுவும் நமக்கு ஒரு பொருட்டாகத் தெரியாது. ஃப்ளோவுக்கு வழிகாட்டுகின்ற ஒரு செயல்முறைதான் சிதறா கவனக்குவிப்பாகும்.

கவனத்தைக் குவிக்கிறோம். இரண்டாவது நிலையில், நமக்கு எந்தக் குறுக்கீடுகளும் கவனச்சிதறல்களும் ஏற்படாமல் இருக்கிறது என்று வைத்துக் கொண்டால், நம்முடைய மனம் அலைபாயத் துவங்குகிறது. மூன்றாவது நிலையில், நம்முடைய மனம் அலைபாய்ந்து கொண்டிருக்கிறது என்ற பிரக்ஞை நமக்கு ஏற்படுகின்றது. இதற்குச் சிறிது காலம் பிடிக்கும். நம்முடைய மனம் சராசரியாக ஒரு மணி நேரத்திற்கு ஐந்து முறை அலைபாய்ந்து கொண்டிருப்பதை நாம் உணர்கிறோம். நான்காவது நிலையில், நாம் முதலில் எதில் கவனத்தைக் குவித்திருந்தோமோ, மீண்டும் அதற்குத் திரும்புகிறோம். கவனக்குவிப்பின் நான்கு நிலைகளும் இதை அடிப்படையாக வைத்தே உருவாக்கப்பட்டுள்ளன. அவற்றை ஒவ்வொன்றாகப் பார்க்கலாம்.

சிதறா கவனக்குவிப்புடன் இருப்பதற்கு நீங்கள் பின்வருவனவற்றை மேற்கொள்ள வேண்டும்:

1. உருப்படியான, அர்த்தமிக்க ஒரு காரியத்தைத் தேர்ந்தெடுத்தல்

நாம் எதில் நம் கவனத்தைக் குவிக்கத் திட்டமிட்டிருக்கிறோமோ அது குறித்த ஒரு குறிக்கோளை நிர்ணயிப்பதுதான் இருப்பதிலேயே மிக முக்கியமான விஷயம். நீங்கள் எடுத்துக் கொண்டுள்ள காரியம் எவ்வளவு உருப்படியானதாகவும் அர்த்தமுள்ளதாகவும் இருக்கிறதோ, உங்களுடைய நடவடிக்கைகளும் அவ்வளவு உருப்படியானவையாகவும் அர்த்தமுள்ளவையாகவும் இருக்கும். நீங்கள் உங்களுடைய ஊழியர்களில் ஒருவருக்கு வழிகாட்டியாக இருக்கத் தீர்மானித்தல், மீண்டும் மீண்டும் செய்யப்படுகின்ற சலிப்பூட்டும் ஒரு வேலையைக் கணினிமயப்படுத்த முடிவு செய்தல், உங்களுக்குத் தோன்றியுள்ள ஒரு புதிய யோசனை குறித்து உங்களுடைய குழுவினருடன் விவாதிக்கத் திட்டமிடுதல் போன்றவை இதற்கான எடுத்துக்காட்டுகள்.

இது உங்களுடைய தனிப்பட்ட வாழ்க்கைக்கும் பொருந்தும். நம்முடைய வாழ்க்கைத் துணைவருடன் நாம் ஓர் உரையாடலில் ஈடுபடுகின்றபோது அவர் கூறுவதைக் கவனமாகக் காது கொடுத்துக் கேட்பது

என்று தீர்மானித்தல், குடும்பத்துடன் அமர்ந்து சாப்பிட முடிவு செய்தல், குழந்தைகளுடன் நேரம் செலவிட முயற்சி செய்தல் போன்றவை இதற்கான எடுத்துக்காட்டுகள். இவை உங்களுடைய வாழ்க்கைக்கு அர்த்தம் கூட்டுகின்றன.

2. அகரீதியான மற்றும் புறரீதியான கவனச்சிதறல்களை முடிந்தவரை நீக்குதல்

கவனச்சிதறல்களுக்கு நாம் பலியாவதற்கு ஓர் எளிய காரணம் இருக்கிறது. இக்கணத்தில் நாம் செய்ய நினைத்திருக்கின்ற காரியத்தைக் காட்டிலும், நம் கவனத்தைச் சிதறடிக்க முயற்சிக்கின்ற விஷயங்கள் நம்மை அதிகமாக ஈர்ப்பவையாக இருக்கின்றன. இது நம்முடைய தொழில்வாழ்க்கைக்கும் பொருந்தும், தனிப்பட்ட வாழ்க்கைக்கும் பொருந்தும். அலுவலகத்தில் நாம் நம்முடைய கணினியில் வேலை செய்து கொண்டிருக்கின்றபோது, நாம் செய்து கொண்டிருக்கின்ற காரியத்தைக் காட்டிலும், அவ்வப்போது தோன்றி மறைகின்ற, உங்களுக்கு ஒரு புதிய மின்னஞ்சல் வந்துள்ளதைச் சுட்டிக்காட்டுகின்ற குட்டி அறிவிப்புகள் வசீகரமானவையாக இருக்கும். நாம் நம்முடைய வாழ்க்கைத் துணைவருடன் பேசிக் கொண்டிருக்கின்றபோது, அந்த உரையாடலைக் காட்டிலும், அவருக்குப் பின்னாலுள்ள தொலைக்காட்சியில் ஓடிக் கொண்டிருக்கின்ற நிகழ்ச்சிகள் அதிக சுவாரசியமானவையாகத் தோன்றும்.

கவனச்சிதறல்களை அவை தோன்றுவதற்கு முன்பே கையாள்வது எளிது. அவை தோன்றிவிட்டால் பிறகு கடினம்தான். அகரீதியான கவனச்சிதறல்களும்கூடக் கட்டுக்குள் வைக்கப்பட வேண்டும்.

3. தேர்ந்தெடுக்கப்பட்டுள்ள காரியத்தில் கவனத்தைக் குவித்தல்

முன்பே நாம் தீர்மானித்து வைத்துள்ள கால அளவுக்கு நாம் தேர்ந்தெடுத்துள்ள காரியத்தில் கவனத்தைக் குவித்தால் சிதறா கவனக்குவிப்பு சாத்தியப்படும். சௌகரியமானதாக இருக்கின்ற அதே நேரத்தில் சாத்தியப்படுகின்ற ஒன்றாகவும்

இருக்கின்ற விதத்தில் அந்தக் கால அளவைத் தேர்ந்தெடுக்க வேண்டும். முதல் இரண்டிற்கும் நாம் எந்த அளவு முன்தயாரிப்பில் ஈடுபடுகின்றோமோ, அந்த அளவுக்கு ஆழமாகவும் தைரியமாகவும் இதில் நம்மால் இறங்க முடியும்.

4. தொடர்ந்து அந்தக் காரியத்தில் கவனக்குவிப்பை மேற்கொள்ளுதல்

இந்த நூலில் நான் குறிப்பிட்டுள்ள யோசனைகளில் இதுதான் மிக முக்கியமானது என்பதால் இதை நான் மீண்டும் மீண்டும் குறிப்பிடுவேன். நம்முடைய மனம் ஒரு நாளில் 47 சதவீத நேரம் அலைபாய்ந்து கொண்டிருக்கிறது என்று ஆய்வுகள் தெரிவிக்கின்றன. அதாவது, நாம் சுமார் எட்டு மணி நேரம் தூங்குவதாக வைத்துக் கொண்டால், உண்மையில் எட்டு மணி நேரம் மட்டுமே நாம் தேர்ந்தெடுக்கின்ற காரியங்களில் நாம் ஈடுபடுகிறோம். அலைபாய்வது நமது மனத்தின் இயல்புதான் என்றாலும், அதை மீண்டும் பிடித்து இழுத்து வந்து, நாம் முக்கியமாகக் கருதுகின்ற காரியத்தில் அதை ஈடுபடுத்துவது முக்கியம்.

நமக்கு ஒரு முறை ஒரு குறுக்கீடு ஏற்பட்டுவிட்டால், மீண்டும் அந்தக் காரியத்தைத் துவக்க நமக்குச் சராசரியாக இருபத்திரண்டு நிமிடங்கள் ஆகின்றன என்று ஓர் ஆய்வு கூறுகிறது. அப்படிப்பட்டக் குறுக்கீடுகளை நமக்கு நாமே செய்து கொண்டால், அதிலிருந்து மீள்வதற்கு நமக்கு இருபத்தொன்பது நிமிடங்கள் ஆகின்றன. நம்முடைய கவனக்குவிப்பிடத்தை எது ஆக்கிரமித்துக் கொண்டிருக்கிறது என்பதை நாம் எவ்வளவு அடிக்கடித் தெரிந்து கொள்கிறோமோ, அவ்வளவு விரைவாக நம்மால் குறுக்கீடுகளிலிருந்து மீள முடியும். இதைப் பற்றி இப்போது அதிகமாக நீங்கள் அலட்டிக் கொள்ள வேண்டாம். இதைப் பற்றி நாம் விரிவாகப் பின்னர் பார்க்கலாம்.

மேலே கூறப்பட்டுள்ள அனைத்தையும் தொகுத்து ஒரே ஒரு வாக்கியத்தில் இப்படிக் கூறலாம்: நீங்கள் வேலையில் ஈடுபடும்போது, சிக்கலான, முக்கியமான குறிக்கோளுடன்கூடிய ஒரே ஒரு காரியத்தை மட்டும் உங்களுடைய விழிப்புணர்வில் வைத்துக் கொள்ளுங்கள்.

எதில் கவனத்தைக் குவிப்பது என்பதைத் தேர்ந்தெடுத்தல்

ஒரு குறிக்கோள் இல்லாத கவனக்குவிப்பு என்பது ஆற்றல் விரயமாகும். எப்போதுமே கவனக்குவிப்புக்கு முன்பு குறிக்கோள் தீர்மானிக்கப்பட்டுவிட வேண்டும். உண்மையில், இவை இரண்டுக்கும் இடையேயுள்ள ஜோடிப் பொருத்தம் அபாரமானது. நாம் நம்முடைய நேரத்தை எப்படிச் செலவிட விரும்புகிறோம் என்பதைத் தீர்மானிக்க நம்முடைய குறிக்கோள் நமக்கு உதவுகிறது. அந்தக் காரியத்தைத் திறம்படச் செய்வதற்குக் கவனக்குவிப்பு நமக்கு உதவுகிறது. கச்சிதமான உற்பத்தித்திறனை அடைவதற்கான சிறந்த வழி, ஒரு காரியத்தைத் துவக்குவதற்கு முன்பாகவே, அதன் மூலம் நீங்கள் எதைச் சாதிக்க விரும்புகிறீர்கள் என்பதைத் தேர்ந்தெடுத்துக் கொள்வதுதான்.

ஒரு குறிக்கோளை வரையறுத்துக் கொள்வதற்கு முன்பாக, அனைத்துக் காரியங்களும் ஒரே மாதிரியானவை அல்ல என்பதை நீங்கள் நினைவில் கொள்ள வேண்டும். சில வேலைகள், நாம் அவற்றில் செலவிடும் ஒவ்வொரு நிமிடத்திலும் சிறந்த பலனை அறுவடை செய்ய வழி வகுப்பவையாக இருக்கும். ஒவ்வொரு நாளும் நீங்கள் எந்த முக்கிய வேலைகளை நிறைவேற்ற விரும்புகிறீர்கள் என்பதைத் திட்டமிடுதல், உங்களுடைய நிறுவனத்தில் ஒரு மாதத்திற்கு முன்பு சேர்ந்திருந்த புதிய ஊழியருக்குப் பயிற்சியும் வழிகாட்டுதலும் வழங்குதல், பல ஆண்டுகளாக நீங்கள் எழுத விரும்பியிருந்த ஒரு புத்தகத்தை எழுதத் துவங்குதல் போன்றவற்றுக்கு நேரம் ஒதுக்குதல் இதற்கான எடுத்துக்காட்டுகள். இவை நாம் முதலாம் அத்தியாயத்தில் பார்த்த, ‘தேவையான வேலைகள்’ மற்றும் ‘நோக்கத்துடன்கூடிய வேலைகள்’ தலைப்புகளின் கீழ் வரும். இவற்றை, தேவையற்றச் சந்திப்புக்கூட்டங்களில் கலந்து கொள்ளுதல், சமூக ஊடகங்களில் அவ்வப்போது வலம் வருதல், மின்னஞ்சல்களை அடிக்கொரு முறை திறந்து பார்த்தல் போன்ற தேவையற்ற மற்றும் கவனச்சிதறல்களை ஏற்படுத்துகின்ற காரியங்களோடு

ஒப்பிடுகையில், இவை எந்த அளவு உற்பத்தித்திறன்மிக்கவை என்பதைக் கண்டுகொள்வது கடினமாக இருக்காது. அந்த வரைபடத்தில் இருக்கின்ற எந்தக் கால்சதுரத்தில் உள்ள காரியங்களில் நம்முடைய நேரத்தைச் செலவிட வேண்டும் என்பதை நாம் தீர்மானிக்காமல் இருக்கின்றபோது, நாம் தானியங்கி நடைமுறைக்குப் பலியாகிவிடுகிறோம்.

அதற்காக, தானியங்கி முறையில் இயங்குகின்றபோது நம்மால் எதையும் உருப்படியாகச் செய்ய முடியாது என்று நான் கூற வரவில்லை. உங்களுக்கு ஒதுக்கப்படுகின்ற வேலைகளை உடனுக்குடன் செய்கின்ற ஒரு பழக்கத்தை நீங்கள் உருவாக்கிக் கொண்டிருந்தால், அப்படிச் செய்வதன் மூலம், உங்கள் வேலையைத் தக்கவைத்துக் கொள்கின்ற அளவு உற்பத்தித்திறன்மிக்கவராக உங்களால் இருக்க முடியும். ஆனால், தானியங்கி முறையில் செய்யப்படுகின்ற வேலைகள், நம்முடைய வேலைகளை அர்த்தமுள்ள ஓரிடத்திற்குக் கொண்டு செல்லாது. சில தேவையான வேலைகளைச் செய்துதான் ஆக வேண்டும் என்றாலும், உங்களால் முடிந்த நேரங்களில் உங்களுடைய கவனத்தையும் நேரத்தையும் எதில் செலவிட விரும்புகிறீர்கள் என்பதை நீங்கள் தேர்ந்தெடுக்க வேண்டும்.

இதுவரை நீங்கள் உருவாக்கியிருக்கவில்லை என்றால், நான் முன்பு குறிப்பிட்டிருந்த நான்கு கால்சதுரங்கள் அடங்கிய வரைபடத்தில் உங்களுடைய அலுவலக வேலைகளை, உற்பத்தித்திறன்மிக்கவை அல்லது உற்பத்தித்திறனற்றவை என்றும், வசீகரமானவை அல்லது வசீகரமற்றவை என்றும் பிரித்துக் கொள்ளுங்கள். ஆனால், தேவையற்ற அலுவலக வேலைகளில் நீங்கள் மாட்டிக் கொண்டிருக்கின்றபோது இதைச் செய்வது கடினம். அதனால் அவற்றிலிருந்து விலகியிருந்து அவற்றை அலசுதலே பலன் தரும். அப்படிச் செய்கின்றபோது, நீங்கள் உங்களுடைய வேலையில் மேலும் கடினமாக உழைப்பதற்குப் பதிலாக, அந்த வேலையை நீங்கள் அறிவார்ந்த முறையில் செய்வீர்கள்.

கடந்த சில ஆண்டுகளில், குறிக்கோள் மற்றும் கவனக்குவிப்புக் குறித்து நான் மேற்கொண்ட ஆய்வுகளின் அடிப்படையில், என் சொந்த வாழ்வில் குறிக்கோள்களை நிறுவுவதற்கு நான் சில வழிமுறைகளை உருவாக்கி அவற்றைக் கடைபிடித்து வருகிறேன். அவற்றில் சிறந்த மூன்று அம்சங்களை இப்போது பார்க்கலாம்.

1. மூன்றின் விதி

ஒவ்வொரு நாளும் காலையில், அன்றைய தினம் முடிவதற்குள் நீங்கள் செய்து முடிக்க விரும்புகின்ற மூன்று விஷயங்களைத் தேர்ந்தெடுத்துக் கொள்ளுங்கள். நீங்கள் வழக்கமாக ஒரு நாளில் செய்து முடிக்க விரும்புகின்ற வேலைகளை உள்ளடக்கிய ஒரு பட்டியலைத் தயாரிப்பவராக இருந்தால், அதைத் தாராளமாகச் செய்து கொள்ளுங்கள். இப்பட்டியல் உங்களுடைய மூன்று முக்கியமான வேலைகள் தொடர்பானது. மைக்ரோசாஃப்ட் நிறுவனத்தைச் சேர்ந்த ஜே.டி. மெய்ர் என்பவரிடமிருந்து இதை நான் கற்றுக் கொண்டதிலிருந்து, பல ஆண்டுகளாக இதை நான் பின்பற்றி வருகிறேன். இது மிகவும் எளிமையான ஒன்று. காலையிலேயே மூன்று முக்கியமான விஷயங்களைத் தேர்ந்தெடுப்பது பல அனுகூலங்களைக் கொண்டுள்ளது. எது உண்மையிலேயே அர்த்தமுள்ளதோ அதைத் தேர்ந்தெடுக்க இது உங்களைக் கட்டாயப்படுத்தும். அப்போது, எவையெல்லாம் முக்கியமற்றவை என்பதையும் நீங்கள் தீர்மானிக்க வேண்டியிருக்கும். உங்களுடைய அன்றாட வேலைப் பளுவுக்கு ஏற்ப இதை நீங்கள் மாற்றியமைத்துக்கொள்ளலாம். திடீரென்று புதிய வேலைகள் வருகின்றபோது, அவற்றின் முக்கியத்துவத்தை, நீங்கள் ஏற்கனவே தேர்ந்தெடுத்து வைத்திருக்கின்ற காரியங்களோடு ஒப்பிட்டு, அவற்றில் எது இன்றியமையாததோ அதைச் செய்ய நீங்கள் தீர்மானிக்கலாம். இப்பட்டியலில் வெறும் மூன்று விஷயங்கள் மட்டுமே இடம் பெற்றிருப்பதால் அவற்றை நினைவுகூர்வது எளிது.

சில நேரங்களில் உங்களுடைய நாள் திட்டவட்டமான விஷயங்களால் நிரம்பியிருக்கும். நீங்கள் ஒரு கருத்தரங்கில் கலந்து கொள்ள வேண்டியிருக்கின்ற ஒரு சூழல் இதற்கான ஓர் எடுத்துக்காட்டு. அது போன்ற சூழல்களில், உங்களுடைய நேரத்தை நீங்கள் எப்படிச் செலவிட விரும்புகிறீர்கள் என்பதை உங்களால் தேர்ந்தெடுக்க முடியாமல் போகலாம். ஆனால் அச்சூழலில் இடம் பெற்றுள்ள எந்த விஷயத்தோடு உங்களால் உங்களைத் தொடர்புபடுத்திக் கொள்ள முடியும் என்பதை உங்களால் தேர்ந்தெடுக்க முடியும். வெறுமனே, 'கருத்தரங்கில் நடக்கின்ற உரைகளை கேட்பது' என்று திட்டமிடுவதற்குப் பதிலாக, 'இரவு உணவின்போது ஐந்து பேருடன் தொடர்பு ஏற்படுத்திக் கொள்வது' என்று நீங்கள் தீர்மானிக்கலாம்.

உங்களுடைய மூன்று குறிக்கோள்களை உங்கள் கண்களில் படும்படியான இடத்தில் வைத்துக் கொள்ளுங்கள். நான் அலுவலகத்தில் இருந்தால், அங்கு மாட்டப்பட்டிருக்கும் ஒரு பெரிய வெள்ளைப் பலகையில் அவற்றை எழுதி வைத்திருப்பேன். நான் பயணம் மேற்கொண்டிருந்தால், அன்றைய தினம் செய்து முடிக்கப்பட வேண்டிய காரியங்களின் பட்டியலில் முதல் மூன்று விஷயங்களாக அவற்றை நான் குறித்து வைத்திருப்பேன். அதோடு, ஒரு வாரத்தில் நான் செய்து முடிக்க விரும்புகின்ற மூன்று விஷயங்கள் குறித்தத் தனிப் பட்டியல் ஒன்றையும் நான் எழுதி வைத்திருப்பேன். இதைத் தவிர நான் என்னுடைய தனிப்பட்ட வாழ்க்கையில் மேற்கொள்ள வேண்டிய மூன்று குறிக்கோள்களையும் குறித்து வைத்திருப்பேன். சாப்பிட்டுக் கொண்டிருக்கின்றபோது அலுவலக வேலை தொடர்பாக எதையும் செய்யாமல் இருத்தல், அலுவலகத்திலிருந்து வரும் வழியில் உடற்பயிற்சிக்கூடத்திற்குச் செல்லுதல் போன்றவை இதற்கான எடுத்துக்காட்டுகள்.

2. சிறப்பான பின்விளைவுகளை ஏற்படுத்துகின்ற காரியங்கள்

அன்றாடம் மேற்கொள்ளப்பட வேண்டிய காரியங்கள் குறித்தப் பட்டியல் ஒன்றைத் தயாரிக்கும் பழக்கம் எனக்கு

உண்டு. உங்களிடமும் அப்பழக்கம் இருக்கும் என்று நான் நம்புகிறேன். அப்படி இல்லையென்றால், அப்பழக்கத்தை உருவாக்கிக் கொள்ளும்படி நான் உங்களுக்கு வலிமையாகப் பரிந்துரைக்கிறேன். இதன் ஆற்றலைப் பற்றி இப்புத்தகத்தின் பிற்பகுதியில் நான் விரிவாக விளக்கவிருக்கிறேன். உங்களுடைய பட்டியலில் இடம் பெற்றிருக்கின்ற அனைத்துக் காரியங்களையும் ஒவ்வொன்றாக உற்று நோக்கி, அவை நிறைவேற்றப்பட்டால் அவற்றின் குறுகியகால மற்றும் நீண்டகாலப் பின்விளைவுகள் எப்படி இருக்கும் என்று யோசியுங்கள். சிறப்பான, நேர்மறையான விளைவுகளை ஏற்படுத்துகின்ற காரியங்கள்தாம் முக்கியமானவை.

ஒரு காரியத்தின் பின்விளைவுகளை அலசுகின்றபோது, அது ஏற்படுத்துகின்ற உடனடி விளைவோடு நிறுத்திக் கொள்ளாமல், இரண்டாவது மற்றும் மூன்றாவது பின்விளைவுகளையும் கருத்தில் கொள்வது, நீங்கள் சரியான முடிவுக்கு வருவதற்கு உங்களுக்கு உதவும். எடுத்துக்காட்டாக, நீங்கள் உங்களுடைய மதிய உணவுக்குப் பின் ஒரு கேக் சாப்பிட விரும்புகிறீர்கள் என்று வைத்துக் கொள்வோம். அதை அலசுகின்றபோது, அதன் முதல் பின்விளைவாக உங்களுக்குத் தோன்றுகின்ற விஷயம் அதை நீங்கள் இரசித்துச் சுவைப்பீர்கள் என்பதுதான். ஆனால் இரண்டாவது பின்விளைவை நீங்கள் ஆராய்ந்தால், அன்று மாலை முழுவதும் மோசமாக உணர்வீர்கள் என்பது உங்களுக்குப் புரியும். மூன்றாவது பின்விளைவு, அதன் விளைவாக உங்களுக்கு எடை கூடுவதற்கு வாய்ப்பிருப்பது தெரிய வரும்.

பெரும்பாலான முக்கியமான விஷயங்கள் அவசரமான விஷயங்களாகத் தோன்றாது. எடுத்துக்காட்டாக, உங்களுடைய அலுவலகத்தில் புதிதாகச் சேர்பவர்களுக்கு வழிகாட்டுவதற்கு உதவுகின்ற வழிகாட்டிக் குறிப்பேடு ஒன்றை உருவாக்குவது என்பது ஒரு முக்கியமான விஷயம் என்றாலும் அதை அவசரமாகச் செய்ய வேண்டும் என்ற உந்துதல் உங்களுக்கு இருக்காது. ஆனால் அது புதிதாகச் சேர்பவர்களுக்கு ஒரு நல்ல உணர்வை ஊட்டும், அவர்களுடைய உற்பத்தித்திறனை அதிகரிக்கும், நிறுவனத்தோடு அவர்கள் விரைவாகத் தங்களை

ஐக்கியப்படுத்திக் கொள்வதற்கு வழிவகுக்கும் போன்ற பின்விளைவுகளை நீங்கள் கணக்கில் எடுத்துக் கொண்டால், அது உங்களுடைய பட்டியலில் முன்னுரிமை பெற்றுவிடும்.

செய்து முடிக்கப்பட வேண்டிய காரியங்களின் பட்டியலில் ஏராளமான விஷயங்கள் இடம் பெற்றிருந்தால், அவற்றில் எவையெல்லாம் முக்கியமான பின்விளைவுகளை ஏற்படுத்தவல்லவை என்று அலசுங்கள். நாம் முன்பு குறிப்பிட்டிருந்த வரைபடத்திலுள்ள கால்சதுரங்களில் இக்காரியங்களை அடைப்பதும் பலன் தரும். அவ்வாறு பிரித்தப் பிறகு, தேவையான காரியங்களில் எவை அதிக நேர்மறையான பின்விளைவுகளை ஏற்படுத்தும் என்று நீங்கள் அலசலாம்.

3. மணிக்கொரு முறை அடிக்கின்ற அலாரம் வைத்தல்

குறிக்கோள்களைத் தீர்மானிப்பதும் அவற்றை முன்னுரிமைப்படுத்துவதும் முக்கியம்தான். ஆனால், குறிக்கோளின்படிதான் எல்லாம் சென்று கொண்டிருக்கிறது என்பதை எப்படிக் கண்காணிப்பது?

நீங்கள் நிர்ணயித்துள்ள இலக்குகளைச் சாதிக்கின்ற விதத்தில் நாள் முழுவதும் அவற்றின்மீது நடவடிக்கை எடுக்காவிட்டால், அவற்றை நிர்ணயிப்பதில் எந்த அர்த்தமும் இல்லை. அதை உறுதி செய்து கொள்வதற்கு, உங்களுடைய கவனக்குவிப்பிடத்தை முக்கியமான விஷயங்கள்தாம் ஆக்கிரமித்துக் கொண்டிருக்கின்றனவா என்பதை அடிக்கடி நீங்கள் சோதனையிட வேண்டும். இல்லையெனில், உங்களுடைய பிரக்ஞையின்றியே நீங்கள் தானியங்கி முறையில் இயங்கிக் கொண்டிருப்பீர்கள். இதைத் தடுப்பதற்கு நான் மணிக்கொரு முறை அடிக்கும் விதத்தில் அலாரம் வைத்துக் கொள்கிறேன்.

அவ்வப்போது உங்கள் மனம் அலைபாயத் துவங்கிவிட்டால், அதற்காக நீங்கள் உங்கள்மீது கடுமையாக நடந்து கொள்ளத் தேவையில்லை. உங்கள் மனம் எப்போதும் அப்படித்தான் நடந்து கொள்ளும். நம் மனம் அலைபாய்ந்து கொண்டிருப்பதைக் கண்டுபிடிப்பதற்கு நமக்கு நாமே வெகுமதியளித்துக் கொள்கின்றபோது, நாம் அதைக் கண்டுபிடிப்பதற்கான வாய்ப்புகள் அதிகரிப்பதாக

ஆய்வுகள் தெரிவிக்கின்றன. நீங்கள் தினமும் ஒன்றிரண்டு குறுக்கீடுகளைக் குறைத்துக் கொண்டு, ஒன்றிரண்டு குறிக்கோள்களை மட்டும் நிர்ணயித்துக் கொண்டாலே, நீங்கள் சராசரிக்கும் மேலாகச் செயல்பட்டுக் கொண்டிருக்கிறீர்கள் என்று அர்த்தம். நீங்கள் என்னைப்போல இருந்தால், மணிக்கொரு முறை அடிக்கின்ற அலாரம் அடிக்கின்றபோது, நீங்கள் எதைச் செய்ய வேண்டும் என்று நீங்கள் திட்டமிட்டிருந்தீர்களோ அதில் நீங்கள் ஈடுபடாமல் இருப்பதை நீங்கள் கண்டுபிடிப்பீர்கள். அது பரவாயில்லை. இன்னும் சொல்லப் போனால், அது எதிர்பார்க்கப்பட வேண்டிய ஒன்றுதான்.

உங்களுடைய கவனக்குவிப்பிடத்தை எவை ஆக்கிரமித்துக் கொண்டிருக்கின்றன என்பதை நீங்கள் அடிக்கடிச் சோதித்துக் கொண்டிருப்பதுதான் இங்கு முக்கியமான விஷயம். உங்களுடைய கடிகாரத்திலோ, கணினியிலோ அல்லது அலைபேசியிலோ மணிக்கொரு முறை ஒலிக்கின்ற அலாரத்தை ஏற்பாடு செய்வது, உங்களுக்கு நீங்களே ஏற்பாடு செய்து கொள்கின்ற மிக முக்கியமான, உருப்படியான குறுக்கீடாகும்.

உங்களுடைய அலாரம் அடிக்கின்றபோது உங்களிடம் நீங்கள் இவற்றைக் கேளுங்கள்:

- ***மணி அடித்தபோது உங்கள் மனம் அலைபாய்ந்து கொண்டிருந்ததா?***
- ***அப்போது உங்களுடைய கவனக்குவிப்பிடம் தானியங்கி முறையில் இயங்குகின்ற காரியங்களால் நிரம்பியிருந்ததா?***
- ***நீங்கள் உருப்படியான காரியத்தில் ஈடுபட்டிருந்தீர்களா? அப்படியெனில், எவ்வளவு நேரம் அதில் நீங்கள் மூழ்கியிருந்தீர்கள்?***
- ***இப்போது நீங்கள் செய்து கொண்டிருக்கக்கூடிய, சிறப்பான பின்விளைவுகளை ஏற்படுத்தக்கூடிய காரியம் எதுவாக இருக்கும்?***
- ***உங்களுடைய கவனக்குவிப்பிடம் எந்த அளவு நிரம்பியுள்ளது? அது நிரம்பி வழிந்து***

கொண்டிருக்கிறதா அல்லது அதில் இடம் பாக்கியிருக்கிறதா?

- **நீங்கள் உங்களுடைய வேலையில் சிதறா கவனக்குவிப்புடன் செயல்படுவதை ஏதாவது குறுக்கீடுகள் தடுத்துக் கொண்டிருக்கின்றனவா?**

நீங்கள் இவை அனைத்திற்கும் பதிலளிக்க வேண்டிய அவசியமில்லை. உங்களுக்கு முக்கியமாகப் படுகின்ற விஷயங்களில் மீண்டும் உங்களுடைய கவனத்தைச் செலுத்த உதவுகின்ற இரண்டு மூன்றுக்கு மட்டும் பதிலளித்தால் போதும். இதை மீண்டும் மீண்டும் மணிக்கொரு முறை செய்கின்றபோது அது சிறப்பான பலனளிக்கும்.

துவக்கத்தில் இதில் நீங்கள் சிறப்பாகச் செயல்பட்டுக் கொண்டிருக்க மாட்டீர்கள் என்பதை நீங்கள் காண்பீர்கள். உங்களுடைய மனம் அலைபாய்ந்து கொண்டிருப்பதையும், அது கவனச்சிதறலுக்கு ஆளாகியிருப்பதையும், தேவையற்ற விஷயங்களில் ஈடுபட்டுக் கொண்டிருப்பதையும் நீங்கள் பார்ப்பீர்கள். அதனால் பரவாயில்லை. அப்படி நேர்கின்றபோது, அந்தக் கவனச்சிதறலைக் கட்டுப்படுத்தி, நீங்கள் செய்ய வேண்டிய ஒரு முக்கியமான காரியத்திற்கு மீண்டும் திரும்புங்கள். ஆனால் அதே கவனச்சிதறல் மீண்டும் மீண்டும் தலைகாட்டினால், அதைக் கையாள்வதற்கு ஒரு திட்டம் தீட்டிக் கொள்ளுங்கள். அதை நாம் அடுத்த அத்தியாயத்தில் பார்க்கலாம்.

முதலில் மணிக்கொரு முறை ஒலிக்கின்ற அலாரத்தை இந்த வாரத்தில் ஒரே ஒரு நாள் மட்டும் ஏற்பாடு செய்து கொள்ளுங்கள். முதலில் அது உங்களுக்கு எரிச்சலை உண்டு பண்ணினாலும், நாளடைவில் ஒரு புதிய பழக்கம் உங்களிடம் உருவாகிவிடும். அலாரம் வைக்கின்ற யோசனை உங்களுக்குப் பிடிக்கவில்லை என்றால், உங்களுடைய கவனக்குவிப்பிடத்தை ஆக்கிரமித்துக் கொண்டுள்ள விஷயங்களை நினைவுபடுத்துகின்ற, உங்கள் சூழலிலுள்ள வேறு எதாவது ஒன்றை நீங்கள் பயன்படுத்திக் கொள்ளலாம். இந்தப் பழக்கத்தை உருவாக்கிக் கொள்ள அலாரம் சிறந்த வழி என்பது என் அனுபவம். துவக்கத்தில் அலாரத்தைப் பயன்படுத்திக் கொண்டிருந்த நான், இப்போது, ஒரு சில

குறிப்பிட்ட விஷயங்களைச் செய்கின்றபோது அவற்றை என் நினைவூட்டிகளாகப் பயன்படுத்திக் கொள்கிறேன். ஒவ்வொரு முறை நான் நீர் அல்லது தேநீர் அருந்தச் செல்கின்றபோதும், என் தொலைபேசி ஒலிக்கின்றபோதும், என் கவனக்குவிப்பிடத்தை எது ஆக்கிரமித்துள்ளது என்பதைத் தெரிந்து கொள்ள நான் முயற்சிக்கிறேன்.

வலுவான குறிக்கோள்களை எப்படி நிர்ணயிப்பது

குறிக்கோள்கள் பற்றிய ஆய்வுகளில் கடந்த சில பத்தாண்டுகளாக ஈடுபட்டு வந்துள்ள பீட்டர் கோல்விட்சர், குறிக்கோள்கள் பொதுப்படையானவையாக இல்லாமல் திட்டவட்டமானவையாக இருக்க வேண்டும் என்று கூறுகிறார். திட்டவட்டமான குறிக்கோள்கள் அதிக வெற்றியளிப்பவையாக இருக்கின்றன.

எடுத்துக்காட்டாக, நீங்கள் கீழ்க்கண்ட குறிக்கோள்களை மேற்கொண்டுள்ளீர்கள் என்று வைத்துக் கொள்ளலாம்:

1. **உடற்பயிற்சிக்கூடத்திற்குச் செல்ல வேண்டும்.**
2. **வீட்டுக்குச் சென்ற பிறகு அலுவலக வேலைகளைப் பார்க்காதிருக்க வேண்டும்.**
3. **ஓரளவு முன்னதாகவே இரவில் படுக்கைக்குச் செல்ல வேண்டும்.**

நான் வேண்டுமென்றே இவற்றைப் பொதுப்படையானவையாக அமைத்திருக்கிறேன். இவற்றை எப்படித் திட்டவட்டமானவையாக ஆக்குவது என்று பார்க்கலாம்.

இப்படியே இருக்கின்ற பட்சத்தில் இந்தக் குறிக்கோள்கள் எந்த அளவு செயல்திறன்மிக்கவை என்று முதலில் பார்க்கலாம். எந்தவிதமான குறிக்கோளும் இல்லாமல் இருப்பதைவிட இது மேல் என்பதில் மாற்றுக் கருத்து இருக்க முடியாது. கோல்விட்சரின் ஆய்வுப்படி இப்படிப்பட்டப் பொதுவான குறிக்கோள்களின் வெற்றி வாய்ப்பு விகிதம்

20–30 சதவீதம் இருக்கின்றது. ஆனால் குறிக்கோள்கள் திட்டவட்டமானவையாக இருக்கின்றபோது, அவற்றின் வெற்றி வாய்ப்பு விகிதம் கணிசமாக அதிகரிக்கிறது. இது தொடர்பாக கோல்விட்சர் மாணவர்கள் மத்தியில் ஓர் ஆய்வு நடத்தினார். அதற்காக, கிறிஸ்துமஸ் விடுமுறையின்போது ஒரு தேர்வுப் பாடம் முழுவதையும் படித்து முடித்துவிடுவது, வாடகைக்கு ஒரு புதிய வீட்டைத் தேடிக் கண்டுபிடிப்பது, நெருக்கமானவர்களுடன் ஏற்பட்டுள்ள ஒரு தீவிரமான கருத்து முரண்பாட்டைக் களைவது போன்ற ஒரு கடினமான இலக்கை நிர்ணயித்துக் கொள்ளுமாறு அவர் தன்னுடைய மாணவர்களைக் கேட்டுக் கொண்டார். சில மாணவர்கள் இவை குறித்து ஒரு பொதுப்படையான குறிக்கோளை நிர்ணயித்துக் கொண்டனர். வேறு சிலர் திட்டவட்டமான குறிக்கோள்களை நிர்ணயித்துக் கொண்டனர். கோல்விட்சர் அவற்றை 'நடைமுறைப்படுத்தத்தக்கக் குறிக்கோள்கள்' என்று அழைத்தார். அதை அவர் இவ்வாறு விவரிக்கிறார்: "நீங்கள் சாதிக்க விரும்புகின்ற விஷயங்களை எப்படிச் சாதிக்க விரும்புகிறீர்கள் என்பது குறித்த ஒரு விரிவான திட்டத்தை உருவாக்கிக் கொள்ளுங்கள். அத்திட்டத்தை நீங்கள் எப்போது, எங்கு நிறைவேற்றப் போகிறீர்கள் என்பதையும், அதை அடைவதற்கு நீங்கள் எத்தகைய நடவடிக்கைகளை மேற்கொள்ளப் போகிறீர்கள் என்பதையும் தீர்மானித்துக் கொள்ளுங்கள்." "கிறிஸ்துமஸ் விடுமுறையில் வாடகைக்கு ஒரு வீட்டைப் பார்க்க வேண்டும்," என்பது ஒரு மாணவனின் பொதுப்படையான குறிக்கோளாக இருந்தால், அவன் அதை இவ்வாறு மாற்றியமைக்க வேண்டும் என்று கோல்விட்சர் கூறுகிறார்: "நான் 'கிரைக்லிஸ்டில்' வீடு தேடுவேன். இந்த வாரம் மூன்று வீட்டுச் சொந்தக்காரர்களுக்கு நான் மின்னஞ்சல்கள் அனுப்புவேன்."

அந்த ஆய்வில் கலந்து கொண்ட மாணவர்களில் திட்டவட்டமான குறிக்கோள்களை நிர்ணயித்திருந்த மாணவர்களில் 62 சதவீதம் பேர் தங்களுடைய குறிக்கோள் தொடர்பான நடவடிக்கைகளில் ஈடுபட்டனர். பொதுப்படையான குறிக்கோள்களை வைத்திருந்த மாணவர்களில் 22 சதவீதம் பேர் மட்டுமே தங்களுடைய குறிக்கோள் தொடர்பான நடவடிக்கைகளில் ஈடுபட்டனர்.

திட்டவட்டமான குறிக்கோள்களை நிர்ணயிப்பது உங்களுடைய வெற்றி வாய்ப்பை இரண்டு அல்லது மூன்று மடங்கு அதிகரிக்கும். இதை வேறு பல ஆய்வுகளும் உறுதிப்படுத்தியுள்ளன.

இதை மனத்தில் வைத்துக் கொண்டு, நாம் முன்பு எழுதியிருந்த பொதுப்படையான குறிக்கோள்களைப் பின்வருமாறு மாற்றலாம்:

1. **அலுவலகத்தில் மதிய உணவு இடைவேளையின்போது உடற்பயிற்சி நிலையத்திற்குச் செல்ல வேண்டும்.**
2. **வீட்டுக்குச் சென்றதும் என்னுடைய அலுவலக அலைபேசியை 'ஏர்பிளேன்' மோடில் போட்டுவிட வேண்டும், என்னுடைய மடிக்கணினியை அடுத்த அறையில் வைத்துவிட வேண்டும், மாலை நேரம் முழுவதும் இணையத் தொடர்பு இல்லாமல் இருக்க வேண்டும்.**
3. **இரவு 10 மணிக்கு ஓர் அலாரத்தை வைத்துவிட்டு, படுக்கைக்குச் செல்வதற்கான ஆயத்தங்களை மேற்கொள்ள வேண்டும்.**

பழக்கங்கள் எவ்வளவு ஆற்றல் வாய்ந்தவையோ, திட்டவட்டமான குறிக்கோள்கள் அவ்வளவு ஆற்றல் வாய்ந்தவையாகும். திட்டவட்டமான குறிக்கோள்களுக்கான நடைமுறைத் திட்டம் உருவாக்கப்பட்டவுடன் அதற்கான சூழலை நீங்கள் எதிர்கொண்டவுடன், ஆழ்மனரீதியான தூண்டல் உங்களுக்குக் கிடைக்கும். எடுத்துக்காட்டாக, அலுவலகத்தில் உணவு இடைவேளை நேரம் வருவது, இரவு அலாரம் ஒலிப்பது போன்றவை இதற்கான எடுத்துக்காட்டுகள். இதற்கு உங்களுக்குப் பிரக்ஞைபூர்வமான தூண்டுதல்கள் தேவைப்படாது. நீங்கள் தானாகவே உங்களுடைய இலக்கை நோக்கிச் செயல்படத் தொடங்கிவிடுவீர்கள்.

ஒரு திட்டவட்டமான குறிக்கோள் துல்லியமானதாக இருக்க வேண்டிய அவசியமில்லை. அந்த நபரால் புரிந்து கொள்ளப்படுகின்ற ஒன்றாக, அவர் எதிர்பார்க்கின்ற சூழல் உருவாகின்றபோது ஆழ்மனரீதியாக அவருக்கு அதை

நினைவூட்டுகின்ற ஒன்றாக அது இருந்தால் போதுமானது. கோல்விட்சர் அது குறித்து இவ்வாறு கூறுகிறார்: "நாங்கள் டென்னிஸ் விளையாட்டு வீரர்கள் சிலரிடம் இதை ஆய்வு செய்தோம். அவர்களில் சிலர், விளையாட்டில் சில குறிப்பிட்ட சவால்களை எதிர்கொள்கின்றபோது தாங்கள் எப்படி நடந்து கொள்ள வேண்டும் என்பது குறித்துத் திட்டவட்டமான குறிக்கோள்களை வைத்திருந்தனர். 'நான் எரிச்சலடைந்தால்,' அல்லது 'நான் பதற்றமடைந்தால்' என்ன செய்ய வேண்டும் என்பது குறித்தத் திட்டவட்டமான குறிக்கோள்களை அவர்கள் வைத்திருந்தனர். ஆனால் எரிச்சலடைவது, பதற்றமடைவது போன்றவற்றைத் 'திட்டவட்டமானவை' என்று எப்படிக் கூற முடியும்? ஆனால் அவர்களைப் பொறுத்தவரை, அவை என்ன என்பதை அவர்கள் துல்லியமாக அறிந்து வைத்திருந்தனர். அதனால் அவை அவர்களுக்குச் சிறப்பாகப் பலனளித்தன."

திட்டவட்டமான குறிக்கோள்களைப் பொறுத்தவரை இரண்டு நிபந்தனைகள் உண்டு. முதலாவது, நீங்கள் உங்களுடைய குறிக்கோள்கள்மீது அக்கறை கொண்டிருக்க வேண்டும். நீங்கள் அக்கறை கொண்டிராத இலக்குகள் மற்றும் நீங்கள் ஏற்கனவே கைவிட்டிருந்த குறிக்கோள்களுக்கு நடைமுறைப்படுத்தும் நோக்கங்கள் வேலை செய்யாது.

எளிதாகச் சாதிக்கப்படக்கூடிய குறிக்கோள்கள் திட்டவட்டமானவையாக இருக்க வேண்டியதில்லை. எடுத்துக்காட்டாக, வார இறுதியில் ஒரு நாள் ஒரு மணி நேரம் உடற்பயிற்சி மையத்திற்குச் செல்ல வேண்டும் என்று நீங்கள் விரும்பினால், அதற்குத் திட்டவட்டமான குறிக்கோள்கள் எதுவும் தேவையில்லை. ஆனால் சிறிது கடினமான காரியங்களுக்குத் திட்டவட்டமான குறிக்கோள்கள் தேவைப்படும். எடுத்துக்காட்டாக, நீங்கள் வார இறுதியில் உணவகத்திற்குச் செல்கின்றபோது, உணவின் முடிவில் கேக் சாப்பிடக்கூடாது என்று விரும்பினால், ஒரு பொதுவான குறிக்கோள் அதற்குச் சரிப்பட்டு வராது. உங்களுக்குக் கேக் வேண்டுமா என்று உங்களிடம் கேட்கப்படும்போது, அதை நாசூக்காக மறுத்துவிட்டு, அதற்குப் பதிலாகக் கேஃபீன் இல்லாத காபியைப் பருக வேண்டும் என்பது போன்ற திட்டவட்டமான குறிக்கோள் அதற்குத் தேவை.

இது வீட்டுச் சூழல்களில் வேலை செய்யும். ஆனால் அலுவலகச் சூழலில் உங்களுக்குத் திட்டவட்டமான குறிக்கோள்கள் கண்டிப்பாகத் தேவை. உங்களுடைய இலக்குகள் கடினமாக இருந்தாலோ அல்லது உங்களுக்கு ஏகப்பட்ட இலக்குகள் இருந்து அவை அனைத்தையும் ஒரு குறிப்பிட்டக் கால அளவுக்குள் முடிப்பது கடினமாக இருந்தாலோ, திட்டமிட்ட முறையில் செயல்படுவது சிறப்பாகப் பலனளிக்கும்.

சிதறா கவனக்குவிப்புப் பழக்கங்கள்

அடுத்த அத்தியாயத்தில் நாம் கவனச்சிதறல்களைப் பற்றி விரிவாகப் பார்க்கவிருக்கிறோம். அதற்கு முன்பாக, உங்களுடைய குறிக்கோள்களின்மீது சிதறா கவனக்குவிப்பைத் துவக்குவதற்கான சில உத்திகளைப் பார்க்கலாம். அவை இரண்டு அம்சங்களை உள்ளடக்கி இருக்கின்றன. முதலாவது, கவனத்தை எப்படிக் குவிக்க வேண்டும் என்பது. இரண்டாவது, எப்போது கவனத்தைக் குவிக்க வேண்டும் என்பது. இரண்டு யோசனைகளுமே எளியவை.

கவனத்தை எப்படிக் குவிக்க வேண்டும்?

நீங்கள் எவ்வளவு நேரம் கவனக்குவிப்பில் ஈடுபட விரும்புகிறீர்கள் என்பதிலிருந்து அதைத் துவக்க வேண்டும்

ஒரு காரியம் கடினமானதாக இருக்கின்றபோது, கவனக்குவிப்புக் குறித்து உங்களிடம் எந்த அளவு எதிர்ப்புணர்ச்சி இருக்கிறது என்பதை அறிந்து கொள்ள உங்களுடனேயே உரையாடுங்கள். இதற்கு ஓர் எடுத்துக்காட்டு: "இதில் சுமார் ஒரு மணி நேரம் என்னால் கவனத்தைக் குவிக்க முடியுமா? சாத்தியமே இல்லை. அப்படியானால், நாற்பத்தைந்து நிமிடங்கள்? பரவாயில்லை. ஆனாலும் கடினம்தான். அரை மணிநேரம் எப்படி?

சாத்தியம்தான், ஆனாலும் ... சரி. இருபது நிமிடங்கள்? கண்டிப்பாக முடியும்." போகப் போக உங்களுடைய சிதறா கவனக்குவிப்பு நேரம் அதிகரித்துக் கொண்டே இருப்பதைக் காண்கின்றபோது நீங்கள் சிறப்பாக உணர்வீர்கள். நான் முதலில் பதினைந்து நிமிடத் தொகுதிகளாகத் துவக்கினேன். ஒரு தொகுதிக்கும் அடுத்தத் தொகுதிக்கும் இடையே நான் ஒரு பத்து நிமிட இடைவேளை எடுத்துக் கொண்டேன். நாள் முழுவதும் சிதறா கவனக்குவிப்புடன் இருந்தால் சலித்துவிடும்.

தடைகளை முன்னதாகவே எதிர்பார்த்திருக்க வேண்டும்

ஒரு வாரத்தில் முதல் சில நாட்களில் எனக்கு அலுவலகத்தில் மும்முரமான வேலைகள் இருக்கும் என்று முன்கூட்டியே தெரிய வந்தால், கவனக்குவிப்புடன் செய்யப்பட வேண்டிய வேலைகளை நான் அந்த வாரத்தில் பல பகுதிகளாகப் பிரித்துக் கொள்வேன். அதை நான் முன்கூட்டியே என்னுடைய சக ஊழியர்களுக்கும் தெரிவித்துவிடுவேன் என்பதால், அவர்களும் என்னைத் தொந்தரவு செய்ய மாட்டார்கள். சில நிமிடங்கள் செலவிட்டு இப்படி முன்கூட்டியே மேற்கொள்ளப்படுகின்ற திட்டமிடுதல், பல மணி நேர உற்பத்தித்திறன் வீணாவதைத் தடுக்கும்.

அலாரம் ஒன்றை வைத்துக் கொள்ள வேண்டும்

நான் இதற்கு என்னுடைய அலைபேசியைப் பயன்படுத்துகிறேன். நீங்கள் உங்களுக்குச் சௌகரியமானதைப் பயன்படுத்திக் கொள்ளலாம்.

சிதறா கவனக்குவிப்பில் ஈடுபட வேண்டும்

உங்களுடைய மனம் அலைபாய்ந்து கொண்டிருந்தாலோ அல்லது உங்களுக்குக் கவனச்சிதறல் ஏற்பட்டாலோ, உங்களுடைய கவனத்தை மீண்டும் உங்களுடைய குறிக்கோளின் பக்கம் இழுத்து வாருங்கள். முதலில் அப்படி இப்படி இருந்தால், அதற்காக உங்களிடம் கடுமையாக நடந்து கொள்ளாதீர்கள்.

எப்போது கவனத்தைக் குவிக்க வேண்டும்?

எப்போதெல்லாம் முடிகிறதோ, அப்போதெல்லாம் கவனத்தைக் குவிக்க வேண்டும்

பிற சிறிய விஷயங்களுக்கும் உங்களுக்கு நேரம் தேவை என்றாலும், உங்களால் முடிந்த அளவு முக்கியமான விஷயங்களில் கவனத்தைக் குவிப்பது நல்லது. வாரம் முழுவதும் உங்களுடைய வேலை அனுமதிக்கின்ற அளவு தனித்தனித் தொகுதிகளாக முக்கியமான விஷயங்களுக்கு நேரம் ஒதுக்கிக் கொள்ளுங்கள். பொதுவாக நாம் அர்த்தமுள்ள ஒரு வேலையில் ஈடுபடுகின்றபோதுதான் மகிழ்ச்சியானவர்களாகவும் உற்பத்தித்திறன் மிக்கவர்களாகவும் விளங்குகிறோம். அதனால் ஒரே விஷயத்தில் நீண்ட நேரத்தைச் செலவிட வேண்டிய அவசியமில்லை. ஆனால் சிதறா கவனக்குவிப்புடன் செயல்படுவதற்கு வாய்ப்புக் கிடைத்தால் அதனைத் தவறவிட்டுவிடாதீர்கள். இன்றைய அலுவலகச் சூழலில் நாம் பல விஷயங்களைச் சக ஊழியர்களுடன் இணைந்துதான் செய்ய வேண்டியிருக்கிறது. ஆனால், உங்களால் மட்டுமே செய்யப்படுவதற்குச் சாத்தியமுள்ள காரியங்கள் இருந்தால், அவற்றை நீங்கள் சிதறா கவனக்குவிப்புடன் செய்து முடிப்பது நல்லது.

அலுவலக நெருக்கடிகளைச் சமாளித்துச் செயல்பட வேண்டும்

நாம் நினைத்த நேரங்களில் எல்லாம் சிதறா கவனக்குவிப்புடன் செயல்படுவதற்கான வாய்ப்பும் வசதிகளும் நம்மில் பெரும்பாலானோருக்குக் கிடைப்பதில்லை. அதனால் நமக்கு இருக்கின்ற நெருக்கடிகளைப் புரிந்து கொண்டு அதற்கேற்பச் செயல்படுவது நல்லது. சில நாட்களில் சிதறா கவனக்குவிப்புடன் செயல்படுவதற்கு நமக்குச் சில வாய்ப்புகள் கிடைக்கும், சில நாட்களில் கிடைக்காது. பயணம் மேற்கொள்ளும்போது, கருத்தரங்குகளில் கலந்து

கொள்கின்றபோது, நீண்ட நேரச் சந்திப்புக்கூட்டங்களில் கலந்து கொள்கின்றபோது, கவனக்குவிப்புடன் செயல்படுவதற்கான வாய்ப்புகள் அருகிவிடும்.

சிக்கலான வேலைகளில் ஈடுபட வேண்டியிருப்பதைக் கணக்கில் எடுத்துக் கொள்ள வேண்டும்

நான் சிதறா கவனக்குவிப்பைத் துவக்கியபோது, என்னுடைய நாட்காட்டியில், அதற்குப் பல தொகுதிகளாக நேரத்தை ஒதுக்கிக் கொண்டேன். இப்போது நான் சிக்கலான வேலைகளில் ஈடுபட்டிருக்கின்றபோதெல்லாம் அதற்குள் நுழைந்துவிடுகிறேன். நான் வெறுமனே மின்னஞ்சல்களைப் படித்துக் கொண்டிருந்தால், அதற்குச் சிதறா கவனக்குவிப்பைப் பயன்படுத்த மாட்டேன். ஆனால் எழுத வேண்டியிருந்தாலோ, ஒரு சொற்பொழிவுக்குத் தயாரிக்க வேண்டியிருந்தாலோ அல்லது ஒரு முக்கியமான கூட்டத்தில் கலந்து கொள்ள வேண்டியிருந்தாலோ, நான் கண்டிப்பாகச் சிதறா கவனக்குவிப்பில் ஈடுபடுகிறேன்.

சில பிடிக்காத வேலைகளையும் நீங்கள் செய்ய வேண்டியிருக்கும் என்பதை மறந்துவிடாமல் இருக்க வேண்டும்

ஒரு குறிப்பிட்டக் காரியம் அல்லது திட்டம் குறித்து உங்களிடம் எதிர்ப்புணர்வு இருந்தால், கவனச்சிதறல்கள் மற்றும் இடையூறுகள் குறித்து நீங்கள் முன்பே திட்டமிட வேண்டும். ஒரு திட்டம் உங்களுக்குச் சலிப்பூட்டுவதாக, விரக்தி ஏற்படுத்துவதாக, கடுமையானதாக, ஒழுங்குமுறையற்றதாக, தெளிவற்றதாக, அர்த்தமற்றதாக இருப்பதாக நீங்கள் நினைத்தால், அதை நீங்கள் தள்ளிப்போடுவதற்கு நிறைய வாய்ப்புகள் இருக்கின்றன. அப்படிப்பட்டத் திட்டங்களைக் கையாள்கின்றபோது நீங்கள் சிதறா கவனக்குவிப்புடன் செயல்பட வேண்டியது இன்றியமையாதது.

உங்களுடைய கவனத்தைக் கட்டியெழுப்புதல்

சிதறா கவனக்குவிப்புடன் இயங்குவதற்கான உங்களுடைய திறன் சில அம்சங்களை நம்பியுள்ளது. அவை:

- ***எவ்வளவு அடிக்கடி நீங்கள் புதுமையான கவனச்சிதறல் பொருட்களை நாடுகிறீர்கள்?***
- ***உங்களுடைய கவனக்குவிப்பிடத்தை எவ்வளவு அடிக்கடி அளவுக்கதிகமாக நிரப்புகிறீர்கள்?***
- ***எவ்வளவு அடிக்கடி உங்களுடைய கவனம் குறுக்கீடுகளாலும் கவனச்சிதறல்களாலும் தடம் புரள்கிறது?***
- ***உங்களுடைய மண்டைக்குள் வேறு எத்தனைக் காரியங்கள், ஒப்புக் கொள்ளப்பட்ட வேலைகள், யோசனைகள், மற்றும் தீர்க்கப்படாத பிரச்சனைகளை நீங்கள் நிரப்பி வைத்திருக்கிறீர்கள்?***
- ***உங்களுடைய கவனக்குவிப்பிடம் நிரம்பி வழிவது குறித்த விழிப்புணர்வு உங்களிடம் எவ்வளவு அடிக்கடி ஏற்படுகிறது?***

உங்களுடைய மனநிலை, உங்களுடைய உணவுமுறை ஆகியவை உட்பட, பல விஷயங்களால் உங்களுடைய சிதறா கவனக்குவிப்பின்மீது தாக்கம் ஏற்படுத்த முடியும். இதைத் துவக்கிய புதிதில் என்னால் ஓரிரு நிமிடங்களுக்கு மேல் கவனக்குவிப்பில் ஈடுபட முடியவில்லை. இப்போது என்னால் குறைவான கவனச்சிதறல்களுடன் வேலை செய்ய முடிகிறது. எடுத்துக்காட்டாக, இப்புத்தகத்தின் இப்பகுதியை நான் என்னுடைய நாற்பத்தைந்து நிமிடத் தொகுதியின் முடிவில் எழுதினேன். இது இன்றைய தினத்தின் மூன்றாவது தொகுதி. இந்த மூன்று தொகுதிகளிலும் சேர்த்து நான் துல்லியமாக 2,286 சொற்களை எழுதியிருந்தேன். இத்தொகுதிகளுக்கு இடைப்பட்ட நேரத்தை நான் என்னுடைய

மின்னஞ்சல்களைப் படித்துப் பதிலளிப்பதற்கும், என்னுடைய சமூக ஊடகங்களில் மேய்வதற்கும், ஓரிரு சக ஊழியர்களுடன் அரட்டையடிப்பதற்கும் நான் பயன்படுத்தினேன்.

நாற்பத்தைந்து நிமிடங்களுக்கு ஒரே ஒரு வேலையில் கவனத்தைக் குவித்தது என் உற்பத்தித்திறனைக் கணிசமாக உயர்த்தியிருந்தது. இது கண்டிப்பாக உங்களுக்கும் உதவும்.

அத்தியாயம்
4

கவனச்சிதறல்களைக் கையாளுதல்

நாற்பது நொடிகள்

இப்புத்தகத்தை நான் எழுதிக் கொண்டிருந்தபோது இரண்டு வல்லுநர்களுடன் பேசுவதற்கு எனக்கு வாய்ப்புக் கிடைத்தது. ஒருவர் குளோரியா மார்க். மற்றொருவர் மேரி சென்வின்ஸ்கி. குளோரியா, இர்வினிலுள்ள கலிஃபோர்னியா பல்கலைக்கழகத்தைச் சேர்ந்த தகவல் அறிவியல் பேராசிரியை. குறிக்கோள் மற்றும் பல்பணியாக்கத் துறையில் அவர் உலகின் தலைசிறந்த வல்லுநர்களில் ஒருவர். அவர் நாசாவுடனும், போயிங், இன்டெல், ஐபிஎம், மைக்ரோசாஃப்ட் போன்ற நிறுவனங்களுடனும் சேர்ந்து பல ஆய்வுகளை நடத்தியிருக்கிறார். மேரி, மைக்ரோசாஃப்ட் நிறுவனத்தில் பணிபுரிகின்ற முதன்மை ஆய்வாளர்களில் ஒருவர். மனிதர்களுக்கும் கணினிகளுக்கும் இடையேயான உறவாடல்* எவ்வாறு நடைபெறுகிறது என்பது குறித்து நடைபெற்று வருகின்ற ஆய்வுகளில் தலைசிறந்து விளங்குபவர்களில் ஒருவர் அவர். அவருடைய ஆய்வுகள் குறித்தத் தகவல்களும், அவருடனான என்னுடைய கலந்துரையாடல்களும் இந்த அத்தியாயத்தின்

* மைக்ரோசாஃப்ட் எண்ணற்ற ஆய்வுகளில் ஈடுபட்டுள்ளது. நான் இந்நூலை எழுதிக் கொண்டிருக்கின்ற சமயத்தில் அந்நிறுவனம் இரண்டாயிரத்திற்கும் அதிகமான ஆய்வாளர்களை முழுநேர வேலைக்கு அமர்த்தி ஆய்வுகளில் ஈடுபட வைத்துள்ளது. அதோடு, அவர்கள் ஆய்வுக் கட்டுரைகளையும் பிரசுரிக்கின்றனர்.

பெரும்பகுதியை நிறைத்துள்ளன. அன்றாட வாழ்வில் தொழில்நுட்பத்துடனான நம்முடைய உறவு குறித்து இவர்கள் இருவரும் பல ஆய்வுகளில் கைகோர்த்துள்ளனர்.

அவர்களுடைய வேலையில் எனக்கு மிகவும் பிடித்த விஷயம், அவர்கள் தங்களுடைய ஆய்வுகளை, ஒரு நிறுவனத்தின் ஊழியர்கள் வேலை செய்கின்ற இடத்திலேயே நடத்துகின்றனர் என்பதுதான். மின்னஞ்சல்களைப் படிப்பது மற்றும் அவற்றுக்குப் பதில் அனுப்புகின்ற காரியம் அல்லது ஒரே நேரத்தில் பல வேலைகளில் ஈடுபடுகின்ற காரியம் போன்றவற்றில் ஈடுபட்டப் பிறகு, அதில் ஈடுபட்டிருந்தவர்கள் எந்த அளவு மன அழுத்தத்தை உணர்ந்தனர் என்பதை அவ்விருவரும் கணக்கிட்டனர். அதற்கு அவர்கள் அந்த ஆய்வில் பங்கேற்றவர்களை இருபத்து நான்கு மணி நேரமும் கண்காணித்து, அவர்களுடைய இதயத் துடிப்பைப் பதிவு செய்தனர். அந்தப் பங்கேற்பாளர்களின் அனுமதியுடன், கணினியில் அவர்கள் எவ்வளவு அடிக்கடி ஒரு வேலையிலிருந்து மறு வேலைக்குத் தாவினர் என்பதைக் கண்காணிக்கின்ற ஒரு நிரலையும் அந்த ஆய்வாளர்கள் நிறுவினர். அந்த ஊழியர்கள் நாற்பது நொடிகளுக்கு ஒரு முறை ஒன்றிலிருந்து மற்றொன்றுக்குத் தாவிக் கொண்டிருந்தனர் என்பது தெரிய வந்தது. ஸ்கைப் போன்ற உடனடித் தகவல் பரிமாற்றச் செயலிகள் போன்றவற்றை அவர்கள் திறந்து வைத்திருந்தால், அந்த நேரம் முப்பத்தைந்து நொடிகளாகக் குறைந்தது.

குளோரியா மற்றும் மேரியின் ஆய்வுகள் பல விதங்களில் முக்கியமானவை. முதலாவது, உண்மையான வேலையிடத்தில் ஆய்வுகளை மேற்கொள்வது மிகவும் கடினமானது. தன் ஆய்வுக்கு ஒரு நிறுவனத்தைச் சம்மதிக்க வைக்கக் குளோரியாவுக்கு ஆறு ஆண்டுகள் பிடித்தன.

இரண்டாவது, அந்த ஆய்வுகளின் முடிவுகள் அசாதாரணமானவையாக இருந்தன. அநேக நேரங்களில் நாம் ஆழ்ந்து மூழ்கியுள்ள உருப்படியானதொரு வேலையை நிறுத்திவிட்டு, அதற்குத் துளியும் தொடர்பில்லாத, முக்கியத்துவமற்ற ஒரு வேலைக்குத் தாவுகிறோம்; ஒரு நண்பருடன் நாம் நடத்திக் கொண்டிருக்கின்ற அர்த்தமுள்ள

ஓர் உரையாடலைத் துண்டித்துவிட்டு, நம்முடைய அலைபேசியில் ஏதாவது தகவல்கள் வந்துள்ளனவா என்று பார்க்கிறோம்; நாம் எழுதிக் கொண்டிருக்கின்ற ஒரு முக்கியமான அறிக்கையை நிறுத்திவிட்டு, இணையத்தள அரட்டை அரங்கு ஒன்றிற்குச் செல்கிறோம். இப்படிச் சொல்லிக் கொண்டே போகலாம்.

அவர்கள் நடத்திய மற்றோர் ஆய்வு, ஒரு நாளில் நாம் சராசரியாக 566 முறை கணினியில் ஒரு செயலியிலிருந்து மற்றொரு செயலிக்கு மாறுகிறோம் என்பதைக் கண்டுபிடித்துள்ளது. இவற்றில் நம்முடைய வேலைக்குத் தொடர்பில்லாத விஷயங்களும் அடங்கும். சராசரியாக நாம் தினமும் 21 முறை ஃபேஸ்புக்கைத் திறந்து பார்க்கிறோம்.

இப்படிப்பட்டக் கவனச்சிதறல்களால் நம்முடைய வேலை பாதிப்புக்கு உள்ளாகிறது என்பது வெளிப்படை. அதனால் நம்மால் சிதறா கவனக்குவிப்பு நிலையை அடைய முடிவதில்லை. அதை ஈடுகட்டும் விதமாக நாம் வேகமாகவும் பரபரப்புடனும் வேலை செய்கிறோம். அது நம்முடைய வேலையின் தரத்தைப் பாதிப்பதோடு, நமக்கு மன அழுத்தத்தையும் கொடுக்கிறது. எல்லாவற்றையும்விட முக்கியமாக, நம்மால் நம்முடைய கவனத்தை நம்முடைய கட்டுப்பாட்டின்கீழ் கொண்டுவர முடியாமல் போய்விடுகிறது.

நாம் மேற்கொண்டிருக்கின்ற பணித்திட்டம் தொடர்பான இடையூறுகள், நம்முடைய உற்பத்தித்திறன்மீது அவ்வளவு தீவிரமான தாக்கம் ஏற்படுத்துவதில்லை. நாம் ஈடுபட்டிருக்கின்ற ஒரு பணித்திட்டம் தொடர்பாக நமக்கு வருகின்ற மின்னஞ்சல் இதற்கான ஓர் எடுத்துக்காட்டு. ஆனால், நாம் ஒரு சமயத்தில் ஏகப்பட்டத் திட்டங்களில் ஈடுபட்டிருப்போம் என்பதுதான் இங்கு பிரச்சனையே.

நமக்கு வருகின்ற மின்னஞ்சல், நாம் தற்போது ஈடுபட்டிருக்கின்ற பணித்திட்டம் தொடர்பானதாக இல்லாமல் இருந்தால், அத்தகைய இடையூறுக்கு நாம் ஒரு பெரிய விலையைக் கொடுக்க வேண்டியிருக்கும். ஓர் இடையூறு ஏற்பட்டால் நாம் மீண்டும் முதலில் ஈடுபட்டிருந்த காரியத்திற்குத் திரும்புவதற்கு நமக்குச் சராசரியாக இருபத்தைந்து நிமிடங்கள் ஆகும். விஷயம்

இதோடு நிற்பதில்லை. நாம் நம் இடையூறிலிருந்து மீண்டவுடன் நேராக நாம் முதலில் பார்த்துக் கொண்டிருந்த பணித்திட்டத்திற்கு வருவதில்லை. நாம் வேறு பல காரியங்களில் ஈடுபடத் துவங்கிவிடுகிறோம். நாம் சராசரியாக இப்படிப்பட்ட 2.26 வேறு வேலைகளுக்குச் சென்றுவிட்டுத்தான் முதலில் பார்த்துக் கொண்டிருந்த பணித்திட்டத்திற்குத் திரும்பி வருகிறோம் என்று ஆய்வுகள் கூறுகின்றன.*

எவ்வளவு அடிக்கடி உங்களுக்கு நீங்களே இடையூறு ஏற்படுத்திக் கொள்கிறீர்கள் என்ற விழிப்புணர்வு உங்களுக்கு ஏற்பட்டுவிட்டால், மீண்டும் முன்பு வேலை பார்த்து வந்த விதத்திற்குத் திரும்புவது கடினம். அதனால்தான் கவனக்குவிப்பிடத்தைச் சிறப்பாக நிர்வகித்து வருவது இன்றியமையாததாக ஆகிறது. கவனச்சிதறல்கள் தலைதூக்குவதற்கு முன்பாகவே அவற்றைப் பணிய வைப்பதன் மூலம் உங்களால் ஒரு விஷயத்தில் நீண்டநேரம் கவனத்தைக் குவிக்க முடியும்.**

நாம் ஏன் கவனச்சிதறல்களை விரும்புகிறோம்

நாம் கவனச்சிதறல்களுக்குப் பலியாவதற்கு ஓர் எளிய காரணம் இருக்கிறது. அவை உருப்படியானவை அல்ல

* நாற்பது வயதைக் கடந்த பிறகு கவனச்சிதறல்களுக்கு நாம் இன்னும் கூடுதலான விலையை அளிக்க வேண்டியிருக்கிறது. நமக்கு வயதாக ஆக, நம்முடைய கவனக்குவிப்பிடத்தின் அளவு குறைந்து கொண்டே வருகிறது. அதனால் அதிலிருந்து மீண்டு வருவது இன்னும் அதிகச் சிரமமாக ஆகிறது. ஆனால் விநோதமாக, உங்களுடைய கவனக்குவிப்பிடத்தின் அளவு குறைந்தாலும், நம் மனம் அலைபாய்வதும் குறைகிறது. நம் மூளையிலுள்ள தகவல்களைக் கையாளுகின்ற அமைப்பு, நமக்கு வயது ஏறிக் கொண்டே போகின்றபோது சுருங்குகிறது. அதனால், ஒன்றுக்குப் பிறகு ஒன்று என்று அடுத்தடுத்துக் கவனச்சிதறல்களால் நாம் பலியாவதற்கான வாய்ப்புகள் குறைகின்றன.

** பல்பணியாக்கத்தைப் பொறுத்தவரை, ஆண்களுக்கும் பெண்களுக்கும் இடையே ஏதாவது வித்தியாசம் இருக்கிறதா என்ற கேள்வி, அது தொடர்பான ஆய்வுகளின்போது அடிக்கடித் தலைதூக்கியது. பெண்கள் குறைவான இடையூறுகளை எதிர்கொள்கின்றனர் என்பதும் தங்களுக்குத் தாங்களே குறைவான குறுக்கீடுகளை ஏற்படுத்திக் கொள்கின்றனர் என்பதும் அந்த ஆய்வுகளில் வெளிப்பட்டது. ஒரே நேரத்தில் பல வேலைகளில் ஈடுபட்டிருக்கும்போதும்கூட இதுதான் பெண்களுக்கு நிகழ்ந்தது.

என்பதை நாம் அறிவோம் என்றாலும், அக்கணத்தில் நாம் செய்து கொண்டிருக்கின்ற வேலையைவிட அவை அதிக சுவாரசியமானவையாக இருக்கின்றன. நாம் பார்த்துக் கொண்டிருக்கின்ற ஒரு வேலை குறித்து நம்முடைய மூளை லேசான எதிர்ப்புணர்வு கொண்டிருந்தால்கூட, அது வசீகரமான காரியங்களில் ஈடுபடத் தொடங்கிவிடுகிறது.

உங்களுடைய மனத்தை நீங்கள் அதன் போக்கில் விட்டுவிட்டால், நீங்கள் இப்போது பார்த்துக் கொண்டிருக்கின்ற வேலையை விட்டுவிட்டு, சுவாரசியமான, பெரும்பாலும் முக்கியத்துவம் இல்லாத விஷயங்களை நோக்கி அது ஓடத் துவங்கிவிடும்.

கவனச்சிதறல்களை நோக்கிய நம்முடைய ஈர்ப்பு நம்முடைய மூளையின் புதுமைச் சாய்வுப் போக்கால் மேலும் மோசமடைகிறது. இதை வலைத்தளங்களும் அலைபேசிச் செயலிகளும் தங்களுக்குச் சாதகமாகப் பயன்படுத்திக் கொள்கின்றன. எடுத்துக்காட்டாக, டுவிட்டர் போன்ற தளத்திற்கு நீங்கள் ஒவ்வொரு முறை செல்கின்றபோதும், உங்களுடைய டுவீட்டைப் பகிர்ந்தவர்கள் பற்றிய தகவல்கள், புதிதாக உங்களைப் பின்பற்றிக் கொண்டிருப்பவர்கள் குறித்த விபரங்கள் என்று அங்கு உங்களை வரவேற்க ஏராளமான தகவல் அறிவிப்புகள் காத்துக் கொண்டிருக்கும். நாள் முழுவதும் இதைச் சோதித்துக் கொண்டிருக்க உங்களுக்கு எழுகின்ற தூண்டுதல்களைக் கட்டுப்படுத்திக் கொள்வது கடினம். சமூக ஊடகங்களில் உங்களுடைய பக்கத்திற்கு நீங்கள் வருகின்றபோது, அங்கு உங்களுக்குப் புதிய தகவல் ஏதும் இல்லை என்றாலும், புதிய தகவல் அங்கு இருப்பதற்கான சாத்தியக்கூறு உங்களை அங்கு கவர்ந்திழுக்கும். இக்காரணத்திற்காகவே நான் ஒரு சில ஆண்டுகளுக்கு முன்பு என்னுடைய ஃபேஸ்புக் கணக்கை மூடிவிட்டேன்.

நான் இப்புத்தகத்தை என்னுடைய கணினியில் தட்டச்சு செய்து கொண்டிருக்கிறேன். எந்தக் கணத்தில் வேண்டுமானாலும், என் மவுஸை ஒரு சொடுக்குச் சொடுக்கிப் புதிய தளங்களைத் திறந்து மணிக்கணக்கில் என்னால் அங்கு மேய்ந்து கொண்டிருக்க முடியும் என்பதை நான் அறிவேன். எழுதுவது ஒரு கடினமான பணி.

அதனால் அதை என் மூளை எதிர்க்கிறது. எழுதுவதன் இறுதி விளைவை நான் கொண்டாடுகிறேன். ஆனால் அச்செயல்முறைக்கு, சமூக ஊடகங்களில் மேய்வதற்கும், மின்னஞ்சல்களைப் பார்ப்பதற்கும், செய்திகளைப் படிப்பதற்கும் தேவைப்படுகின்ற கவனத்தையும் ஆற்றலையும்விடக் கூடுதலான கவனமும் ஆற்றலும் தேவைப்படுகின்றன. என்னுடைய கணினியில் இருக்கின்ற கவனச்சிதறல் காரணிகளை நான் முன்னதாகவே செயலிழக்கச் செய்யாவிட்டால், என் உற்பத்தித்திறன் கணிசமாகக் குறைந்துவிடும்.

என்மீது நான் ஒரு சிறிய பரிசோதனை செய்து கொள்ள விரும்பினேன். இன்று நான் எழுத உட்கார்ந்தபோது, நான் என்னுடைய கணினியிலுள்ள பல செயலிகளைச் செயலிழக்கச் செய்யவில்லை. சிறிது நேரத்தில் என் மனம் தறிகெட்டு ஓடத் துவங்கியது. இறுதியில் நான் டுவிட்டர், நியூயார்க் டைம்ஸ் போன்ற பத்திரிகைத் தளங்கள், என்னுடைய மூன்று மின்னஞ்சல் கணக்குகள், அமேசான் தளம் ஆகியவற்றில் முப்பது நிமிடங்கள் செலவழித்திருந்தேன் என்பதை நான் அறிந்தேன்.

இதில் வேடிக்கை என்னவென்றால், நான் காலையில் வழக்கமாகப் பண்ணுகின்ற தியானத்தில் ஈடுபட்டிருந்ததற்குப் பின்புதான் இது நிகழ்ந்திருந்தது. உங்களுக்கும் இது போன்ற பிடித்தமான வலைத்தளங்கள் இருக்கும். உங்களுக்குப் பிடிக்காத வேலைகளில் நீங்கள் ஈடுபட்டிருக்கின்றபோது அவற்றை நோக்கி நீங்கள் ஈர்க்கப்படுவீர்கள்.

நான் உற்பத்தித்திறன் குறித்த வல்லுநராக இருந்தாலும், சுயகட்டுப்பாடு என்று வருகின்றபோது, நான் ஓர் அதிமனிதன் இல்லை என்பதை மேலே குறிப்பிடப்பட்டுள்ள சம்பவம் உங்களுக்கு எடுத்துரைக்கும். அதனால்தான், கவனச்சிதறல்கள் ஏற்படுவதற்கு முன்பாகவே அவற்றைத் தடுக்க நான் முயல்கிறேன். நீங்கள் எவ்வளவு நேரம் கவனக்குவிப்பில் ஈடுபடப் போகிறீர்கள் என்பதைத் தேர்ந்தெடுத்தப் பிறகு, கவனச்சிதறல்களை நீக்குவதுதான் சிதறா கவனக்குவிப்பின் இரண்டாவது நடவடிக்கையாகும். ஒரு காரியத்தில் இறங்குவதற்கு முன்பாகவே கவனச்சிதறல்களை நீக்கிவிடுவது அவ்வேலையைச்

சுலபமாக்கும். அப்படிச் செய்யும்போது, உங்களுடைய கவனக்குவிப்பிடத்தில் உங்களுடைய முக்கியமான வேலை அரங்கேறுகிறபோது, அங்கு அதற்குப் போட்டியாக வேறு எதுவும் இருக்காது.

நான்கு விதமான கவனச்சிதறல்கள்

நம்முடைய குறிக்கோள்களிலிருந்து நம்மை விரட்டுகின்ற ஒன்றை நான் கவனச்சிதறல் என்று அழைக்கிறேன். இந்தக் கண்ணோட்டத்தில் பார்த்தால் கவனச்சிதறல்களும் இடையூறுகளும் ஒன்றுதான். ஏனெனில், அவை இரண்டுமே நாம் சாதிக்க விரும்புவதை நம்மிடமிருந்து தள்ளி வைக்கின்றன.

நாம் முன்பு பார்த்த வரைபடத்தில் இடம் பெற்றிருந்த "கவனத்தைச் சிதறடிக்கின்ற வேலைகளை" நம்மால் நான்காகப் பிரிக்க முடியும். கவனச்சிதறல்கள்:

நான்கு விதமான கவனச்சிதறல்கள் மற்றும் இடையூறுகள்

	எரிச்சலூட்டுபவை	**குதூகலமூட்டுபவை**
கட்டுப்படுத்தப்பட முடியாதவை		
கட்டுப்படுத்தப்படக் கூடியவை		

நீங்கள் முதல் வரைபடத்தில் "கவனத்தைச் சிதறடிக்கின்ற வேலைகள்" என்ற கால்சதுரத்தில் குறித்திருந்த வேலைகளை எடுத்துக் கீழே கொடுக்கப்பட்டுள்ள வரைபடத்தில் குறிப்பிட்டுள்ளபடி அவற்றைப் பிரியுங்கள். அவற்றில் உங்களுடைய கவனத்தைச் சிதறடிக்கின்ற அனைத்து

விஷயங்களையும், அவை சிறிதாக இருக்கின்றனவா அல்லது பெரிதாக இருக்கின்றனவா என்பதைப் பற்றிக் கவலைப்படாமல், வகை பிரியுங்கள். நீங்கள் வேலை பார்த்துக் கொண்டிருக்கின்றபோது செல்கின்ற வலைத்தளங்கள் மற்றும் சமூக ஊடகங்களையும் அதில் சேர்த்துக் கொள்ளுங்கள்.

இனி அவற்றை ஓர் எடுத்துக்காட்டின் மூலம் அலசலாம்.

நான்கு விதமான கவனச்சிதறல்கள் மற்றும் இடையூறுகள்

	எரிச்சலூட்டுபவை	குதூகலமூட்டுபவை
கட்டுப்படுத்தப்பட முடியாதவை	• அலுவலகத்திற்கு நேரில் வருபவர்கள் • சத்தமாகப் பேசுகின்ற சக ஊழியர்கள் • சந்திப்புக்கூட்டங்கள்	• குழுவாகச் சேர்ந்து சாப்பிடுதல் • தொலைபேசி அழைப்புகள் • காபி நேர வம்பு அரட்டைகள்
கட்டுப்படுத்தப்படக் கூடியவை	• மின்னஞ்சல்கள் • தொலைபேசி அழைப்புகள் • சந்திப்புக்கூட்டங்கள்	• இணையச் செய்தித் தளங்கள் • சமூக ஊடகங்கள் • இணைய அரட்டைத் தளங்கள்

முதலில் நம் கட்டுப்பாட்டில் இல்லாத விஷயங்களை எடுத்துக் கொண்டு அவற்றை எப்படிக் கையாள்வது என்று பார்க்கலாம்.

பொதுவாக, கவனச்சிதறல்கள் இரண்டு இடங்களில் இருந்து உதயமாகின்றன. ஒன்று நம்மிடத்திலிருந்து, மற்றொன்று பிறரிடமிருந்து. ஆனால், இவையிரண்டையுமே அவை தோன்றுவதற்கு முன்னாலேயே கிள்ளியெறிந்துவிட வேண்டும். கவனச்சிதறல்களே உதயமாகாமல் பார்த்துக் கொள்வது சாத்தியமற்றது. சிதறா கவனக்குவிப்பை மனத்தில் வைத்து, இரண்டு மணி நேரம் தொடர்ந்து வேலை பார்க்க வேண்டும் என்பதற்காக அலுவலகத்தில் நம்முடைய அறையின் கதவை அடைத்துவிடுவதாக வைத்துக் கொள்வோம். அப்போதும் தொலைபேசி அழைப்புகள்

வருவதையோ, யாராவது உங்களுடைய அறைக் கதவைத் தட்டுவதையோ உங்களால் தடுக்க முடியாது. அனைத்துக் கவனச்சிதறல்களும் தடுக்கப்படக்கூடியவை அல்ல. அப்படியே முடிந்தாலும் அதற்கு நாம் சமூகரீதியாக ஒரு பெரும் விலையைக் கொடுக்க வேண்டியிருக்கும். ஆனால் வெளியிலிருந்து எவ்வளவு குறுக்கீடுகள் வருகின்றனவோ அதே அளவு குறுக்கீடுகளை நமக்கு நாமே செய்து கொள்கிறோம் என்று ஆய்வுகள் தெரிவிக்கின்றன.* "வெளியிலிருந்து வருகின்ற குறுக்கீடுகளைக் களைவதற்கான வழிகளை ஆராய்வது பிரச்சனையில் பாதியைத்தான் தீர்க்கும்," என்று குளோரியா மார்க் கூறுகிறார்.

நமக்கு நாமே ஏற்படுத்திக் கொள்கின்ற இடையூறுகள், பிறர் நமக்கு ஏற்படுத்துகின்ற குறுக்கீடுகளைவிட அதிகப் பாதிப்பை ஏற்படுத்துகின்றன. வெளியிலிருந்து வருகின்ற குறுக்கீடுகளுக்குப் பிறகு நாம் நம்முடைய வேலைக்குத் திரும்ப நமக்கு இருபத்து மூன்று நிமிடங்கள் பிடிக்கின்றன. ஆனால் நம்முடைய சொந்தக் குறுக்கீடுகளிலிருந்து மீண்டு நம் வேலைக்குத் திரும்ப நமக்கு இருபத்தொன்பது நிமிடங்கள் ஆகின்றன. இருபத்து மூன்று நிமிடங்களோ அல்லது இருபத்தொன்பது நிமிடங்களோ, நாம் நம்முடைய உற்பத்தித்திறனில் ஒரு பெரும் பகுதியை இழக்கிறோம் என்ற உண்மையை நாம் மறக்கக்கூடாது.

குறுக்கீடுகளை நம்மால் தடுக்க முடியாது என்றாலும், அவற்றுக்கு நாம் எப்படி எதிர்வினை ஆற்றுகிறோம் என்பது நம் கட்டுப்பாட்டில்தான் இருக்கிறது. அலுவலகத்திற்கு நேரில் வருபவர்கள், சத்தமாகப் பேசுகின்ற சக ஊழியர்கள், தேவையற்றச் சந்திப்புக்கூட்டங்கள் போன்ற எரிச்சலூட்டுகின்ற விஷயங்கள் நம்முடைய கவனத்தைத் திருடிச் சென்றுவிடாமல் இருப்பதற்கு, எவ்வளவு விரைவாக முடியுமோ, அவ்வளவு விரைவாக நீங்கள் உங்களுடைய வேலைக்குத் திரும்பிவிட வேண்டும்.

நம்முடைய கட்டுப்பாட்டில் இல்லாத, ஆனால் நமக்குக் குதூகலமளிக்கின்ற குறுக்கீடுகளுக்கும் நாம்

---

* நீங்கள் ஒரு மேலாளராகவோ அல்லது குழுத் தலைவராக இருந்தால் இது உங்களுக்குப் பொருந்தாது. இல்லையெனில், சுமார் 60 சதவீதக் குறுக்கீடுகள் பிறரிடமிருந்துதான் வருகின்றன.

திட்டவட்டமான முறையில் எதிர்வினையாற்ற வேண்டும். நான் மிகவும் தடுமாறிக் கொண்டிருக்கின்ற விஷயம் இதுதான். இப்படிப்பட்டக் குறுக்கீடுகள் வந்தால், பொதுவாக நான் அவற்றை எரிச்சலுடன் எதிர்கொள்வேன். குழுவாகச் சேர்ந்து சாப்பிடுதல், ஓர் இக்கட்டான நேரத்தில், நாம் நேசிப்பவர்களிடமிருந்து நமக்கு வருகின்ற தொலைபேசி அழைப்புகள் போன்றவை நம் கட்டுப்பாட்டில் இல்லை என்பதை ஏற்றுக் கொண்டு, முடிந்தவரை அவற்றை இரசிக்க முயல்வதுதான் சரியான காரியமாக இருக்கும் என்பதை இப்போது நான் உணர்ந்துள்ளேன். ஆனால் அதிலிருந்து எவ்வளவு விரைவாக விடுபட்டு என்னுடைய வேலைக்குத் திரும்ப முடியுமோ அவ்வளவு விரைவாகத் திரும்ப நான் முயற்சி செய்கிறேன். நம் கட்டுப்பாட்டில் இல்லாத விஷயங்கள் குறித்து எரிச்சலடைவது நேரம் மற்றும் ஆற்றல் விரயம் மட்டுமே.

கவனச்சிதறல்கள் இல்லா நிலை

நம்முடைய கவனச்சிதறல்களில் பெரும்பாலானவை கட்டுப்படுத்தப்படக்கூடியவையே. அதனால் அவை தோன்றுவதற்கு முன்பாகவே அவற்றை நாம் அடிபணிய வைத்துவிட வேண்டும்.

நான்கு விதமான கவனச்சிதறல்கள் மற்றும் இடையூறுகள்

	எரிச்சலூட்டுபவை	குதூகலமூட்டுபவை
கட்டுப்படுத்தப்பட முடியாதவை	• கையாண்டுவிட்டு, விரைவாக ஏற்கனவே பார்த்துக் கொண்டிருக்கின்ற வேலைக்குத் திரும்பிவிட வேண்டும்.	• இரசித்து அனுபவியுங்கள்!
கட்டுப்படுத்தப்படக் கூடியவை	• தோன்றுவதற்கு முன்பாகவே அவற்றைக் கையாளுங்கள்	

காலப்போக்கில், வேலை செய்வதற்கு நான் இரண்டு விதமான சூழல்களை உருவாக்கிக் கொண்டேன்.

1. **கவனச்சிதறல் இல்லாத சூழல். எப்போதெல்லாம் சிதறா கவனக்குவிப்பு தேவைப்படுகின்றதோ அப்போதெல்லாம் நான் இதற்குள் புகுந்து கொள்கிறேன்.**
2. **கவனச்சிதறல் குறைவாக இருக்கின்ற சூழல். என்னால் சமாளித்துக் கொள்ள முடிகின்ற கவனச்சிதறல்களைக் கொண்ட சூழல்களில் நான் நாள் முழுவதும் இயங்குகிறேன்.**

நாள் முழுவதும் நாம் இரண்டு விதமான வேலைகளில் ஈடுபட்டு வருகிறோம். ஒன்று கவனக்குவிப்பான வேலை. மற்றொன்று கூட்டு வேலை. கவனக்குவிப்பான வேலையைப் பொறுத்தவரை, அதில் நாம் எந்த அளவு ஆழமாக இறங்குகிறோமோ அந்த அளவு நம்முடைய உற்பத்தித்திறன் அதிகரிக்கும். ஜார்ஜ்டவுன் பல்கலைக்கழகப் பேராசிரியரும் நூலாசியருமான கால் நியூபோர்ட், இதை “கருமமே கண்ணான வேலை”* என்று அழைக்கிறார்.

நீங்கள் செய்கின்ற கவனக்குவிப்பான வேலை மற்றும் கூட்டு வேலையின் அளவு உங்களுடைய பணியைப் பொறுத்து வேறுபடும். நீங்கள் ஒரு நிர்வாக உதவியாளராக இருந்தால், உங்களுடைய வேலையில் 90 சதவீதம் கூட்டு வேலையாகவும் மீதியுள்ள 10 சதவீதம் கவனக்குவிப்பு வேலையாகவும் இருக்கும். நீங்கள் ஓர் எழுத்தாளராக இருந்தால், உங்களுடைய வேலையில் 90 சதவீதம் கவனக்குவிப்பு வேலையாகவும் மீதியுள்ள 10 சதவீதம் கூட்டு வேலையாகவும் இருக்கும். உங்களுடைய வேலையில் இது எப்படி இருக்கிறது என்று உங்களை நீங்களே கேட்டுக் கொள்ளுங்கள்.

*கால் நியூபோர்ட்டின் ‘டீப் வொர்க்’ என்ற நூலின் தமிழாக்கம் ‘கருமமே கண்ணாக!’ என்ற தலைப்பில் வெளியாகியுள்ளது.

மறுபுறம், கூட்டு வேலை என்பது பிறருடன் இணைந்து பணியாற்றுகின்ற வேலை. அப்படி இருக்கின்ற பட்சத்தில், மற்றவர்களுக்கு நீங்கள் தேவைப்படுகின்ற நேரத்தில் நீங்கள் அவர்களுக்குக் கிடைக்கின்ற விதத்தில் நீங்கள் இயங்க வேண்டும். உங்கள் குழுவில் உள்ளவர்கள் எந்த அளவுக்கு ஒருவருக்கொருவர் கிடைத்துக் கொண்டிருக்கிறீர்களோ அந்த அளவுக்கு உங்களுடைய குழுவின் உற்பத்தித்திறன் சிறப்பாக இருக்கும். இப்படிப்பட்ட வேலைகளில் இருக்கின்றபோது, குறைவான கவனச்சிதறல் உள்ள நிலையில் நீங்கள் இயங்கிக் கொண்டிருப்பதை நீங்கள் உறுதி செய்து கொள்ள வேண்டும்.

கவனச்சிதறல் இல்லா நிலையை உருவாக்கிக் கொள்வது என்பது கட்டுப்படுத்தப்படக்கூடிய அனைத்துக் கவனச்சிதறல்களையும் முன்கூட்டியே களைந்துவிட உங்களுக்கு உதவுகிறது. அப்படிப்பட்டச் சூழலில், உங்கள் கையில் தற்போது இருக்கின்ற காரியத்தில் கவனத்தைக் குவிப்பதைத் தவிர மூளைக்கு வேறு வழி இல்லாமல் போய்விடும்.

இதற்கு நான் கீழ்க்கண்ட உத்திகளைப் பயன்படுத்துகிறேன்:

- **என்னுடைய கணினியில் கவனச்சிதறல்களைத் தடுக்கின்ற ஒரு செயலியை நான் நிறுவியுள்ளேன். என்னுடைய உற்பத்தித்திறனைச் சிதைக்கின்ற அமேசான் போன்ற வலைத்தளங்களையும் மின்னஞ்சல்களையும் சமூக ஊடகங்களையும் நான் அணுக முடியாதவாறு அது என்னைத் தடுத்துவிடும். எந்தெந்த வலைத்தளங்களைத் தடுக்க வேண்டும் என்று நான் அதில் பதிவு செய்துவிடுவேன். நான் எவ்வளவு நேரம் சிதறா கவனக்குவிப்புடன் வேலை செய்ய விரும்புகிறேனோ அவ்வளவு நேரத்திற்கு அந்தத் தடை இருக்குமாறு அச்செயலியில் நான் ஏற்பாடு செய்து கொள்வேன். அதற்கு முன்பு நான் தடை செய்திருந்த வலைத்தளங்களை அணுக வேண்டும் என்றால், நான் என் கணினியை அணைத்து மீண்டும் துவக்க வேண்டும். என்னுடைய வேலைகளில் பெரும்பாலானவற்றை**

நான் என்னுடைய கணினியில் மேற்கொள்வதால், இது நான் மேற்கொள்கின்ற ஒரு முக்கியமான ஏற்பாடாகும். அதோடு, நான் என் கணினியில் உள்ள "டு நாட் டிஸ்ட்ர்ப்" என்ற வசதியைப் பயன்படுத்தி, எனக்கு வருகின்ற தகவல் குறிப்புகளைத் தற்காலிகமாக நிறுத்தி வைக்கிறேன்.

- **என் அலைபேசியையும் "டு நாட் டிஸ்ட்ர்ப்" என்ற நிலையில் வைத்துவிட்டு, அதை வேறு ஓர் அறையில் கொண்டுபோய் வைத்துவிடுவேன்.**
- **ஒரு கப் காபி குடிப்பேன்.**
- **வெளிச் சத்தங்களைத் தடுக்கின்ற ஒரு "ஹெட் ஃபோனையும்" நான் காதில் மாட்டிக் கொள்வேன்.**

ஒரு நாளின் வெவ்வேறு நேரங்களில் எந்த மாதிரியான கவனச்சிதறல்கள் உங்களுடைய உற்பத்தித்திறனைப் பாதிக்கின்றன? மேலே குறிப்பிட்டுள்ளது போன்ற தடுப்புச் செயலியையோ அல்லது வேறு உத்திகளையோ பயன்படுத்தி அவற்றில் எவற்றையெல்லாம் உங்களால் தடுக்க முடியும்? மேலே நான் குறிப்பிட்டுள்ள உத்திகளில் வேறு எது உங்களுக்கு ஒத்துப் போகும் என்று பாருங்கள். அப்படியும் உங்களுக்குக் கவனச்சிதறல் ஏற்பட்டால், அது எதனால் ஏற்பட்டது என்று கண்டுபிடியுங்கள். அடுத்த முறை நீங்கள் கவனக்குவிப்பில் ஈடுபடுகின்றபோது அதை உங்களால் முன்கூட்டியே தடுத்துவிட முடியும். எடுத்துக்காட்டாக, நான் கவனச்சிதறலற்ற நிலையில் வேலை செய்து கொண்டிருக்கின்றபோது ஏதாவது ஒரு புதிய வலைத்தளமோ அல்லது ஒரு செயலியோ என்னுடைய கவனத்தைத் திசைதிருப்புவதைக் கண்டால், தடுக்கப்பட வேண்டிய செயலிகள் அல்லது வலைத்தளங்களின் பட்டியலில் அதை நான் சேர்த்துவிடுவேன்.

கவனச்சிதறலற்ற நிலையில் இயங்குவதற்கு இதோ மேலும் சில உத்திகள்:

- **தடுப்புச் செயலிகள் சந்தையில் மலிந்து கிடக்கின்றன. சில செயலிகளுக்கு நீங்கள் கட்டணம் செலுத்த வேண்டியிருக்கும்.**

- **உங்களுடைய அலுவலகக் கணினியில் தடுப்புச் செயலிகளை நிறுவ உங்களுடைய அலுவலக விதிமுறைகள் அனுமதிக்காவிட்டால், கவனக்குவிப்பான வேலைகளில் ஈடுபடுகின்றபோது, இணையத்திலிருந்து உங்களைத் துண்டித்துக் கொள்ளுங்கள்.**

- **உங்களுடைய அலுவலக விதிமுறைகள் அனுமதித்தால், அமைதியாக இருக்கின்ற வேறு சூழல்களுக்குச் சென்று உங்களுடைய வேலைகளைச் செய்யுங்கள்.**

- **உங்களைத் தனிமைப்படுத்திக் கொள்வதற்கு நீங்கள் ஒரு விலையைக் கொடுக்க வேண்டியிருக்கும் என்பதை நினைவில் கொள்ளுங்கள். அதை நீங்கள் மிகைப்படுத்திக் கொள்ளவும் வேண்டாம், அதைக் குறைவாக மதிப்பிட்டுவிடவும் வேண்டாம்.**

- **கவனக்குவிப்புடன் ஒரு வேலையை நீங்கள் வெற்றிகரமாகச் செய்து முடித்தவுடன், உங்களுக்கு நீங்களே வெகுமதியளித்துக் கொள்ளுங்கள்.**

- **உங்களுடைய குழுவினருக்கும் கவனச்சிதறல் இல்லா சூழல் ஒன்றை உருவாக்கிக் கொடுங்கள். டேல் பார்ட்ரிட்ஜ், செவன்லி என்ற நிறுவனத்தின் முதன்மை நிர்வாக அதிகாரியாக இருந்தபோது, தன் நிறுவனத்தில் இருந்த 45 ஊழியர்களுக்கும் ஒரு தனித்துவமான மேசை விளக்கை வாங்கிக் கொடுத்ததோடு, கவனக்குவிப்பான வேலையில் ஈடுபடுகின்றபோது அவர்கள் அதை எரியவிடலாம் என்றும், அப்போது வேறு எவரும் அவர்களைத் தொந்தரவு செய்யக்கூடாது என்றும் உத்தரவிட்டார். அது மிகவும் பிரபலமானதால், அவர்கள் ஒரு நாளுக்கு மூன்று மணி நேரத்திற்கு மேல் அந்தச் சலுகையைப் பயன்படுத்தக்கூடாது என்ற வரம்பை அவர் நிர்ணயிக்க வேண்டி வந்தது!**

கவனச்சிதறல்கள் இல்லா நிலை, உங்களுடைய அலுவலகச் சூழலைப் பொறுத்தது. நீங்கள் உங்களுக்காக

மட்டுமே வேலை செய்து வந்தாலோ அல்லது உங்களுடைய அலுவலகத்தில் கதவுடன்கூடிய ஒரு தனியறை உங்களுக்கு இருந்தாலோ, கவனச்சிதறல்களைக் களைவதற்கு உங்களுக்குக் கூடுதல் வாய்ப்பு இருக்கும். இப்போது பல அலுவலகங்களில் இருப்பது போன்ற, அறைகள் ஏதுமற்ற ஓர் அலுவலகச் சூழலில் நீங்கள் வேலை பார்த்தால், கவனச்சிதறலைத் தடுக்கின்ற வலுவான அமைப்புமுறை ஒன்றை உங்களுக்காக உருவாக்கிக் கொள்வது கடினம்.

கவனச்சிதறல் இல்லாத ஒரு சூழலில் வேலை பார்க்கின்றபோது எனக்கு ஓர் ஆசுவாசமான உணர்வு ஏற்படும். அர்த்தமுள்ள ஏதோ ஒன்றைச் சாதித்துவிட்டத் திருப்தி எனக்குக் கிடைக்கும். அச்சூழல் உங்களுடைய ஆற்றலைச் சேமிக்கவும் உதவும். அதனால் தேவையற்ற இடைவேளைகளை எடுக்க வேண்டிய அவசியமின்றி உங்களால் நீண்ட நேரம் வேலை செய்ய முடியும்.

கவனச்சிதறல் குறைவாக இருக்கின்ற சூழல்

சிதறா கவனக்குவிப்புடன் நம்மால் 100 சதவீத நேரம் வேலை செய்ய முடியாது என்பதால், குறைவான கவனச்சிதறல்கள் இருக்கின்ற சூழல்களில் வேலை பார்ப்பதிலுள்ள அனுகூலங்களை இரசிப்பதற்கு நாம் பழகிக் கொள்ள வேண்டும். எந்தக் கவனச்சிதறல்கள் குறைத்துக் கொள்ளப்படுவதற்குத் தகுதியானவை என்பதைக் கண்டுபிடிக்க உங்களிடம் நீங்கள் இப்படிக் கேட்டுக் கொள்ளுங்கள்: இருபது நிமிடங்களுக்கு மேற்பட்ட உற்பத்தித்திறனை விழுங்கிவிடுகின்ற கவனச்சிதறல்கள் எவையெவை? இப்படிப்பட்டக் கவனச்சிதறல்களை முற்றிலுமாக ஒழிப்பது சாத்தியமில்லை என்றால்கூட, உங்களுடைய கவனத்தை இந்த அளவு நீண்டநேரம் சிதைத்துக் கொண்டிருக்கின்ற கவனச்சிதறல்கள் எவையென்று அறிந்து வைத்திருப்பது பயனுள்ளதாக இருக்கும்.

இதற்கான சிறந்த எடுத்துக்காட்டு மின்னஞ்சல்கள். இதை முற்றிலுமாக ஒழிக்க முடியாது,

ஆனால் ஓரளவு கட்டுப்படுத்தலாம். சந்திப்புக்கூட்டங்கள் அதிகமான நேரத்தையும் குறைவான கவனத்தையும் எடுத்துக் கொள்கின்றன. ஆனால் மின்னஞ்சல்கள் அதிகமான கவனத்தையும் குறைவான நேரத்தையும் எடுத்துக் கொள்கின்றன. உங்களுடைய சக ஊழியர் ஒருவரிடமிருந்து உங்களுக்கு மின்னஞ்சல் வருகின்றபோது அது உங்களை வந்தடைந்துவிட்டது என்பதை உங்களிடம் தெரிவிப்பதற்கான செய்திக் குறிப்பை நீங்கள் பெறுவதற்கு ஏற்பாடு செய்திருந்தால், அவர் உங்களைத் தொந்தரவு செய்வதற்கு நீங்கள் அனுமதிக்கிறீர்கள் என்று அர்த்தம். ஒரு நாளின்போது மின்னஞ்சல்களை எப்போது பார்ப்பது என்பதை நீங்கள் முன்கூட்டியே தீர்மானித்து வைத்துவிட்டால், அதன்மீது உங்களுக்குக் கட்டுப்பாடு அதிகரித்துவிடும்.

மின்னஞ்சல்கள், சமூக ஊடகங்கள், சந்திப்புக்கூட்டங்கள் போன்றவற்றைப் பார்ப்பதற்கும் கையாள்வதற்கும் ஒரு குறிப்பிட்ட நேரத்தை நீங்கள் வரையறுத்துக் கொள்கின்றபோது, அவை இனியும் கவனச்சிதறல்களாக இருப்பதில்லை. தொழில்நுட்பம் என்பது நம்முடைய வசதிக்கானது. நம்முடைய வேலைகளுக்கு இடையூறாக இருக்க முயல்பவர்களின் சௌகரியத்திற்கானது அல்ல அது. ஒரு நாளில் எண்ணற்ற விஷயங்கள் நம்முடைய கவனத்தை ஈர்ப்பதற்காகப் போட்டி போட்டுக் கொண்டிருக்கின்றன. அவற்றில் நம்மைத் தொந்தரவு செய்து கொண்டிருக்கின்ற முக்கியமான ஐந்து விஷயங்கள்:

1. **தகவல் அறிவிப்புகள்**
2. **நவீன அலைபேசி மற்றும் அதைப் போன்ற உபகரணங்கள்**
3. **மின்னஞ்சல்**
4. **சந்திப்புக்கூட்டங்கள்**
5. **இணையம்**

இனி அவற்றை ஒவ்வொன்றாகப் பார்க்கலாம்.

1. தகவல் அறிவிப்புகள்

முன்பு ஓர் அத்தியாயத்தில், உங்களுடைய உபகரணங்களில் இப்படித் தகவல் அறிவிப்புகளை வெளியிடுகின்ற செயலிகளில் அவற்றை அணைத்துவிடும்படி நான் பரிந்துரை செய்திருந்தது உங்களுக்கு நினைவிருக்கலாம். இப்போதெல்லாம் நாம் ஒரே செயலியை நம்முடைய கணினி, அலைபேசி, கைக்கடிகாரம் போன்ற பல உபகரணங்களில் பயன்படுத்திக் கொண்டிருக்கிறோம். ஒரு செயலி அனுப்புகின்ற தகவல் அறிவிப்புகள் நம்முடைய இந்த அனைத்து உபகரணங்களுக்கும் ஒரே நேரத்தில் வருகின்றன. அது தேவையில்லை. ஒரே ஓர் உபகரணத்தில் மட்டுமே அது வரும்படி நீங்கள் ஏற்பாடு செய்து கொள்ளலாம்.

இப்படிச் செய்வதன் மூலம் உங்களை எப்போது தொந்தரவு செய்யலாம் என்பதை உங்களுடைய அலைபேசி தீர்மானிப்பதற்குப் பதிலாக, உங்களுடைய அலைபேசி உங்களை எப்போது தொந்தரவு செய்யலாம் என்பதைத் தீர்மானிக்கின்ற உரிமை உங்கள் கைகளுக்கு வந்துவிடுகிறது.

நீங்கள் பெறுகின்ற ஒவ்வொரு தகவல் அறிவிப்பும் நீங்கள் செய்து கொண்டிருக்கின்ற காரியத்திலிருந்து உங்களைக் கவர்ந்திழுத்து, நீங்கள் உங்களுடைய வேலையில் மூழ்கிக் கிடப்பதன் மூலம் என்னென்ன குதூகலங்களையும் வேடிக்கையையும் இழந்து கொண்டிருக்கிறீர்கள் என்பதை உங்களுக்கு நினைவுபடுத்துகிறது. தகவல் அறிவிப்புகள் சூழ்ச்சிமிக்கவை. அவற்றை நீங்கள் உற்று நோக்கும்போது, வெளிப்பார்வைக்கு அதைப் படிக்க உங்களுக்கு ஒரு கண நேரம் மட்டுமே போதுமானதாக இருக்கும் என்ற தோற்றம் ஏற்படும். ஆனால் அந்த டிஜிட்டல் சுழலுக்குள் நீங்கள் மாட்டிக் கொண்டால், அதிலிருந்து வெளியே வரக் குறைந்தபட்சம் அரை மணி நேரமாவது ஆகும். இப்படிப்பட்ட உற்பத்தித்திறன் விரயங்களுக்கு அவை தகுதியானவை அல்ல.

அதே நேரம், சில தகவல் அறிவிப்புகள் உருப்படியானவை. உங்களுக்கு வந்துள்ள தொலைபேசி அழைப்புகள் குறித்துத் தெரிவிக்கின்ற தகவல் அறிவிப்புகள்

இதற்கு ஓர் எடுத்துக்காட்டு. உங்களுக்கு வந்திருக்கின்ற மின்னஞ்சல்கள் குறித்தத் தகவல் அறிவிப்புகள், மின்னஞ்சல்களைத் திறக்காமலேயே, உங்களுக்கு ஏதாவது முக்கியமான அஞ்சல்கள் வந்திருக்கின்றனவா என்பதைத் தெரிந்து கொள்வதற்கு உதவும்.

நான் என்னுடைய அலைபேசியை தினமும் இரவு எட்டு மணியிலிருந்து காலை எட்டு மணிவரை 'ஏர்பிளேன்' மோடில் வைத்துவிடுவேன். அச்சமயத்தில்தான் என்னுடைய ஆற்றல் குறைவாக இருக்கும். இது உங்களுக்குத் தீவிரமானதாகத் தெரிந்தால், இதற்குப் பதிலாக 'டு நாட் டிஸ்டர்ப்' ஏற்பாட்டைப் பயன்படுத்திக் கொள்ளலாம்.

2. நவீன அலைபேசி மற்றும் அதைப் போன்ற உபகரணங்கள்

உங்களுடைய அலைபேசியை நீங்கள் எங்கே, எப்போது, எப்படிப் பயன்படுத்த வேண்டும் என்பதைத் திட்டவட்டமாகத் தீர்மானித்துக் கொள்வது நல்ல பலனளிக்கும்.

நவீன அலைபேசிகள் ஒரு வசீகரமான உபகரணம் என்பதில் எந்த மாற்றுக் கருத்தும் இல்லை. உங்களுடைய வேலை சிக்கலாக ஆகின்றபோது அல்லது உங்களுக்குச் சலிப்பூட்டுகின்றபோது, அலைபேசியின் பக்கம் உங்கள் கவனம் செல்வதை உங்களால் தவிர்க்க முடியாது. என்னுடைய அலைபேசியுடனான என்னுடைய உறவைக் காலப்போக்கில் நான் முற்றிலுமாக மாற்றிக் கொண்டேன். என்னுடனேயே எப்போதும் தூக்கித் திரிந்து கொண்டிருக்க வேண்டிய ஒரு சாதனமாக அதைக் கருதுவதை நான் நிறுத்திக் கொண்டேன். மாறாக, எனக்கு எரிச்சலூட்டுகின்ற ஓர் ஆற்றல்மிக்கக் கணினியாக அதை நான் பார்க்கத் துவங்கினேன். அது பல விதங்களில் நமக்குப் பரவசமூட்டுகின்ற காரணத்தால், கணினியைவிடக் கூடுதலாக அது நம்மைத் தொந்தரவு செய்ய நாம் அனுமதிக்கிறோம். இது போன்றதொரு சடப் பொருளுக்கு நாம் இந்த அளவு அதிகாரமளிக்க வேண்டிய தேவையில்லை.

நம்முடைய அலைபேசி ஒரு கணினியைப் போன்றதுதான் என்ற பிரக்ஞை எனக்கு ஏற்பட்டவுடன், நான் அதை என் பாக்கெட்டில் வைத்துக் கொள்வதற்குப் பதிலாக, என் மடிக்கணினியின் பைக்குள் வைத்துக் கொள்ளத் துவங்கினேன். தேவை ஏற்படுகின்றபோது மட்டுமே நான் அதை எடுத்துப் பார்ப்பேன். எந்தவிதமான குறிக்கோளுமின்றி நீங்கள் உங்களுடைய அலைபேசியை எடுத்துப் பார்க்கின்ற ஒவ்வொரு முறையும் நீங்கள் உங்களுடைய கவனக்குவிப்பைத் தடம் புரளச் செய்கிறீர்கள்.

உங்களுடைய அலைபேசியும் அதைப் போன்ற சாதனங்களும் உங்களுடைய வாழ்க்கையை ஆக்கிரமித்துக் கொள்ளாமல் இருப்பதற்கு மேலும் சில உத்திகள்:

காத்திருப்பு வரிசையில் நிற்கின்றபோது அலைபேசியை நோண்டிக் கொண்டிருப்பதைத் தவிருங்கள்

சாமான்கள் வாங்கிவிட்டு பில் போடுவதற்காகக் காத்திருக்கும்போது, வங்கிகளில் காத்துக் கொண்டிருக்கும்போது, விமான நிலையத்தில் காத்துக் கொண்டிருக்கும்போது, அலைபேசியைத் தஞ்சமடைவதை நிறுத்துங்கள். அந்த நேரத்தை, வாழ்க்கையில் நீங்கள் என்ன செய்து கொண்டிருக்கிறீர்கள் என்பதை அசை போடவும், உங்களுடைய தனிப்பட்ட வாழ்க்கை மற்றும் தொழில்வாழ்க்கையில் மேற்கொள்ளப்படுவதற்குச் சாத்தியமுள்ள மாற்று வழிமுறைகளைப் பற்றி யோசிக்கவும் பயன்படுத்திக் கொள்ளுங்கள்.

அலைபேசியை வேறு ஒருவருடன் பண்டமாற்றுச் செய்து கொள்ளுங்கள்

நீங்கள் நண்பர்களுடன் ஊர் சுற்றிக் கொண்டிருக்கின்றபோது, அல்லது ஓர் ஓட்டலில் உணவருந்திக் கொண்டிருக்கும்போது, உங்களுடைய அலைபேசியை உங்கள் நண்பரிடமோ அல்லது உங்களுடைய வாழ்க்கைத் துணைவரிடமோ பண்டமாற்றுச் செய்து கொள்ளுங்கள். அவசரமாக ஓர் அழைப்பு விடுக்க வேண்டுமென்றால், உங்கள் கையில் ஒரு சாதனம் இருக்கும். அதே நேரத்தில், உங்களுடைய சொந்த அலைபேசியில்

மூழ்கியிருப்பதுபோல அதில் நீங்கள் மூழ்கியிருக்க முடியாது.

ஏர்பிளேன் மோடைப் புத்திசாலித்தனமாகப் பயன்படுத்துங்கள்

நீங்கள் ஒரு நண்பருடன் காபி அருந்திக் கொண்டிருக்கின்றபோதோ அல்லது முக்கியமான வேலைகளில் ஈடுபட்டிருக்கும்போதோ உங்களுடைய அலைபேசியை ஏர்பிளேன் மோடில் போட்டுவிடுங்கள். நீங்கள் யாருடன் நேரத்தைச் செலவழித்துக் கொண்டிருக்கிறீர்களோ, அவர்கள்மீது உங்களுடைய முழுக் கவனத்தையும் செலுத்துவதற்கு இது உதவும். அதற்குப் பதிலாக அதை உங்களுடைய பாக்கெட்டில் போட்டால், அது அவ்வப்போது ஒலியெழுப்புவதும் சிணுங்குவதுமாக இருக்கும். அது கண்டிப்பாக உரையாடலுக்கு அல்லது வேலைக்கு இடையூறாக இருக்கும்.

இரண்டாவது உபகரணம் ஒன்றை வாங்குங்கள்

இது ஏறுக்குமாறான அறிவுரைபோலத் தோன்றலாம். நான் சமீபத்தில் ஒரு ஐபேட் வாங்கினேன். அதை ஒரே ஒரு விஷயத்திற்காக மட்டுமே நான் பயன்படுத்துகிறேன். என்னுடைய அலைபேசியில் நான் பதிவிறக்கம் செய்து வைத்திருந்த சமூக ஊடகங்களில் ஒரு சிலவற்றை மட்டும் வைத்துக் கொண்டு மற்ற அனைத்தையும் அதை நான் அந்த ஐபேடிற்கு மாற்றிவிட்டேன். நான் வேலை செய்கின்றபோது அதையும் நான் வேறு ஓர் அறையில் வைத்துவிடுவேன். இதற்கான செலவு அதிகம் என்றாலும், கவனக்குவிப்பிற்கு நான் கொடுத்திருந்த விலையாக அதை நான் எடுத்துக் கொண்டேன்.

உருப்படாத விஷயங்களின் கோப்பு ஒன்றை உருவாக்குங்கள்

உங்களுடைய கவனத்தை அடிக்கடித் திருடுகின்ற செயலிகளை, நீங்கள் உங்களுடைய அலைபேசியில் அல்லது ஐபேடில், “உருப்படாத விஷயங்களின் கோப்பு” என்ற தலைப்பில் ஒரு கோப்பை உருவாக்கி அதில்

போட்டு வையுங்கள். அதைப் பார்க்கும்போதெல்லாம், உங்களுடைய கவனத்தைத் திருடவிருக்கின்ற செயலிகள் அடங்கிய ஒரு கோப்பை நீங்கள் பார்க்கவிருக்கிறீர்கள் என்பது உங்களுடைய நினைவுக்கு வரும்.

உங்களுடைய செயலிகளின் எண்ணிக்கையைக் குறையுங்கள்

உங்களுடைய அலைபேசியில் உங்களுடைய கவனத்தை அதிகமாகக் களவாடுகின்ற செயலிகளை அதிலிருந்து நீக்கிவிடுங்கள். இது உங்களுக்கு ஒருவிதமான விடுதலை உணர்வைக் கொடுக்கும்.

கடந்த முப்பது ஆண்டுகளில் நம்முடைய வாழ்க்கைக்குள் ஏகப்பட்ட உபகரணங்கள் புகுந்துவிட்டன. சுமார் பத்து ஆண்டுகளுக்கு முன்பாக நான் ஒரு மடிக்கணினியை வாங்கினேன். அதற்குப் பிறகு ஒரு சாதாரணமான அலைபேசியை வாங்கினேன். பின் நவீன அலைபேசிக்கு மாறினேன். அதைத் தொடர்ந்து ஓர் ஐபேட் என் வாழ்விற்குள் அடியெடுத்து வைத்தது. பின்னர் 'ஃபிட்னஸ் டிராக்கர்' ஒன்று நுழைந்தது. வருங்காலத்தில் இன்னும் பல கண்டிப்பாக வரத்தான் செய்யும்.

இது நாம் மாட்டிக் கொண்டுள்ள ஒரு பொறி. நாம் உபகரணங்களின் பயன் குறித்துத் துளியும் யோசிக்காமல் அவற்றை வாங்கி அடுக்கிக் கொண்டிருக்கிறோம். ஹார்வர்டு வணிகப் பள்ளியைச் சேர்ந்த பேராசிரியர் கிளேட்டன் கிறிஸ்டென்சன், உபகரணங்களை எடைபோடுவதற்கு ஒரு பயனுள்ள, ஆனால் வித்தியாசமான வழியைக் கண்டுபிடித்துள்ளார். "உங்களுக்கு எந்த வேலையைச் செய்வதற்காக நீங்கள் ஓர் உபகரணத்தை நியமித்துள்ளீர்கள்?" என்ற கேள்வியைக் கேட்குமாறு அவர் கூறுகிறார். நாம் வாங்குகின்ற ஒவ்வொரு பொருளும் நமக்காக ஒரு வேலையைச் செய்ய வேண்டும். கிளீனெக்ஸை, மூக்கைத் துடைக்கின்ற வேலைக்கு நாம் நியமிக்கிறோம்; நம்மை ஓரிடத்திலிருந்து மற்றோர் இடத்திற்கு அழைத்துச் செல்வதற்காக நாம் ஊபரை நியமித்துக் கொள்கிறோம்; மேட்ரிமோனியல்.காமை நமக்கு ஒரு வாழ்க்கைத் துணைவரைப் பெற்றுத் தருவதற்காக நாம் நியமிக்கிறோம்.

நாம் வைத்திருக்கின்ற மற்ற எந்தப் பொருளையும்விட, அதிகமான வேலைகளை முடித்துத் தருவதற்காக நாம் நம்முடைய அலைபேசிகளை நியமிக்கிறோம். அலாரம் அடிப்பதற்கு, புகைப்படம் எடுப்பதற்கு, மணி பார்ப்பதற்கு, ஜிபிஎஸ் கருவியாகப் பயன்படுத்துவதற்கு, வீடியோ விளையாட்டுகள் விளையாடுவதற்கான திரையாகப் பாவிப்பதற்கு, மின்னஞ்சல்கள் படிப்பதற்கு, குறுச்செய்திகள் அனுப்புவதற்கு, விமானத்திற்குள் ஏறுவதற்கான போர்டிங் பாஸாகப் பயன்படுத்துவதற்கு, பாட்டுகளையும் இசையையும் கேட்பதற்கு, வானொலியாகப் பயன்படுத்துவதற்கு, வரைபடமாக உபயோகிப்பதற்கு, டார்ச் லைட்டாகப் பயன்படுத்துவதற்கு, இன்னும் பலவற்றைச் செய்வதற்கு நாம் நம்முடைய அலைபேசியை நியமித்திருக்கிறோம். இப்படி இருக்கையில், இதில் நாம் அதிக நேரம் செலவிடுவதில் வியப்பேதும் இல்லை.

நாம் மேலும் மேலும் உபகரணங்களைச் சேர்த்துக் கொள்கின்றபோது, அவற்றில் பல பயனற்றவையாகிவிடுகின்றன. நான் சமீபத்தில் என்னுடைய பிட்னஸ் டிராக்கரைத் தலைமுழுகிவிட்டேன். முதலில் அதைப் பயன்படுத்துவது குதூகலமானதாக இருந்தது. ஆனால் வெகு விரைவிலேயே நான் அதை எதற்காக நியமித்தேன் என்பதே எனக்கு மறந்துவிட்டது. இதே காரணத்திற்காக, பல ஆண்டுகளுக்கு முன்பு நான் என்னுடைய தொலைக்காட்சிப் பெட்டிக்கும் கேபிள் தொலைக்காட்சிக்கும் விடை கொடுத்திருந்தேன்.

நீங்கள் மற்றோர் உபகரணத்தை வாங்குவதற்கு முன்பாக, எந்தக் காரியத்தைப் பண்ணுவதற்காக அதை நீங்கள் நியமிக்கப் போகிறீர்கள் என்பதை முதலில் தீர்மானியுங்கள். உங்களிடம் ஏற்கனவே இருக்கின்ற உபகரணங்களால் பண்ண முடியாத எதை அதனால் பண்ண முடியும் என்று யோசியுங்கள். உபகரணங்கள் பற்றி இப்படிச் சிந்திப்பது, அவற்றை நீங்கள் ஏன் உண்மையிலேயே சொந்தமாக்கிக் கொண்டுள்ளீர்கள் என்பது குறித்துச் சிந்திக்க உங்களைத் தூண்டும். அதைவிட முக்கியமாக, திட்டவட்டமான குறிக்கோள்களுடன் மட்டுமே உபகரணங்களை உங்கள் வாழ்விற்குள் கொண்டுவர அது உங்களைத் தூண்டும்.

3. மின்னஞ்சல்

இந்த அறிவுப் பொருளாதாரத்தில் மிகப் பெரிய அளவில் கவனச்சிதறலை உண்டாக்குவதில் மின்னஞ்சல் முன்னணியில் நிற்கிறது.

மின்னஞ்சல் மூலம் ஏற்படுகின்ற கவனச்சிதறலைத் தவிர்ப்பதற்கு உங்களுக்கு மின்னஞ்சல்கள் வந்துள்ளன என்பதை வெளிப்படுத்துகின்ற தகவல் அறிவிப்புகளின் எண்ணிக்கையைக் குறைப்பது நல்ல பலனளிக்கும். புதிய மின்னஞ்சல்கள் தங்களுடைய வருகைப் பெட்டிக்குள் வந்து விழுகின்றபோது, நூற்றுக்கு அறுபத்து நான்கு பேர் அதை ஒலி வடிவில் அல்லது காட்சி வடிவில் தகவல் அறிவிப்புகளாகப் பெறுகின்றனர். இக்கூட்டத்தில் நீங்களும் ஒருவர் என்றால், நீங்கள் அளவுக்கதிகமான நேரத்தையும் கவனத்தையும் மின்னஞ்சலில் செலவழித்துக் கொண்டிருக்கிறீர்கள் என்று அர்த்தம்.

மின்னஞ்சல்களுக்கு நாம் செலுத்துகின்ற கவனத்தின் அளவைக் குறைப்பதற்கு நான் பயன்படுத்துகின்ற மேலும் 10 உத்திகளை இப்போது உங்களுடன் பகிர்ந்து கொள்ளப் போகிறேன்.

1. கையாள்வதற்குத் தேவையான நேரமும் ஆற்றலும் இருந்தால் மட்டுமே தகவல் அறிவிப்புகளைப் படியுங்கள்

புதிது புதிதாக வந்து விழுந்து கொண்டிருக்கின்ற மின்னஞ்சல்களைப் படித்துப் பதிலளிக்க வேண்டும் என்ற மன அழுத்தம் இதனால் குறையும்.

2. எவ்வளவு அடிக்கடி நீங்கள் மின்னஞ்சல்களைச் சோதிக்கிறீர்கள் என்பதைப் பதிவு செய்யுங்கள்

அறிவுசார் தொழிலில் ஈடுபட்டிருக்கின்ற ஒரு சராசரி ஊழியர் ஒரு மணி நேரத்தில் பதினோரு தடவை மின்னஞ்சல்களைச் சோதிக்கிறார் என்று ஓர் ஆய்வு தெரிவிக்கிறது. அதாவது, எட்டு மணி நேர அலுவல் வேலை என்று வைத்துக் கொண்டால், ஒரு நாளுக்கு எண்பத்தெட்டு முறை சோதிக்கிறார். இந்த அளவு இடையூறுகள் இருந்தால்

எப்படி ஒருவரால் உண்மையிலேயே வேலை செய்ய முடியும்? அதே ஆய்வு, ஊழியர்கள் மின்னஞ்சல்களில் செலவழிக்கின்ற நேரம் சராசரியாக முப்பந்தைந்து நிமிடங்கள் மட்டும்தான் என்றும் தெரிவிக்கிறது. அதாவது, மின்னஞ்சல்கள் குறைவான நேரத்தையும் அதிகமான கவனத்தையும் ஈர்க்கின்றன. புதிய தகவல்களை நீங்கள் எவ்வளவு அடிக்கடிச் சோதிக்கிறீர்கள் என்பது குறித்தப் பிரக்ஞை உங்களிடம் உருவாகிவிட்டால், அந்த இடையூறுகளுக்கு நீங்கள் எவ்வளவு விலையை அளித்துக் கொண்டிருக்கிறீர்கள் என்பது உங்களுக்குப் புரியும் என்பதால், நீங்கள் அதைக் குறைத்துக் கொள்ள விரும்புவீர்கள்.

3. எப்போது நீங்கள் மின்னஞ்சல்களைச் சோதிக்கப் போகிறீர்கள் என்பதை முன்கூட்டியே தீர்மானித்துக் கொள்ளுங்கள்

உங்களுக்குப் புதிய மின்னஞ்சல்கள் வந்துள்ளனவா என்பதை நீங்கள் எப்போது சோதிக்கப் போகிறீர்கள் என்பதை முன்கூட்டியே தீர்மானித்துக் கொள்வது, நீங்கள் அடிக்கடி உங்களுடைய மின்னஞ்சல்களைத் திறப்பதைக் குறைக்கும். 70 சதவீத மின்னஞ்சல்கள் அவை கிடைக்கப் பெற்ற ஆறு நொடிகளுக்குள் திறக்கப்படுகின்றன என்று ஆய்வுகள் கூறுகின்றன. நான் என்னுடைய மின்னஞ்சல்களைத் தினமும் ஒரே ஒரு முறை, மதியம் மூன்று மணிக்கு மட்டுமே திறந்து படித்துப் பதிலளிக்கிறேன். எனக்கு மின்னஞ்சல்கள் அனுப்புபவர்களுக்கு என்னுடைய இந்தப் பழக்கம் குறித்த விபரம் தானியங்கி முறையில் செல்வதற்கு நான் ஏற்பாடு செய்திருக்கிறேன். இது உங்களுக்குச் சரிப்பட்டு வரவில்லை என்றால், உங்களுக்கு ஏற்ற ஒரு முறையை நீங்கள் தேர்ந்தெடுத்துக் கொள்ளலாம். ஆனால் ஒரு நாளில் எட்டு முறைக்கு மேல் மின்னஞ்சல்களைத் திறந்து பார்ப்பது உங்களுடைய உற்பத்தித்திறன்மீது தாக்கம் ஏற்படுத்தும். நீங்களும் என்னைப்போல, உங்களை மின்னஞ்சல் மூலம் தொடர்பு கொள்பவர்கள், உங்களுடைய மின்னஞ்சல்களுக்கு நீங்கள் பதிலளிக்கின்ற நேரம் குறித்த உங்களுடைய பழக்கத்தை எடுத்துரைக்கின்ற ‘தானியங்கிப்

பதில்களை' உடனடியாகப் பெறுவதற்கு உங்களுடைய மின்னஞ்சல்களை நீங்கள் வடிவமைத்துக் கொள்ளலாம். அலுவலக ஊழியர்களில் 84 சதவீதத்தினர் தங்களுடைய மின்னஞ்சல்களை எப்போதும் திறந்தே வைத்திருக்கின்றனர். அதை மூடி வைத்துவிட்டு, குறிப்பிட்ட நேரத்தில் மட்டும் திறந்து பார்ப்பது உங்களுடைய உற்பத்தித்திறனைக் கணிசமாக உயர்த்தும்.

4. மின்னஞ்சல்களில் சிதறா கவனக்குவிப்பைப் பயன்படுத்துதல்

உங்களுக்கு வருகின்ற மின்னஞ்சல்களுக்கு நீங்கள் உடனடியாகப் பதிலளிக்க வேண்டும் என்று எதிர்பார்க்கப்படுகின்ற ஒரு சூழலில் நீங்கள் வேலை செய்தால், அதைக் கையாள்வதற்கு நீங்கள் சிதறா கவனக்குவிப்பைப் பயன்படுத்தலாம். ஓர் இருபது நிமிட அலாரம் ஒன்றை வைத்துக் கொள்ளுங்கள். அந்த நேரத்திற்குள் உங்களால் முடிந்த அளவு மின்னஞ்சல்களுக்குப் பதிலளியுங்கள். உங்களுக்கு வருகின்ற மின்னஞ்சல்களின் அளவு அசாதாரணமாக இருந்தால், சிதறா கவனக்குவிப்பு உத்திகளைப் பயன்படுத்தி, அந்த இருபது நிமிட அவகாசத்திற்குள் முக்கியமான மின்னஞ்சல்களுக்குப் பதிலளியுங்கள். இந்த அலாரம் மணிக்கொரு முறை அடிக்கும்படி ஏற்பாடு செய்து கொள்ளலாம். மீதமிருக்கின்ற நாற்பது நிமிடங்களில் நீங்கள் மற்ற வேலைகளில் ஈடுபடலாம். இப்படிப்பட்டதொரு முறையைப் பின்பற்றுவதன் மூலம், உங்களுக்கு மின்னஞ்சல் அனுப்புபவர்கள் தங்களுக்கான பதிலைப் பெறுவதற்கு நாற்பது நிமிடங்களிலிருந்து ஒரு மணி நேரம் வரை மட்டுமே காத்திருக்க நேரிடும்.

5. மின்னஞ்சல் செயலியைக் கணினியில் மட்டும் வைத்துக் கொள்ளுங்கள்

மின்னஞ்சல் செயலியை நீங்கள் உங்களுடைய கணினியைத் தவிர உங்களுடைய அலைபேசி மற்றும் இதர உபகரணங்களில் வைத்திருந்தால் அதை நீக்கிவிடுங்கள்.

6. மின்னஞ்சல்களின் முன்னுரிமைப் பட்டியல் ஒன்றைத் தயார் செய்யுங்கள்

இருப்பதிலேயே கடினமான விஷயம் உங்களுக்கு வருகின்ற மின்னஞ்சல்களில் எவற்றுக்கு முதலில் பதிலளிக்க வேண்டும், எவற்றுக்குப் பின்னர் பதிலளிக்க வேண்டும் என்று வரிசைப்படுத்தி ஒரு பட்டியலைத் தயார் செய்வதுதான். ஏனெனில், நாள் முழுவதும் உங்களுக்குப் புதிது புதிதாக மின்னஞ்சல்கள் வந்து கொண்டே இருக்கும் என்பது உண்மைதான். அது உங்களுடைய வேலைச் சுமையைக் கூட்டும் என்றாலும், அப்படிப்பட்ட ஒரு பட்டியலைத் தயாரிப்பது, மின்னஞ்சல்களுக்குப் பதிலளிப்பது குறித்து உங்களுக்குள் உருவாகின்ற திக்குமுக்காடல் உணர்வைக் குறைக்கும்.

7. இரண்டு மின்னஞ்சல் முகவரிகளை வைத்துக் கொள்ளுங்கள்

நான் இரண்டு மின்னஞ்சல் முகவரிகளை வைத்திருக்கிறேன். ஒன்று பொதுவானது. மற்றொன்று என்னுடைய நெருங்கிய சக ஊழியர்களுக்கானது. பொதுவானவர்களுக்கான மின்னஞ்சலை நான் தினமும் ஒரு முறை மட்டுமே திறந்து பார்ப்பேன். நெருக்கமானவர்களுக்கான மின்னஞ்சல்களை ஒரு நாள் முழுவதும் அவ்வப்போது பார்ப்பேன். சில குறிப்பிட்டச் சூழல்களுக்கு இது ஏற்ற உத்தியாக விளங்கும்.

8. மின்னஞ்சல் விடுமுறை ஒன்றை எடுத்துக் கொள்ளுங்கள்

நீங்கள் ஒரு முக்கியமான திட்டத்தில் ஈடுபட்டிருந்தால், மின்னஞ்சல்களுக்கு ஒரு விடுமுறை விடுங்கள். உங்களுக்கு வருகின்ற அனைத்து மின்னஞ்சல்களுக்கும், தானியங்கி முறையில், உங்களுடைய இந்த மின்னஞ்சல் விடுமுறை முடிவைத் தெரிவிப்பதற்கு ஏற்பாடு செய்து கொள்ளுங்கள். அதோடு, அப்பதிலில், நீங்கள் அந்த நாட்களில் அலுவலகத்தில்தான் இருப்பீர்கள், அவசரத் தேவைக்கு உங்களைத் தொலைபேசி மூலமாகவோ அல்லது

நேரிலோ தொடர்பு கொள்ளலாம் என்ற தகவலையும் சேர்த்துவிடுங்கள். இப்படிச் செய்தால் மக்கள் நீங்கள் நினைப்பதைக் காட்டிலும் சிறப்பாகவே உங்களைப் புரிந்து கொள்வார்கள்.

9. ஐந்து வாக்கிய விதியைப் பயன்படுத்துங்கள்

உங்களுடைய நேரத்தை மிச்சப்படுத்த நீங்கள் ஐந்து வாக்கிய விதியைப் பயன்படுத்தலாம். இது, உங்களுடைய மின்னஞ்சல் பதிலைப் பெறுபவர்களின் நேரத்தையும் நீங்கள் மதிக்கிறீர்கள் என்பதை எடுத்துரைக்கும். நீங்கள் எழுதுகின்ற மின்னஞ்சல்களும் சரி, பிறருடைய மின்னஞ்சல்களுக்கு நீங்கள் அளிக்கின்ற பதிலும் சரி, ஐந்து வாக்கியங்களுக்கு மிகாமல் இருப்பதை நீங்கள் உறுதி செய்து கொள்ள வேண்டும். நீங்கள் இந்தப் பாணியைக் கடைபிடிக்கிறீர்கள் என்ற தகவலையும் உங்களுடைய மின்னஞ்சல்களில் உங்களுடைய கையெழுத்துக்குக் கீழாக, அடிக்குறிப்பாகச் சேர்த்துக் கொள்ளுங்கள். அதைவிடப் பெரிதாக எழுத வேண்டும் என்ற உந்துதல் உங்களுக்கு ஏற்பட்டால், உடனே சம்பந்தப்பட்டவரைத் தொலைபேசியில் அழைத்துப் பேசுங்கள். உங்களுக்கும் அவருக்கும் இடையில் தேவையற்ற மின்னஞ்சல் பரிமாற்றங்கள் நிகழ்வதை இதன் மூலம் உங்களால் தவிர்க்க முடியும்.

10. முக்கியமான மின்னஞ்சல்களை அனுப்புவதற்கு முன்பு சற்றுப் பொறுங்கள்

அனைத்து மின்னஞ்சல்களையும் நீங்கள் உடனடியாக அனுப்ப வேண்டியதில்லை. குறிப்பாக, உங்களுடைய பதிலை நீங்கள் உணர்ச்சிபூர்வமான ஒரு நிலையிலிருந்து எழுதினால், அதை உடனடியாக அனுப்பாமல் இருப்பது நல்லது. அப்படிக் காத்திருந்தால், இறுதியில் சில பதில்கள் அனுப்பத்தக்கவை அல்ல என்ற முடிவுக்கு நீங்கள் வரக்கூடும். முக்கியமான மின்னஞ்சல்கள், சூடான பரிமாற்றங்களை உள்ளடக்கிய மின்னஞ்சல்கள், நன்றாக யோசித்து எழுதப்பட வேண்டிய மின்னஞ்சல்கள் போன்றவற்றை எழுதுவதற்கு நீங்கள் போதுமான நேரம்

எடுத்துக் கொள்வது நல்லது.

மின்னஞ்சல்களை நாம் எப்படிக் கையாண்டாலும் சரி, நம்முடைய வேலைச் சூழலில் மிக அதிக மன அழுத்தத்தை உருவாக்குகின்ற ஒன்றாக அவை விளங்குகின்றன. இது குறித்து ஓர் ஆய்வு மேற்கொள்ளப்பட்டது. அதில் கலந்து கொண்டவர்கள் ஒரு வாரத்திற்கு மின்னஞ்சல்கள் எதையும் பார்க்காதிருக்கும்படி கேட்டுக் கொள்ளப்பட்டார்கள். ஒரு வாரத்திற்குப் பிறகு அவர்களுடைய மன அழுத்தம் பெருமளவு குறைந்திருந்தது கண்டுபிடிக்கப்பட்டது. அதோடு, அவர்களுடைய கவனக்குவிப்பும் அதிகரித்திருந்தது, அவர்கள் தங்களுடைய முக்கியமான வேலைகளில் அதிக நேரம் செலவழித்தனர், பல்பணியாக்கத்தில் குறைவான நேரமே செலவிட்டனர். தற்காலிகமாக மின்னஞ்சல்கள் இல்லாதிருந்த அனுபவம் தங்களுக்குப் புத்துணர்ச்சியூட்டியதாகவும், தங்களை வெகுவாக ஆசுவாசப்படுத்தியதாகவும் அந்த ஆய்வில் கலந்து கொண்டவர்கள் தெரிவித்தனர். ஒட்டுமொத்தமாக மின்னஞ்சல்களை ஒழிக்க முடியாது என்றாலும், மேற்கண்ட உத்திகளை முயற்சி செய்து பார்த்து உங்களுக்கு எது சௌகரியமாக இருக்கிறதோ அதைப் பயன்படுத்திக் கொள்ளுங்கள்.

4. சந்திப்புக்கூட்டங்கள்

அன்றாட அலுவலகச் சூழல்களில், மின்னஞ்சல்களுக்கு அடுத்து நமக்கு மிகப் பெரிய கவனச்சிதறல்களை ஏற்படுத்துகின்றவை சந்திப்புக்கூட்டங்கள்தாம். அவை ஏராளமான நேரத்தை எடுத்துக் கொள்கின்றன. அறிவுசார் தொழிலில் ஈடுபட்டிருப்பவர்கள் தங்களுடைய நேரத்தில் 37 சதவீதத்தைச் சந்திப்புக்கூட்டங்களில் செலவழிக்கின்றனர் என்று சமீபத்திய ஆய்வு ஒன்று தெரிவிக்கிறது. நீங்கள் அலுவலகத்தில் எட்டு மணி நேரம் வேலை பார்க்கிறீர்கள் என்றால், கிட்டத்தட்ட மூன்று மணிநேரத்தை நீங்கள் சந்திப்புக்கூட்டங்களில் செலவழித்திருப்பீர்கள்.

சந்திப்புக்கூட்டங்களுக்குக் கொடுக்கப்படுகின்ற விலை மிகவும் அதிகம். ஒரு சிறிய குழுவை வைத்து நீங்கள் ஒரு மணி

நேரத்திற்கு ஒரு சந்திப்புக்கூட்டத்தைக் கூட்டினால்கூட, ஒரு மொத்த நாளின் வேலை பாதிக்கப்படும். மேலோட்டமாகப் பார்த்தால் சந்திப்புக்கூட்டங்களில் எந்தக் குற்றங்குறைகளையும் கண்டுபிடிக்க முடியாது. ஆனால், நவீனப் பணியிடங்களில், அதிக உற்பத்தித்திறன் இழப்புக்கு வழி வகுக்கின்ற விஷயங்களில் முன்னணியில் இருப்பது சந்திப்புக்கூட்டங்கள்தாம்.

நீங்கள் கலந்து கொள்கின்ற சந்திப்புக்கூட்டங்களின் எண்ணிக்கையைக் குறைக்கவும், கலந்து கொள்கின்ற கூட்டங்களில் உற்பத்தித்திறனுடன் செயல்படவும் உதவும் நான்கு வழிமுறைகள்:

1. நிகழ்ச்சி நிரல் இடம்பெறாத கூட்டங்களில் ஒருபோதும் கலந்து கொள்ளாதீர்கள்

நிகழ்ச்சி நிரல் இடம்பெறாத கூட்டங்களில் ஒருபோதும் கலந்து கொள்ளாதீர்கள். நிகழ்ச்சி நிரல் இல்லாத கூட்டங்கள் குறிக்கோள்கள் இல்லாத கூட்டங்கள். நிகழ்ச்சி நிரல் இடம் பெற்றிராத கூட்டங்களுக்கு நான் அழைக்கப்பட்டால், அதில் யார் கலந்து கொண்டாலும் சரி, அக்கூட்டத்தின் நோக்கம் என்ன என்று நான் கேட்பேன். பெரும்பாலான சமயங்களில், அதை நடத்துபவர்களுக்கு அதன் நோக்கத்தைத் தெரிந்து கொள்ள ஓரிரு தொலைபேசி அழைப்புகள் அல்லது மின்னஞ்சல்கள் மட்டுமே தேவைப்படும். நிகழ்ச்சி நிரல் இல்லாத சந்திப்புக்கூட்டங்களில் கலந்து கொள்ள அழைக்கப்பட்டால், நிகழ்ச்சி நிரல் குறித்து வற்புறுத்துங்கள். உங்களுடைய நேரம் மிகவும் முக்கியமானது.

2. மீண்டும் மீண்டும் நடைபெறுகின்ற கூட்டங்கள் குறித்துக் கேள்வி எழுப்புங்கள்

மீண்டும் மீண்டும் நடைபெறுகின்ற வழக்கமான கூட்டங்கள் குறித்துப் பொதுவாக நாம் கேள்வி எழுப்புவதில்லை. அடுத்த ஓரிரு மாதங்களில் நடைபெறவிருக்கின்ற சந்திப்புக்கூட்டங்கள் குறித்தத் தகவல்களை அலசி, அவற்றில் எந்தக் கூட்டங்களில் கலந்து கொள்வது பயனுள்ளதாக இருக்கும் என்று தீர்மானியுங்கள். மேலோட்டமாகப் பார்க்கின்றபோது

சில கூட்டங்கள் உருப்படியற்றவை என்பதுபோலத் தோன்றினாலும் உண்மையில் பயனுள்ளவையாக இருக்கும். சில கூட்டங்களிலிருந்து வெளியேறுவது கடினமாக இருக்கலாம். அதனால் இங்கிதம் கருதி ஒரு சில கூட்டங்களில் கலந்து கொண்டு பின்னர் அவற்றிலிருந்து கழன்று கொள்வது சரியானதாக இருக்கலாம்.

3. கூட்டத்தில் யார் யார் கலந்து கொள்ள வேண்டும் என்பதைக் கேள்விக்கு உட்படுத்துங்கள்

ஒரு சந்திப்புக்கூட்டத்தில் கலந்து கொள்ள அழைக்கப்படுபவர்களின் பட்டியலை அலசி, அதில் இடம்பெற்றுள்ளவர்கள் அனைவரும் அதில் கலந்து கொள்ள வேண்டுமா என்ற கேள்வியை எழுப்புங்கள். இல்லை என்பதுதான் அதற்கான பதிலாக இருக்கும். நீங்கள் ஒரு மேலாளராகவோ, குழுத் தலைவராகவோ அல்லது அக்கூட்டத்தைக் கூட்டுபவராக இருந்தால், அதில் கலந்து கொள்பவர்களுக்கு வேறு முக்கியமான வேலை ஏதாவது இருந்தால் அவர்கள் அக்கூட்டத்தில் கலந்து கொள்ளத் தேவையில்லை என்று தெரிவியுங்கள்.

4. கூட்டத்தில் சிதறா கவனக்குவிப்பைச் செயல்படுத்துங்கள்

நீங்கள் கலந்து கொள்கின்ற கூட்டங்கள் உங்களுடைய கவனத்தையும் ஆற்றலையும் விழுங்குவதைவிட அதிகமாக உங்களுடைய நேரத்தைச் சாப்பிட்டுக் கொண்டிருந்தால், அதில் முழுமையாக உங்களை ஈடுபடுத்திக் கொள்வது உங்களுக்குச் சவாலானதாக இருக்கும். ஆனால் ஒரு கூட்டம் கலந்து கொள்வதற்கு ஏற்றது என்று நீங்கள் தீர்மானித்தாலோ அல்லது அக்கூட்டத்தில் கலந்து கொள்ளாமல் தப்பிப்பது நடவாத காரியமாக இருந்தாலோ, அக்கூட்டம் எப்படிச் சென்று கொண்டிருந்தாலும் அதில் மகிழ்ச்சியுடன் கலந்து கொள்வதுதான் நல்லது. உங்களுடைய தொலைபேசி, மடிக்கணினி போன்றவற்றை வேறு ஓர் இடத்தில் வைத்துவிட்டு, அதில் கலந்து கொண்டு, அதில் கலந்துக் கொள்கின்ற பிறர் பேசுவதைக் காது கொடுத்துக் கேட்டு, தேவையான சமயங்களில் அவ்வற்றுக்கு

உருப்படியான முறையில் எதிர்வினையாற்றுவதன் மூலம் உங்களுடைய சிறப்பான பங்களிப்பை அளித்து, அக்கூட்டத்தை விரைவாக நடத்தி முடிக்க உங்களால் முடிந்ததை நீங்கள் செய்யலாம். இப்படிச் செய்வதன் மூலம் அக்கூட்டத்திலிருந்து நீங்கள் நிறையப் பயன்களைப் பெறலாம்.

நான் மேலே குறிப்பிட்டுள்ள உத்திகளில் பல வெளிப்படையானவையாகவும் சாதாரணமானவையாகவும் உங்களுக்குத் தோன்றலாம். அதில் உண்மை இல்லாமலில்லை. பொதுப் புத்தியில் இருப்பவற்றில் பெரும்பாலானவை நடைமுறைப்படுத்தப்படுவதில்லை என்ற உண்மையையும் நீங்கள் இங்கு கணக்கில் எடுத்துக் கொண்டு இவற்றைப் பார்க்க வேண்டும் என்று நான் உங்களைக் கேட்டுக் கொள்கிறேன்.

5. இணையம்

நான் இங்கு விவரித்திருந்த கவனச்சிதறல்களில் பலவற்றில் ஓர் ஒற்றுமை நிலவுகிறது. இணையம்தான் அது. இணையம் ஓர் ஆற்றல்மிக்கக் கருவியாக விளங்குகின்ற அதே வேளையில், நமக்கு ஏராளமான கவனச்சிதறல்களையும் இடையூறுகளையும் ஏற்படுத்தி, அவற்றில் நாம் அளவுக்கதிகமான நேரத்தைச் செலவிடும்படி செய்கிறது. நம்முடைய மனம் அலைபாய்வதைப்போல, நாம் இணையத்தில் எதையாவது தேடுகின்றபோது, எந்தவிதமான நோக்கமுமின்றி ஒன்றிலிருந்து ஒன்றுக்குத் தாவி நம்மை அறியாமலேயே ஏராளமான நேரத்தை நாம் வீணடிக்கிறோம்.

கவனச்சிதறல்களையும் இடையூறுகளையும் குறைத்துக் கொள்கின்ற உத்திகளைப் பயன்படுத்திச் சில பயன்களைப் பெறலாம் என்றாலும், இணையத்தைப் பொறுத்தவரை, ஒட்டுமொத்தமாக அதிலிருந்து நம்மைத் துண்டித்துக் கொள்வதுதான் சரியான செயலாக இருக்கும். இதை நீங்கள் வேலைச் சூழலோடு நிறுத்திக் கொள்ள வேண்டியதில்லை. வீட்டில் ஒரு பன்னிரண்டு மணி நேரத்திற்கு இணையத்திலிருந்து நீங்கள் உங்களைத் துண்டித்துக் கொண்டால், அது உங்களுக்குப் புத்துணர்ச்சியூட்டும்.

இதை நீங்களே சோதித்துப் பாருங்கள். ஒரு ஞாயிறன்று இருபத்து நான்கு மணி நேரத்திற்கு வீட்டில் இணையத்தைத் துண்டித்துவிடுங்கள். குடும்ப உறுப்பினர்களையும் அதைச் செய்யுமாறு ஊக்குவியுங்கள். அடுத்த முறை விமானத்தில் பயணிக்கின்றபோது இணையத் தொடர்பைத் துண்டித்துவிட்டு, இணையத் தொடர்பு தேவைப்படாத ஏதாவது ஒரு வேலையைச் செய்து பாருங்கள். அது எப்படிப்பட்ட உணர்வை உங்களுக்குக் கொடுத்தது, உங்களால் எவ்வளவு சாதிக்க முடிந்தது என்று ஆராயுங்கள். நீங்கள் என்னைப்போல இருந்தால், அடுத்த முறை பயணிக்கின்றபோது இணையப் பயன்பாட்டை நீங்கள் தவிர்ப்பீர்கள் என்பது உறுதி.

உங்களுடைய சுற்றுச்சூழலை எளிமையானதாக ஆக்கிக் கொள்ளுதல்

பல ஆண்டுகளுக்கு முன்னால், நான் ஒரு பெரிய நிறுவனத்தின் பணிநியமனப் பிரிவில் வேலை செய்து கொண்டிருந்தேன். பென்னி என்ற என் சக ஊழியர் தன் மேசையில் ஒரு கிண்ணத்தில் ‘ஜெல்லி பீன்ஸ்’ என்ற சிறிய இனிப்பு மிட்டாய்களை வைத்திருப்பார். அவர் அபூர்வமாகவே அதிலிருந்து எடுத்துக் கொறிப்பார். அந்த அலுவலகத்தில் உள்ளவர்கள் யார் வேண்டுமானாலும் அதிலிருந்து சிறிது எடுத்துக் கொள்ளலாம். அதில் இருப்பவற்றில் 90 சதவீதத்தைக் காலி செய்வது நானாகத்தான் இருக்கும். வீட்டில் இருக்கும்போதும், நான் வாங்கி வைக்கின்ற பெரிய சிப்ஸ் பாக்கெட்டுகளை நான் ஓரிரு நாட்களில் காலி செய்துவிடுவேன்.

நான் இச்செய்தியை என்னுடைய நண்பர்களுடன் பகிர்ந்து கொள்கின்றபோது அவர்கள் இதைக் கேட்டு வியப்படைவார்கள். உற்பத்தித்திறன் வல்லுநராக வலம் வந்து கொண்டிருக்கின்ற ஒருவருக்கு இவ்வளவுதான் மனக்கட்டுப்பாடா என்று அவர்கள் யோசிப்பர். எழுதிக் கொண்டிருக்கின்றபோது டிஜிட்டல் கவனச்சிதறல்களை நான் எப்படிக் கையாள்கிறேனோ, அதுபோலவே என்

சொந்த வாழ்க்கையில் எனக்கிருக்கின்ற பலவீனங்களையும் நான் கையாள்கிறேன். என் பலவீனங்களில் உணவும் ஒன்று. அதனால் நான் முடிந்த மட்டும் ஆரோக்கியமற்ற உணவுப் பொருட்களை வைத்திருப்பதைத் தவிர்க்கிறேன். அப்படியே வீட்டில் இருப்பவர்கள் வைத்திருந்தால், அதை என் கண்ணில் படாமல் வைத்திருக்கும்படி அவர்களை நான் கேட்டுக் கொள்வேன்.

அவை உணவாக இருந்தாலும் சரி, வேறு ஏதாவது கவனச்சிதறல்களாக இருந்தாலும் சரி, நாம் நம்முடைய புறச்சூழல்களால் தாக்கத்திற்கு ஆளாகிறோம். உங்களுடைய குளிர்சாதனப் பெட்டியின் கதவில் துரித உணவுப் பட்டியலை ஒட்டி வைத்திருப்பது, ஒரு தொலைபேசி அழைப்பு விடுத்தால் ஆரோக்கியமற்ற உணவு உங்களுடைய வீடு தேடி ஓடி வரும் என்பதற்கான நினைவூட்டலாகும். அதேபோல, உங்களுடைய குளிர்சாதனப் பெட்டிக்குள், தோலுரிக்கப்பட்டு, நேர்த்தியாக வெட்டி வைக்கப்பட்டுள்ள காய்கறிகளும் பழங்களும் ஆரோக்கியமான உணவிற்கான அழைப்புகளாகும். உங்களுடைய மூன்று தினசரிக் குறிக்கோள்களை எளிதில் கண்களில் படும் ஓர் இடத்தில் ஒட்டி வைத்திருப்பது, அன்று முழுவதும் உண்மையிலேயே முக்கியமான விஷயங்களை நீங்கள் செய்வதற்கு உங்களுக்கு நினைவூட்டிக் கொண்டிருக்கும். படுக்கையறையில் கூடுதலாக ஒரு தொலைக்காட்சிப் பெட்டியை வைத்திருப்பது, தூக்கத்தைவிட அதிக சுவாரசியமான விஷயங்கள் உங்களுடைய விரல்நுனியில் காத்துக் கொண்டிருக்கின்றன என்பதை உங்களுக்கு நினைவுபடுத்தும். நீங்கள் ஒரு நண்பருடன் உணவருந்திக் கொண்டிருக்கையில் அந்த மேசையில் ஒரு நவீன அலைபேசியை வைத்திருப்பது, உங்களுக்குக் கவனச்சிதறலை ஏற்படுத்துகின்ற ஓர் உலகம் கைக்கெட்டும் தூரத்தில் உங்களுக்காகக் காத்துக் கொண்டிருக்கிறது என்பதற்கான ஒரு குறியீடாக விளங்கும்.*

---

* இது நாம் மற்றொரு நபருடன் சமூக உறவாடலில் ஈடுபட்டிருக்கின்றபோது ஒரு நவீன அலைபேசியைப் பயன்படுத்துவதிலுள்ள நகைமுரணாகும். நாம் சமூக வலைத்தளங்களின் மூலம் நண்பர்களைப் பெறுவதற்கும் அதே அலைபேசியைத்தான் பயன்படுத்துகிறோம். ஆனால், நேருக்கு நேரான சந்திப்புக் கொடுக்கின்ற அர்த்தத்தை எந்தவோர் அலைபேசி அனுபவத்தாலும் கொடுக்க முடியாது.

சூழல்களில் இருக்கின்ற நினைவூட்டல்கள் குறிப்பிடத்தக்கப் பல வழிகளில் நம்மீது தாக்கம் விளைவிக்கின்றன. காபிக் கடைகளுக்கு நண்பர்களுடன் செல்பவர்கள் தங்களுடைய அலைபேசியைத் தங்கள் முன் வைத்திருந்தால், மூன்றிலிருந்து ஐந்து நிமிடங்களுக்கு ஒரு முறை, அது ஒலித்தாலும் சரி, ஒலிக்காவிட்டாலும் சரி, சிணுங்கினாலும் சரி, சிணுங்காவிட்டாலும் சரி, அதை எடுத்துப் பார்ப்பதாக ஓர் ஆய்வு கூறுகிறது. இருவர் உரையாடிக் கொண்டிருக்கின்றபோது, அவர்களுடைய பார்வையில் படும்படி அவர்கள் தங்களுடைய அலைபேசிகளை வைத்திருந்தால், அது அவர்களுடைய நெருக்கத்தின்மீதும், உறவின் தரத்தின்மீதும், அவர்களுடைய பிணைப்பின்மீதும் தாக்கம் ஏற்படுத்துவதாக மற்றோர் ஆய்வு தெரிவிக்கிறது.

பெரும்பாலான சமயங்களில் நம்முடைய சூழலில் இடம் பெற்றிருக்கின்ற இத்தகைய நினைவூட்டல்கள், நாம் எதைச் சாதிக்க விரும்புகிறோமோ அதிலிருந்து நம்மை விலக்கிக் கொண்டு செல்கின்றன. தகவல் அறிவிப்புகள்போல, சூற்றுச்சூழல் நினைவூட்டல்கள் நம்முடைய வேலைகளுக்கு இடையூறுகளை ஏற்படுத்துவதில்லை என்றாலும், நம்முடைய உற்பத்தித்திறன்மீதும் நம்முடைய தனிப்பட்ட வாழ்க்கையின்மீதும் அதற்கு இணையான எதிர்மறைத் தாக்கம் ஏற்படுத்துகின்றன. குறிப்பாக, நாம் ஒரு சிக்கலான வேலையில் ஈடுபட்டிருக்கையில், நம்மைச் சுற்றி ஏதாவது ஒரு புதுமையான கவனச்சிதறல் இருக்கிறதா என்று நோட்டம் விடுகின்றபோது, சுற்றுச்சூழல் நினைவூட்டல்கள் அதை எளிதாக்குகின்றன. அதனால், நம் வேலைச் சூழல் குறைவான சுற்றுச்சூழல் நினைவூட்டல்களைக் கொண்டிருப்பதை நாம் உறுதி செய்து கொள்ள வேண்டும். நம்முடைய அலைபேசி, தொலைக்காட்சி போன்றவற்றை வேறு ஓர் அறையில் வைத்திருப்பது இதற்கான ஓர் எடுத்துக்காட்டாகும்.

நம் வேலைச் சூழலில் இதுபோன்ற சுற்றுச்சூழல் நினைவூட்டல்களைத் தவிர்ப்பது நாம் எடுத்துக் கொண்டிருக்கின்ற காரியத்தில் நீண்டநேரம் ஈடுபடுவதற்கு உதவும். உங்களுடைய வேலைச் சூழலுக்குள் நீங்கள்

எந்த நினைவூட்டல்களை அனுமதிக்கிறீர்கள் என்பதைத் தீர்மானிப்பதும், அவை உங்களுடைய உற்பத்தித்திறனை எந்த அளவு பாதிக்கின்றன என்பதை அலசுவதும் நல்ல பலனிக்கும்.*

தனிப்பட்ட முறையில் என்னுடைய நவீன அலைபேசியும் பிற உபகரணங்களும் எந்த அளவு என்னுடைய நேரத்தையும் கவனத்தையும் அபகரிக்கின்றன என்பதைத் தெரிந்து கொண்டதிலிருந்து, பொதுவாக நான் இருக்கின்ற இடத்தில் அவற்றை நான் வைத்துக் கொள்வதில்லை. இக்கணத்தில் என்னுடைய தொலைபேசி என்னுடைய அலுவலகத்தில் நான் இருக்குமிடத்திலிருந்து சிறிது தொலைவில் இருக்கின்ற ஒரு மேசையில் இருக்கிறது.** இப்போது என் அறையில் என் முன்னால் ஏகப்பட்டப் பொருட்கள் இருக்கின்றன. உட்கார்ந்து தியானிப்பதற்கான ஒரு சிறிய மெத்தை, டம்பெல் உடற்பயிற்சிக் கருவி, ஒருசில உள்ளறைச் செடிகள், என் குடும்பப் புகைப்படம், ஒரு வெள்ளை போர்டு, என்னுடைய செல்லப் பிராணியான எட்வர்டு என்ற ஆமை ஆகியவை இருக்கின்றன. இவை, என்னுடைய கவனத்தை நீண்ட நேரம் திசை திருப்புவதில்லை, நான் செய்து கொண்டிருக்கின்ற

* சுற்றுச்சூழல் நினைவூட்டல்கள் ஆற்றல்மிக்கவை. உங்களுடைய அலுவலகத்தின் தூய்மைகூட உங்களுடைய உற்பத்தித்திறன்மீது தாக்கம் விளைவிக்கிறது. நேர்த்தியான சுற்றுச்சூழல் கவனக்குவிப்புக்கு ஏற்ற இடமென்றும், அலங்கோலமான சூழல் படைப்பாற்றலுக்கு ஏற்ற இடமென்றும் ஆய்வுகள் தெரிவிக்கின்றன. அதனால் அடுத்த முறை நீங்கள் ஒரு சந்திப்புக்கூட்டத்தைக் கூட்டுவதற்கு முன்பு இவற்றை மனத்தில் வைத்துக் கொள்ளுங்கள்.

** நம்முடைய கவனச்சிதறல் நம்மிடமிருந்து இருபது நொடிகள் தள்ளி இருந்தால், நாம் அந்தக் கவனச்சிதறலுக்குப் பலியாவதில்லை என்று சமீபத்திய ஆய்வு ஒன்று தெரிவிக்கிறது. சிப்ஸ் பாக்கெட்டுகளைச் சமையல் அறையில் வைக்காமல், இருபது நொடிகள் நடந்து சென்றால்தான் எடுக்க முடிகின்ற கீழறை ஒன்றில் வைத்திருப்பது, நம்முடைய அலைபேசியை நம்முடைய மேசையின் இழுப்பறையில் வைத்துப் பூட்டிவிடுவது, நமக்குக் கவனச்சிதறலை ஏற்படுத்துகின்ற வலைத்தளங்களைப் பார்க்க வேண்டுமென்றால் அதற்கு நாம் நம்முடைய கணினியை மீண்டும் 'ஆன்' செய்ய வேண்டும் என்ற ஏற்பாட்டைச் செய்து கொள்வது போன்றவை இதற்கான எடுத்துக்காட்டுகள். சபலத்திற்கும் அதைச் செயல்படுத்துவதற்கும் இடையே இருக்கின்ற இந்த இருபது நொடி கால இடைவெளி, நமக்கு இயல்பாக ஏற்படுகின்ற சபலங்களை எதிர்ப்பதற்குத் தேவையான விழிப்புணர்வை நமக்குக் கொடுக்கிறது.

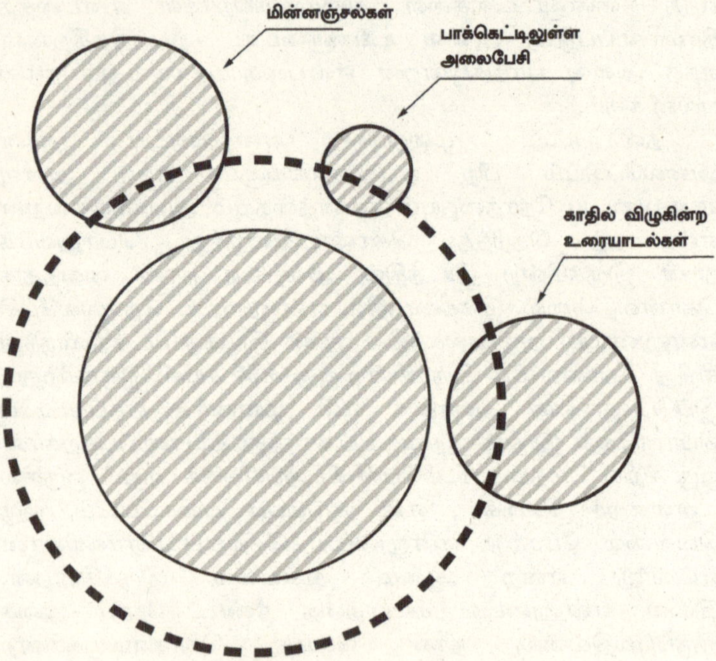

கைவசப்படுத்தப்படாத கவனச்சிதறல்கள்

வேலைக்கு நான் விரைவில் திரும்பிவிடுவேன். ஆனால் என்னுடைய அலைபேசி என்னுடைய மொத்தக் கவனத்தையும் அப்படியே களவாடிவிடும் ஆற்றல் படைத்தது.

உங்கள் கவனத்தைத் திருடுகின்ற புதுமையான பொருட்கள் குறித்துத்தான் நீங்கள் எச்சரிக்கையாக இருக்க வேண்டும். குறிப்பிட்ட ஒரு விஷயத்தில் நீங்கள் கவனத்தைக் குவிப்பதை அவை தடுக்கின்றன.

செம்மையாக வேலை பார்ப்பதற்கு ஏற்ற வகையில் உங்களுடைய சூழலை மாற்றிக் கொள்வதற்கு, உங்களுடைய கவனத்தைச் சிதறடிக்கின்ற பொருட்களை அங்கிருந்து நீங்கள் அகற்றிவிட வேண்டும்.

அதைச் செய்வது எளிது. அதற்கு நீங்கள் கீழ்க்கண்டவற்றைச் செய்ய வேண்டும்.

1. உங்களைச் சுற்றியுள்ள கவனச்சிதறல்களைக் கணக்கில் எடுத்துக் கொள்ளுங்கள்

உங்களைச் சுற்றியுள்ள கவனச்சிதறல்களைக் கணக்கில் எடுத்துக் கொள்ளுங்கள். குறிப்பாக நீங்கள் உங்களுடைய சிக்கலான வேலைகளை எந்த இடத்தில் வைத்து மேற்கொள்கிறீர்களோ அந்த இடத்திலுள்ள கவனச்சிதறல்களைக் கணக்கில் எடுத்துக் கொள்ளுங்கள். உங்களுக்குக் கவனச்சிதறல் ஏற்படுத்துகின்ற அனைத்து விஷயங்களையும் ஒரு பட்டியலாகத் தயாரித்துக் கொள்ளுங்கள். அதில் உங்களுடைய கைக்கணினியிலிருந்து, உங்களுக்கு அருகே உட்கார்ந்திருக்கும் சக ஊழியர்வரை அனைத்தையும் சேர்த்துக் கொள்ளுங்கள். அவற்றில் எவை உங்களுக்கு உங்களுடைய வேலையைவிட அதிக வசீகரமாக உள்ளன என்று கண்டுபிடியுங்கள்.

2. உங்களை விலக்கி வைத்துக் கொள்ளுங்கள்

உங்களுடைய சுற்றுச்சூழலில் இருக்கின்ற நினைவூட்டிகள் அனைத்தையும் உங்களால் முன்னதாகவே அகற்றிவிட முடியாது. ஆனால் அவற்றில் பெரும்பாலானவற்றை உங்களால் கட்டுப்படுத்த முடியும். உங்களுடைய கவனத்தைச் சிதறடிக்கின்ற பொருட்களை உங்களால் அப்புறப்படுத்த முடியும் என்பதால் அவற்றை அப்புறப்படுத்திவிடுங்கள்.

3. உற்பத்தித்திறனை ஊக்குவிக்கின்ற நினைவூட்டிகளைச் சுற்றுச்சூழலில் புகுத்துங்கள்

எதுவுமே இல்லாத ஓரிடத்தில் எவரும் வேலை செய்ய விரும்ப மாட்டார்கள். சுற்றுச்சூழல் நினைவூட்டிகள் அனைத்தும் மோசமானவை அல்ல. எடுத்துக்காட்டாக, உள்ளறைச் செடிகளுக்கு, அமைதியை ஏற்படுத்தும் பண்பு இருப்பதாகக் கருதப்படுகிறது. மூடப்பட்ட அறைகளில் இருந்து கொண்டு வேலை செய்வதற்காக

நாம் படைக்கப்பட்டிருக்கவில்லை. இயற்கையான சூழலில் தழைக்கின்ற விதத்திலேயே நாம் பரிணாம வளர்ச்சி அடைந்திருக்கிறோம். அறையில் ஒரு வெள்ளைப் பலகையைத் தொங்கவிடுவது நல்லது. அது புதிய யோசனைகளின் உருவாக்கத்தைத் தூண்டும். அதோடு, அன்றைய தினம் செய்யப்பட வேண்டிய மூன்று முக்கியமான விஷயங்களை நீங்கள் அதில் எழுதி வைத்துக் கொள்ளலாம். ஒரு சிறிய புத்தக அலமாரியை நீங்கள் உங்கள் அலுவலகத்தில் வைத்துக் கொள்ளலாம். வீட்டிலும் இரவில் உங்கள் தலையணைக்கு அடியில் உங்கள் அலைபேசியை வைப்பதற்குப் பதிலாக ஒரு புத்தகத்தை வைத்துக் கொள்வது நல்லது. பழங்களைக் குளிர்சாதனப் பெட்டியில் வைத்திருப்பதற்குப் பதிலாக மேசையில் வைத்திருந்தால், நாம் ஆரோக்கியமான உணவுகளை அதிகம் உண்பதற்கு அது வழிவகுக்கும்.

உங்களுடைய சுற்றுச்சூழலைச் சுத்தமாக வைத்திருப்பதும் மிகவும் முக்கியம். வீட்டிலிருந்து காலையில் கிளம்புவதற்கு முன்பாக வீட்டைச் சுத்தப்படுத்தி வைத்துவிட்டுச் செல்வது நல்லது. மாலையில் வேலை முடிந்து வீடு திரும்பும்போது, அது அலங்கோலமாகக் காட்சியளித்தால் அது உங்களுக்கு உடனடியாக மன அழுத்தத்தைத் தோற்றுவிக்கும். அலுவலகத்திலும் நீங்கள் வேலையை முடித்துவிட்டுக் கிளம்பும்போது, மேசையைச் சுத்தமாக்கி, அதிலுள்ள பொருட்களை நேர்த்தியாக அடுக்கி வைத்துவிட்டு வருவது நல்லது. அடுத்த நாள் காலையில் அலுவலகம் வரும்போது உடனடியாக வேலையில் கவனம் செலுத்துவதற்கு அது உதவும். அதேபோல, உங்களுடைய டிஜிட்டல் தளத்தையும் நீங்கள் நேர்த்தியாக வைத்துக் கொள்வது நல்லது.

சுற்றுச்சூழல் நினைவூட்டிகளின் ஆற்றலைப் பற்றி நாம் சற்று முன்புதான் பார்த்தோம், இல்லையா? அதனால் நீங்கள் வேலையைவிட்டுக் கிளம்புவதற்கு முன்பாக, அடுத்த நாள் நீங்கள் செய்ய வேண்டிய மூன்று முக்கியமான விஷயங்களை உங்களுடைய வெள்ளைப் பலகையில் எழுதி வைக்கலாம். அடுத்த நாள் காலையில் நீங்கள் உள்ளே நுழைந்ததும் உங்களுக்கு அது ஒரு நேர்மறையான நினைவூட்டியாக அமையும்.

நீங்கள் மக்களிடம், “நீங்கள் எந்த இடத்தில் அதிக அளவு உற்பத்தித்திறன் மிக்கவராக இருக்கிறீர்கள்?” என்று கேட்டால், அவர்களில் வெகு சிலரே, “அலுவலகத்தில்,” என்று பதிலளிப்பர். பெரும்பாலானோர், அலுவலகத்தைத் தவிர அனைத்து இடங்களையும் சொல்வர். அவர்களுக்குப் பிடித்தமான காபிக் கடை, விமான நிலையம், இரயில், வீட்டிலுள்ள அலுவலகம் போன்றவற்றை அவர்கள் குறிப்பிடுவர். அலுவலகம் தவிர்த்த மற்ற இடங்களில்தான் நாம் செய்துள்ள காரியங்களை நினைவுபடுத்துகின்ற நினைவூட்டிகள் இருக்கின்றன. அலுவலகத்தில் அவை குறைவு. அலுவலகத்தில் உங்களுடைய சக ஊழியர்கள் எவரும் நீங்கள் ஈடுபட்டிருக்கின்ற திட்டங்கள் குறித்துப் பெரிதாகப் பேசிக் கொண்டிருக்க மாட்டார்கள். சந்திப்புக்கூட்டங்களில், இதுவரை செய்து முடிக்கப்பட்ட வேலைகளுக்கான பாராட்டுப் பத்திரங்கள் பொதுவாக வாசிக்கப்படுவதில்லை.

இசை

நம்மைச் சுற்றியுள்ள சூழலில் நம்முடைய கவனக்குவிப்பின்மீது தாக்கம் ஏற்படுத்துகின்ற ஏகப்பட்ட விஷயங்கள் இருக்கின்றன. அலுவலகச் சூழலின் தட்பவெப்பநிலைகூட உற்பத்தித்திறன்மீது தாக்கம் ஏற்படுத்துவதாகக் கண்டறியப்பட்டுள்ளது. நாம் அனைவரும் எதிர்கொள்கின்ற ஓர் அம்சத்தைப் பற்றி இப்போது பார்க்கலாம். இசைதான் அது.

இப்புத்தகத்திற்காக நான் ஒரு தலைசிறந்த இசையமைப்பாளரைப் பேட்டி கண்டேன். அவருடைய இசை, பிரிட்னி ஸ்பியர்ஸ், ஜஸ்டின் பீபர், பாப் டிலன், பிரின்ஸ் போன்ற சிறந்த இசைப் பிரபலங்களின் இசையைவிட அதிகமாக விற்பனையாகியுள்ளது.

அவருடைய இசையை உங்களால் அடையாளம் காண முடியலாம். ஆனால் ஜெர்ரி மார்ட்டினின் பெயரை நீங்கள் கேள்விப்படாமல் இருக்கலாம். ஜெர்ரி, ‘த சிம்ஸ்’,

'சிம் சிட்டி' ஆகிய இரண்டு மிகப் பிரபலமான வீடியோ விளையாட்டுகளுக்குப் பின்னணி இசை அமைத்துள்ளார். இவை இரண்டும் சேர்ந்து 10 கோடிப் பிரதிகளுக்கு மேல் விற்பனையாகியுள்ளன. ஆப்பிள், ஜெனரல் மோட்டார்ஸ், என்பிஏ அமைப்பு ஆகியவற்றுக்கும் அவர் பின்னணி இசை அமைத்துக் கொடுத்திருக்கிறார். இசை எந்த அளவுக்கு உற்பத்தித்திறனின்மீது தாக்கம் ஏற்படுத்தும் என்பதைத் தெரிந்து கொள்ள ஒருவர் துவக்க வேண்டிய கச்சிதமான இடம் ஜெர்ரிதான். ஏனெனில், தலைசிறந்த, உற்பத்தித்திறன்மிக்க இசைக்கோவைகளை அவர் உருவாக்கியுள்ளார்.

உற்பத்தித்திறனை ஊக்குவிக்கின்ற இசை இரண்டு அம்சங்களைக் கொண்டுள்ளது. முதலாவது, அது நமக்குப் பரிச்சயமானதாகத் தோன்றும். இதன் காரணமாக, உற்பத்தித்திறனை உயர்த்துகின்ற இசையாக உங்களுக்குத் தெரிகின்ற ஒன்று உங்களுடைய சக ஊழியருக்கு அப்படித் தெரியாமல் போகலாம். இரண்டாவது, அது எளிமையாக இருக்கும். ஜெர்ரியின் இசை இந்த இரண்டையும் உள்ளடக்கியிருக்கிறது. அது பரிச்சயமாக இருப்பதற்குக் காரணம் ஜெர்ரியின் இசையில், ஜார்ஜ் கெர்ஷ்வின் போன்ற இசை மேதைகளின் தாக்கம் வெகுவாக இருக்கும். அதில் வார்த்தைகள் இருக்காது என்பதால், அது எளிமையாக இருக்கும். அதனால் உங்கள் கவனம் சிதறாது. மார்ட்டின் என்னிடம் இவ்வாறு கூறினார்: "இசையில் நீங்கள் அளவுக்கு மிஞ்சிய கட்டமைப்புகளைப் புகுத்துகின்றபோது, நீங்கள் அதில் கவனம் செலுத்தத் துவங்குவீர்கள். சிறந்த இசை என்பது பின்னணியில் ஒலித்துக் கொண்டிருக்க வேண்டும். அதை நீங்கள் உன்னிப்பாகக் கேட்டாலும் அதில் பெரிதாக எந்த மாற்றமும் ஏற்படாது. இசை என்பது நேர்க்கோட்டுரீதியானது. உங்களுக்குத் தெரியாமலேயே அது மாறிக் கொண்டிருக்கும். உங்கள் வேலையில் அது உங்களுக்கு ஆதரவாக இயங்கும்."

இசை நம்முடைய கவனக்குவிப்பிடத்தில் ஓரளவு இடத்தை ஆக்கிரமித்துக் கொண்டிருக்கும். ஆனால் நாம் கேட்டுக் கொண்டிருக்கின்ற இசை எளிமையானதாகவும், நமக்குப் பரிச்சயமானதாகவும், ஒப்பீட்டு நோக்கில்

அமைதியானதாகவும் இருந்தால், அது குறைவான இடத்தையே ஆக்கிரமிக்கும்.

நீங்கள் ஒரு காபிக் கடையில் வேலை செய்து கொண்டிருந்தால், அங்கு பின்னணியில் ஒலித்துக் கொண்டிருக்கின்ற இசை, அங்கு வருகின்ற வாடிக்கையாளர்களின் உரையாடல்களால் ஏற்படும் கவனச்சிதறல்களைக் குறைக்க உதவும். உங்களுடைய அலுவலகத்தில் உங்களுக்கு அருகே இருக்கின்ற சக ஊழியர் ஒரு தொலைபேசியில் சத்தமாகப் பேசிக் கொண்டிருந்தால், நீங்கள் ஒரு ஹெட்ஃபோனைப் பயன்படுத்தி உங்களுக்குப் பரிச்சயமான ஓர் இசையைக் கேட்பது உங்களுடைய உற்பத்தித்திறனுக்குப் பங்கம் வராமல் பார்த்துக் கொள்ளும். இருவருக்கு இடையே நடக்கின்ற உரையாடலைக் கேட்பதைவிட, ஒருபக்கத் தொலைபேசி உரையாடலைக் கேட்பது உங்களுக்கு அதகிமான கவனச்சிதறலை ஏற்படுத்தும் என்று ஓர் ஆய்வு தெரிவிக்கிறது. உங்களுடைய மூளை அடுத்தப் பக்கத்து உரையாடலை ஊகிக்க முயலும் என்பதுதான் அதற்கு காரணம்.

இசை உங்களுடைய உற்பத்தித்திறன்மீது எந்த அளவுக்குத் தாக்கம் ஏற்படுத்துகிறது என்பது, உங்களுடைய வேலையின் இயல்பு, உங்களுடைய வேலைச் சூழல், உங்களுடைய ஆளுமை ஆகியவற்றைப் பொறுத்தது. எடுத்துக்காட்டாக, பொதுவாகப் பிறரோடு கலகலப்பாகப் பழகுபவர்களைவிடத் தனிமை விரும்பிகள்மீது இசை அதிகத் தாக்கம் ஏற்படுத்துகிறதாம். எது எப்படியிருந்தாலும், நீங்கள் கவனக்குவிப்புக்காக இசையைப் பயன்படுத்த விரும்பினால், முடிந்த அளவு அது எளிமையானதாகவும் பரிச்சயமானதாகவும் இருப்பதை உறுதி செய்து கொள்ளுங்கள்.

உங்களுடைய மனத்தைத் தெளிவாக்குதல்

எல்லாக் கவனச்சிதறல்களும் வெளியே இருந்து வருவதில்லை என்பது வெளிப்படை. ஏனெனில், நம் கவனத்தைச் சிதறடிக்கின்ற ஏராளமான விஷயங்களை

நாம் நம்முடைய மண்டைக்குள் சுமந்து திரிகிறோம். ஓர் அறிக்கையை எழுதிக் கொண்டிருக்கும்போதுதான், நாம் ஒரு சந்திப்புக்கூட்டத்தில் கலந்து கொள்ள வேண்டியிருப்பதும், அது ஏற்கனவே துவங்கியிருக்கும் என்பதும் நம் நினைவுக்கு வருகிறது. அதேபோல, வீட்டைச் சென்றடைந்ததும்தான், நாம் வரும் வழியில் ரொட்டி வாங்க மறந்துவிட்டோம் என்பது நம் நினைவுக்கு வருகிறது.

டேவிட் ஆலனைப் பற்றிக் குறிப்பிடாமல் கவனக்குவிப்பு மற்றும் உற்பத்தித்திறனைப் பற்றி நிச்சயமாக எழுத முடியாது. அவர் 'கெட்டிங் திங்ஸ் டன்' என்ற பிரபலமான நூலின் ஆசிரியர். அந்நூல் ஓர் எளிய கருத்தை வலியுறுத்துகிறது. நம்முடைய மூளை யோசனைகளை உற்பத்தி செய்வதற்கானதே அன்றி, அவற்றைச் சேமித்து வைப்பதற்கானது அல்ல. காலியாக இருக்கின்ற மூளைதான் உற்பத்தித்திறன்மிக்க மூளை. நம்முடைய மூளையிலிருந்து நாம் எவ்வளவு அதிகமான விஷயங்களை வெளியேற்றுகிறோமோ, அவ்வளவு அதிகத் தெளிவாக நம்மால் சிந்திக்க முடியும்.

நீங்கள் ஓர் ஆண்டு நாட்காட்டியைப் பயன்படுத்துபவராக இருந்தால் இதைப் புரிந்து கொள்வது எளிது. உங்களுடைய நிகழ்ச்சி நிரல் அனைத்தையும் நீங்கள் உங்களுடைய மண்டைக்குள் வைத்திருந்தால், உங்களால் எதைப் பற்றியும் சிந்திக்க முடியாது. வரவிருக்கும் நிகழ்வுகள் குறித்தத் தகவல்களுக்காக நீங்கள் உங்களுடைய கவனக்குவிப்பிடத்தில் எப்போதும் ஏராளமான இடத்தை ஒதுக்க வேண்டியிருக்கும். இது கடுமையான மன அழுத்தத்திற்கு வழி வகுக்கும். உங்களுடைய நிகழ்வுகளை ஓர் ஆண்டு நாட்காட்டியில் அட்டவணைப்படுத்திக் கொள்ளும்போது நிலைமை சரியாகும். 'செய்யப்பட வேண்டிய வேலைகள்' பட்டியல் ஒன்றை நீங்கள் தயாரிக்கின்றபோதும் அதேதான் நிகழ்கிறது. உங்களுடைய மண்டைக்குள் இருக்கின்ற விஷயங்கள் வெளியேறிவிடுவதால், உங்களால் தெளிவாகச் சிந்திக்க முடிகிறது, உங்களால் வேறு காரியத்தில் உங்களுடைய கவனத்தைக் குவிக்க முடிகிறது.

செய்யப்படவிருக்கின்ற வேலைகள் குறித்தத்

தகவல்களை, ஆண்டு நாட்காட்டி அல்லது 'செய்யப்பட வேண்டிய வேலைகள்' பட்டியல் போன்றவற்றுக்கு நீங்கள் மாற்றுகின்றபோது, குறிப்பிடத்தக்க ஒன்று நிகழ்கிறது. குற்றவுணர்வு, கவலை, சந்தேகம் ஆகியவை இல்லாமல், நீங்கள் தேர்ந்தெடுக்கின்ற காரியங்களில் உங்களால் இறங்க முடிகிறது. உங்களுடைய கடந்தகாலத்தைப் பற்றி நீங்கள் மன அழுத்தம் கொள்கின்றபோது உங்களுக்குக் குற்றவுணர்வு ஏற்படுகிறது. உங்களுடைய வருங்காலத்தைப் பற்றி நீங்கள் மன அழுத்தம் கொள்கின்றபோது உங்களுக்குக் கவலை ஏற்படுகிறது. உங்களுடைய நிகழ்காலத்தைப் பற்றி நீங்கள் மன அழுத்தம் கொள்கின்றபோது உங்களுக்குச் சந்தேகம் ஏற்படுகிறது. நீங்கள் ஒரு குறிக்கோளையும் அதை நிறைவேற்றுவதற்கான ஒரு திட்டத்தையும் கொண்டிருக்கின்றபோது, இந்த உணர்வுகள் மறைந்துவிடுகின்றன. உங்களால் தெளிவாகவும் சிந்திக்க முடிகிறது.

ஆண்டு நாட்காட்டி அல்லது செய்யப்பட வேண்டிய காரியங்கள் பற்றிய பட்டியல் போன்றவற்றை நீங்கள் பயன்படுத்துகின்றபோது, நீங்கள் உங்களுடைய அகரீதியான கவனச்சிதறல்களைப் புறரீதியான கவனச்சிதறல்களாக மாற்றிவிடுகிறீர்கள். எடுத்துக்காட்டாக, அடுத்து வரவிருக்கின்ற ஒரு சந்திப்புக்கூட்டத்தை நீங்கள் நினைவில் வைத்துக் கொள்ள வேண்டியதில்லை. அதை உங்களுடைய ஆண்டு நாட்காட்டிச் செயலி சரியான நேரத்தில் உங்களுக்கு நினைவுபடுத்தும். எவை முக்கியமான காரியங்கள் என்பதை நீங்கள் நினைவில் வைத்துக் கொள்ள வேண்டியதில்லை. நீங்கள் தயாரித்துள்ள 'செய்யப்பட வேண்டிய காரியங்கள்' குறித்தப் பட்டியல் அதைக் கவனித்துக் கொள்ளும்.

உங்களைக் கவனச்சிதறலுக்கு ஆளாக்குகின்ற விஷயங்கள் குறித்தப் பட்டியல், உங்களுடைய மண்டைக்குள் ஓடிக் கொண்டிருக்கின்ற கவனச்சிதறல்கள் குறித்த எண்ணங்களை நீக்கிவிடும். பொதுவாக நீங்கள் அதிகமாகக் கவலைப்படுகின்ற ஒரு நபராக இருந்தால், உங்களுடைய மனத்தை அரித்துக் கொண்டிருக்கின்ற அனைத்து விஷயங்களையும் ஒரு பட்டியலாகத் தயாரியுங்கள். உங்களுக்குத் தோன்றுகின்ற அனைத்து யோசனைகளையும்

குறிப்பெடுத்துக் கொள்ளுங்கள். அதேபோல, நீங்கள் எந்த விஷயங்களுக்கெல்லாம் காத்துக் கொண்டிருக்கிறீர்களோ அவற்றைத் தொகுத்து ஓர் எதிர்பார்ப்புப் பட்டியலையும் தயாரித்துக் கொள்ளுங்கள். அதில் நீங்கள் எதிர்பார்க்கின்ற மின்னஞ்சல்கள், கடிதங்கள், பார்சல்கள், தொலைபேசி அழைப்புகள் போன்றவற்றை இடம்பெறச் செய்யுங்கள். இவை உங்களுடைய மனத்திலிருந்து விடைபெற்றுக் கொண்டுவிடும்.

இவற்றில் எது உங்களுக்குச் சௌகரியமாக இருக்கிறதோ அதை நீங்கள் பயன்படுத்திக் கொள்ளலாம். இவற்றின் நோக்கம், உங்களுடைய மனத்தை அடைத்துக் கொண்டிருக்கின்ற விஷயங்களை விடுவிப்பதுதான் என்பதை நினைவில் கொள்ளுங்கள்.

நோக்கத்துடன் செயல்படுதல்

கவனக்குவிப்புப் பற்றி இதோ ஓர் அடிப்படை உண்மை: உங்களுடைய மூளை சிக்கலான விஷயங்களை எப்போதும் எதிர்க்கும். குறிப்பாக, அவற்றை நீங்கள் முதன்முதலில் துவக்கும்போது அது முரண்டு பிடிக்கும். அது அப்படிச் செய்கின்றபோது, நீங்கள் செய்வதற்குப் புதுமையான, சுவாரசியமான விஷயங்கள் ஏதாவது இருக்கின்றனவா என்று நீங்கள் தேடுவீர்கள். இடையூறுகள், கவனச்சிதறல்கள், சூழலிலுள்ள நினைவூட்டிகள் ஆகியவற்றை உங்களுடைய வேலைச் சூழலிலிருந்து நீங்கள் நீக்குகின்றபோது, நீங்கள் சரியான பாதையில் பயணிப்பீர்கள்.

அத்தியாயம்
5

சிதறா கவனக்குவிப்பை ஒரு பழக்கமாக்கிக் கொள்ளுதல்

எது நம் மனத்தை அலைபாயச் செய்கிறது

நாம் கவனக்குவிப்பில் ஈடுபட முயல்கின்ற அந்தத் துல்லியமான தருணத்தில் நம்முடைய மனம் ஏன் தறிகெட்டு அலையத் துவங்குகிறது என்பது குறித்து எண்ணற்ற ஆய்வுகள் நடத்தப்பட்டுள்ளன.

கீழ்க்கண்ட சூழல்களில் நம் மனம் அதிகமாக அலைபாய்வதாக அந்த ஆய்வுகள் தெரிவிக்கின்றன:

- நாம் மன அழுத்தத்துடன் இருக்கும்போது அல்லது சலிப்புற்று இருக்கும்போது
- ஒரு குழப்பமான சூழலில் நாம் வேலை செய்யும்போது
- நாம் நம்முடைய தனிப்பட்டப் பிரச்சனைகள் குறித்து யோசித்துக் கொண்டிருக்கும்போது
- நாம் செய்து கொண்டிருக்கின்ற வேலை உண்மையிலேயே அர்த்தம் வாய்ந்ததா, உருப்படியானதா என்று கேள்வி எழுப்பிக் கொண்டிருக்கும்போது
- நம்முடைய கவனக்குவிப்பிடம் காலியாக இருக்கும்போது

மேற்குறிப்பிட்டவற்றை நாம் ஏற்கனவே விரிவாகப் பார்த்துவிட்டோம்.

இந்நூலில் குறிப்பிடப்பட்டுள்ள உத்திகள் சிறப்பாக வேலை செய்வதற்கான முக்கியக் காரணங்களில் சில: அவை அனைத்தும் நீங்கள் உங்களுடைய வேலையில் ஆழமான கவனக்குவிப்புடன் ஈடுபடுவதற்கு உதவுகின்ற அதே நேரத்தில், உங்கள் மனம் அலைபாயாமல் இருக்குமாறும் பார்த்துக் கொள்ளும்.

உங்களுடைய வேலையைக் கடினமாக்குகின்ற ஆற்றல்

வேலைகள் அவற்றின் சிக்கல்தன்மையைப் பொறுத்து, உங்களுடைய கவனக்குவிப்பிடத்தில் கூடுதலான அல்லது குறைவான இடத்தை ஆக்கிரமிக்கும். உங்களுடைய சுவாசத்தின்மீது கவனத்தைக் குவிக்கின்ற தியானத்தில் நீங்கள் எப்போதாவது ஈடுபட்டிருந்தால், ஒரு விஷயத்தை நீங்கள் அவதானித்திருப்பீர்கள்: நீங்கள் ஓர் ஓட்டத்தில் ஈடுபட்டிருக்கும்போதோ, ஓர் ஆழமான உரையாடலில் ஈடுபட்டிருக்கும்போதோ, அல்லது ஒரு திரைப்படத்தைப் பார்த்துக் கொண்டிருக்கும்போதோ உங்கள் மனம் எவ்வளவு அலைபாயுமோ, அதைவிட அதிகமாக அந்த தியானத்தின்போது அது அலைபாயும்.*

இருக்கின்ற வேலைகளை மேலும் சிக்கலாக்கிக் கொள்வது அல்லது கூடுதலாகச் சிக்கலாக உள்ள வேலைகளை எடுத்துக் கொள்வது, சிதறா கவனக்குவிப்பு நிலைக்குள் நுழைவதற்கான ஆற்றல்மிக்க ஒரு வழியாகும்.

---

* ஒரு சிறிய பொருள்மீது அல்லது ஓர் எளிமையான விஷயத்தின்மீது உங்களுடைய மனத்தை ஒருமுகப்படுத்துவதன் மூலம் சிக்கலான, பெரிய விஷயங்களில் கவனத்தைக் குவிப்பதை எளிதாக்குவதுதான் தியானத்தின் மிகப் பெரிய பலம். அதன் விளைவாக உங்களுடைய மனம் குறைவாக அலைபாய்கிறது; உங்களால் நீண்ட நேரத்திற்கு ஆழமான கவனக்குவிப்பில் ஈடுபட முடிகிறது; அதோடு, உங்களுடைய கவனக்குவிப்பின் தரமும் பெருமளவு அதிகரிக்கிறது. தியானம் என்பது பொதுவாக நாம் நினைக்கின்ற அளவுக்குப் பயமுறுத்தலான ஒன்று அல்ல. நீங்கள் முயற்சி செய்து பார்ப்பதற்குத் தகுதியானதுதான் அது.

அது, நீங்கள் செய்து கொண்டிருக்கின்ற காரியத்தில் நீங்கள் கூடுதல் ஆர்வத்துடன் ஈடுபடுவதற்கு உதவும், உங்கள் மனம் குறைவான அளவில் அலைபாய்வதற்கு வழி வகுக்கும்.

மிஹாலி சிசிக்ஸ்செண்ட்மிஹாலி தன்னுடைய 'ஃப்ளோ' நூலில், நாம் ஃப்ளோ நிலைக்குள் எப்போது நுழைவோம் என்பதைக் குறிப்பிட்டுள்ளார். ஒரு காரியத்தைச் செய்து முடிப்பதிலுள்ள சவால், அதைச் செய்வதற்கு நமக்கு இருக்கின்ற திறனின் அளவுக்குச் சமமாக இருக்கின்றபோது, நாம் நம் வேலையில் முற்றிலுமாக மூழ்கிவிடுகிறோம். ஓர் இசைக்கருவியை வாசித்தல், ஒரு நூலில் மூழ்கியிருத்தல் போன்றவை இதற்கான ஒரு சில எடுத்துக்காட்டுகள். ஒரு காரியத்தைச் செய்து முடிப்பதற்கான நம்முடைய திறன் அந்த வேலையில் இருக்கின்ற சவாலைவிட மிக அதிகமாக இருந்தால், நமக்குச் சலிப்பு ஏற்படுகிறது. எந்த விதத்திலும் மூளையைப் பயன்படுத்தாமல், பல மணி நேரம் தொடர்ந்து வெறும் தகவல்களை மட்டுமே ஒரு கணினியில் தட்டச்சு மூலம் பதிவு செய்கின்ற வேலை இதற்கான ஓர் எடுத்துக்காட்டு. ஒரு காரியத்தைச் செய்து முடிப்பதிலுள்ள சவால் நம்முடைய திறனைவிட அதிகமாக இருந்தால், நாம் பதற்றமடைகிறோம். நாம் தயாராக இல்லாதபோது பலருடைய முன்னிலையில் ஒரு விளக்கவுரையை வழங்க நாம் கேட்டுக் கொள்ளப்படுவது இதற்கான ஓர் எடுத்துக்காட்டு.

உங்களுடைய வேலையில் ஆழமாக மூழ்குவது உங்களுக்குக் கடினமாக இருப்பதாகப் பட்டால், உங்களுடைய வேலை கடினமானதாகவும் சிக்கலானதாகவும் இருக்கிறதா என்பதை ஆய்வு செய்வது நல்லது. அதேபோல, உங்களுடைய வேலையில் நீங்கள் அடிக்கடிச் சலிப்புற்றால், உங்களுடைய வேலை உங்களுடைய திறன் முழுவதையும் பயன்படுத்திக் கொள்கிறதா என்ற கேள்வியை நீங்கள் எழுப்ப வேண்டும். இந்த அத்தியாயத்திற்கு முந்தைய அத்தியாயங்களில் இடம்பெற்றுள்ள உத்திகளைப் பயன்படுத்திய பிறகும் உங்கள் மனம் அடிக்கடி அலைபாய்ந்து கொண்டிருக்கிறது என்றால், உங்களுடைய வேலை போதுமான அளவு சிக்கலானதாக இல்லை, அது உங்களுடைய கவனக்குவிப்பிடத்தில் போதுமான

இடத்தை ஆக்கிரமிக்கவில்லை என்ற முடிவுக்கு நீங்கள் வரலாம்.* மறுபுறம், இப்புத்தகத்தில் குறிப்பிடப்பட்டுள்ள உத்திகளைப் பயன்படுத்திய பிறகும் உங்கள் மனம் பதற்றமாக இருக்கிறது என்றால், உங்களுடைய வேலை உங்களால் கையாள முடிவதைவிட அதிகச் சிக்கலாக இருக்கிறது என்ற முடிவுக்கு நீங்கள் வரலாம்.

தனிப்பட்ட வேலைகளின் சிக்கல்தன்மை குறித்துக் கேள்வி எழுப்புவது ஒரு புறம் இருந்தாலும், பொதுவாக உங்களுக்கு அளிக்கப்படுகின்ற வேலைச் சுமை எந்த அளவுக்குச் சவாலாக இருக்கிறது என்பதையும் நீங்கள் ஆய்வுக்கு உட்படுத்த வேண்டும். இந்தப் புத்தகத்தில் குறிப்பிடப்பட்டுள்ள உத்திகளைப் பயன்படுத்துவதன் மூலம் உங்களால் உங்களுடைய வேலையை முன்பைவிடக் குறைவான நேரத்தில் செய்து முடிக்க முடியும். அதன் மூலம் உங்களுக்குக் கிடைக்கின்ற கூடுதல் நேரத்தைச் செலவழிப்பதற்கு உங்களுக்குப் போதுமான வேலை இல்லை என்பதை நீங்கள் உணர்வீர்கள். அது பலவிதமான பின்விளைவுகளுக்கு இட்டுச் செல்லும்.

இது எனக்கும் ஏற்பட்டுள்ளது. என்னுடைய முந்தைய புத்தகத்தை, நான் இப்புத்தகத்தில் கூறப்பட்டுள்ள உத்திகளைப் பயன்படுத்திக் குறைவான நேரத்தில் எழுதி முடித்தேன். ஆனால் கூடுதலாக இருந்த இடத்தை வேறு வேலைகள் எடுத்துக் கொண்டன. என்னுடைய சொற்பொழிவுகளுக்கு நான் வழக்கத்தைவிட முன்னதாகவே தயாரிப்புப் பணிகளில் ஈடுபடத் துவங்கினேன். என்னுடைய சொந்த அறிவுரைகளைக் காற்றில் பறக்க விட்டுவிட்டு, சமூக ஊடகங்களிலும் இணையத்திலும் நான் அதிகமாக மேயத் துவங்கினேன். மின்னஞ்சல்களைத் தினமும் ஒரு முறை சோதிப்பதற்குப் பதிலாக, பல முறை திறந்து பார்த்தேன். தேவையில்லாத சந்திப்புக்கூட்டங்களில் கலந்து கொள்ள நான் சம்மதித்தேன். என் புத்தகம் சீக்கிரமாக

---

* நீங்கள் எளிமையான ஒரு வேலையில் ஈடுபட்டுக் கொண்டிருக்கின்றபோது, உங்களுடைய கவனக்குவிப்பிடம் எந்த அளவுக்கு அதிகமாக இருக்கிறதோ, அந்த அளவுக்கு அதிகமாக உங்களுடைய மனம் அலைபாயும். அதனால், உங்களுடைய குழுவிலுள்ள புத்திசாலிகளுக்கு, சிக்கல்தன்மை கூடுதலாக உள்ள வேலைகள் ஒதுக்கப்பட வேண்டும்.

முடிந்துவிட்டிருந்ததால், நான் மும்முரமாக இல்லை என்ற குற்றவுணர்வை இந்த நடவடிக்கைகள் போக்கின.

இதை உணர்ந்து கொள்ள எனக்குச் சில மாதங்கள் பிடித்தன. அதற்குப் பிறகு நான் அர்த்தமிக்க வேலைகளை அதிகரித்துக் கொண்டேன். என்னுடைய வலைத்தளத்தில் நான் அதிகமாக எழுதத் துவங்கினேன்; இப்புத்தகம் குறித்து அதிகமாக யோசிக்கத் துவங்கினேன்; நான் வழங்கிக் கொண்டிருந்த சொற்பொழிவுகளை அதிகரித்தேன்; நான் அளித்துக் கொண்டிருந்த பயிற்சியை விரிவுபடுத்தினேன். என்னை நான் ஓர் உற்பத்தித்திறன்மிக்க நபர் என்று கருதிக் கொள்வதால், என்னுடைய இந்தத் தோல்வியை என்னால் சீரணித்துக் கொள்ள முடியவில்லை. ஆனால் இது எனக்கு முக்கியமானதொரு படிப்பினையை கற்றுக் கொடுத்தது. அலுவலகத்திலும் சரி, வீட்டிலும் சரி, உருப்படாத வேலைகளைச் செய்வது என்பது உற்பத்தித்திறன்ரீதியாக ஒரு மோசமான அம்சம் என்பதோடு, உங்களிடம் செய்வதற்கு முக்கியமான வேலைகள் அதிகமாக இல்லை என்பதையும் வெளிப்படுத்துகிறது.

பொதுவாக உங்களிடம் போதுமான அளவு வேலை இருக்கிறதா என்பதைக் கண்டுபிடிக்க, மும்முரமான, அதே நேரத்தில் உருப்படியான எதையும் சாதிக்காத வேலைகளில் நீங்கள் தினமும் எவ்வளவு நேரத்தைச் செலவிடுகிறீர்கள் என்பதை அலச வேண்டும். அந்த நேரம் அதிகமானதாக இருந்தால், நீங்கள் அதிகச் சிக்கலான வேலைகளை எடுத்துக் கொள்ள வேண்டும்.

நீங்கள் ஏற்கனவே முழுவீச்சில் இயங்கிக் கொண்டிருப்பதாக நினைத்துக் கொண்டிருந்தால், இந்த யோசனை உங்களுக்கு எரிச்சலூட்டலாம். ஆனால் இதைத் தீவிரமாக எடுத்துக் கொள்வது நல்லது. அறிவுசார் வேலையில் நாம் ஈடுபடுகின்றபோது, வேலைகளைத் தள்ளிப் போடுதல், நிறைய வேலைகளைச் செய்தது போன்ற உணர்வைக் கொடுக்கின்ற, ஆனால், எதையும் சாதிக்க வழி வகுக்காத, சமூக ஊடகங்களில் மேய்தல், மின்னஞ்சல்களை அடிக்கடிப் பரிசோதித்தல் போன்றவற்றில் நாம் ஈடுபடுகிறோம்.

மூளைக்கு வேலையில்லாத காரியங்கள் குறித்து ஒரு சிறு குறிப்பு: இப்படிப்பட்ட வேலைகள் சிக்கலான வேலைகளைவிட உற்பத்தித்திறன் குறைந்தவை என்றாலும், இவற்றைச் செய்வது குதூகலமானது. பெரும்பாலானோர் சிக்கலான வேலைகளைத் தேர்ந்தெடுப்பதைக் காட்டிலும் இவற்றைத் தேர்ந்தெடுக்கின்றனர் என்று ஆய்வுகள் தெரிவிக்கின்றன. இப்புத்தகம் குறித்த ஆய்வுக்காக நான் மைக்ரோசாஃப்டின் ஆய்வுப் பிரிவுக்குச் சென்றிருந்தேன். நம்முடைய முழுக் கவனத்தையும் விழுங்காத வேலைகளைச் செய்கின்றபோது நாம் அதிக மகிழ்ச்சியாக இருக்கிறோம் என்று அங்கு ஆய்வுகளில் ஈடுபட்டிருந்தவர்கள் கூறினர். இது அர்த்தமுள்ளதாகத்தான் தெரிகிறது. ஏனெனில், நம்முடைய சிக்கலான வேலைகள் முக்கியமானவை என்றாலும், பொதுவாக நாம் அவற்றை விரும்புவதில்லை. அதனால்தான் அப்படிப்பட்ட வேலைகளுக்கு அதிக ஊதியம் கொடுக்கப்படுகிறது. ஆனால் மூளைக்கு வேலை கொடுக்காத காரியங்கள் உடனடியாக எதையோ செய்து முடித்த உணர்வைக் கொடுக்கின்றன. இப்படிப்பட்ட வேலைகள் உண்மையிலேயே உங்களுக்கு மகிழ்ச்சியைக் கொடுத்தால், அவற்றில் உற்பத்தித்திறன் குறைவாக இருக்கிறது என்ற காரணத்திற்காக அவற்றை நீங்கள் நிறுத்திக் கொள்ள வேண்டியதில்லை, அவற்றில் அவ்வப்போது ஈடுபடலாம்.

உங்களுடைய கவனக்குவிப்பிடத்தை விரிவுபடுத்துதல்

உங்களுடைய கவனக்குவிப்பிடத்தை எப்படித் திறமையாகப் பயன்படுத்துவது என்பதை இதற்கு முன்பு பார்த்தோம். அதை எப்படி விரிவாக்குவது என்பதை இப்போது பார்க்கலாம்.

கவனக்குவிப்பிடத்தின் விரிவாக்கம் பல நன்மைகளை உள்ளடக்கியுள்ளது. உங்களுடைய கவனக்குவிப்பிடம் விரிவுபடுத்தப்படுகின்றபோது, நீங்கள் எடுத்துக் கொள்கின்ற சிக்கலான வேலைகளின் எண்ணிக்கையை

உங்களால் அதிகரித்துக் கொள்ள முடியும் என்பது அதில் முக்கியமானது. அடுத்து எந்தச் சிக்கலான காரியத்தில் ஈடுபடலாம் என்று உங்களால் யோசிக்க முடியும். மனம் அலைபாய்ந்தாலும் அதை எளிதாகவும் விரைவாகவும் மீட்டுக் கொண்டுவந்துவிட முடியும்.

சரி, அந்த விரிவாக்கத்தை எப்படிச் செய்வது?

உங்களுடைய நினைவாற்றலை அதிகரிப்பதற்கு உதவுகின்ற மூளைப் பயிற்சிச் செயலிகள் மற்றும் வலைத்தளங்கள் இப்போது ஏராளமாக இருக்கின்றன. ஆனால் அவை சந்தேகத்திற்கிடமானவை. ஆய்வுகளுக்கு உட்படுத்தினால், அவற்றின் சாயம் வெளுத்துவிடுகிறது. ஒரு சில திட்டங்கள் குறுகிய காலத்திற்குப் பலனளிப்பவையாக இருக்கின்றன. ஆனால் அவற்றை வாரத்திற்குப் பல மணி நேரம் என்ற கணக்கில் தொடர்ந்து செய்து கொண்டிருக்கும்வரைதான் அவை பலனளிக்கும். அவற்றைச் செய்வதை நிறுத்தியவுடன், நீங்கள் அதுவரை பெற்றிருந்த பலன்களும் மறைந்துவிடும். இதுபோன்ற ஒரு செயலியைப் பரிசோதிப்பதற்காக, 11,430 பேர் கலந்து கொண்ட ஓர் ஆய்வு நடத்தப்பட்டது. அச்செயலி முழங்குவது போன்ற மேம்பாடுகள் ஏற்பட்டதற்கான சான்றுகள் எதுவும் அந்த ஆய்வில் கிடைக்கவில்லை.

ஆனால் நம்முடைய நினைவாற்றலின் அளவை ஒரு பயிற்சி அதிகரிப்பதாக ஆய்வுகள் மீண்டும் மீண்டும் நிரூபித்துக் கொண்டிருக்கின்றன. தியானம்தான் அது.

தியானம் என்றவுடன், பெரும்பாலும், ஒரு குகையில் தனியாக உட்கார்ந்து கொண்டிருக்கின்ற ஒரு துறவியின் உருவம்தான் பலருடைய மனங்களில் தோன்றும். ஆனால் நடைமுறையில் அதைச் செய்வது மிகவும் எளிது. உங்கள் மனம் அலைபாய்கின்றபோது, சுவாசம் போன்ற ஒரு குறிப்பிட்ட விஷயத்தின்மேல் கவனத்தைக் குவிப்பது, உங்கள் மனத்தை மீண்டும் இழுத்துக் கொண்டுவந்துவிடும். அதுதான் தியானம்.

கடந்த பத்தாண்டுகளாக, சுவாசத்தின்மீது கவனத்தைக் குவிக்கின்ற தியானப் பயிற்சியை நான் மேற்கொண்டு வருகிறேன். இதில், உங்களுடைய சுவாசம் எப்படி ஏறி இறங்குகிறது, அதன் தட்பவெப்ப நிலை என்ன,

உங்களுடைய உள்மூச்சு எப்படி வெளிமூச்சாக மாறுகிறது போன்றவற்றின்மீது நீங்கள் உங்களுடைய கவனத்தைக் குவிப்பீர்கள். சுவாசத்தை அவதானிப்பதற்குப் பெரும் கவனக்குவிப்புத் தேவையில்லை என்பதால், உங்களுடைய மனம் தொடர்ந்து அலைபாய்ந்து கொண்டிருக்கும். அதை நீங்கள் மீட்டுக் கொண்டு வருகின்ற ஒவ்வொரு முறையும் உங்களுடைய கவனக்குவிப்பின்மீது உங்களுக்கு எவ்வளவு கட்டுப்பாடு இருக்கிறது என்பதை நீங்கள் அலசுகிறீர்கள். நாளடைவில் அது உங்களுடைய கவனக்குவிப்பின் தரத்தை மேம்படுத்துகிறது. போகப் போக உங்களுடைய கவனக்குவிப்பின் நேரம் நீண்டு கொண்டே போகும், மனம் அலைபாய்கின்ற நேரம் குறைந்து கொண்டே வரும்.

தியானத்தில் ஈடுபடுவது எளிது. ஓரிடத்தில் உட்கார்ந்து, கண்களை மூடி, உங்களுடைய சுவாசத்தின்மீது கவனத்தைக் குவிக்க வேண்டும், அவ்வளவுதான். முதலில் நீங்கள் ஏதோ தவறான காரியத்தில் ஈடுபட்டுள்ளது போன்ற உணர்வு ஏற்படும். ஆனால் அதைப் பற்றி நீங்கள் அதிகமாக அலட்டிக் கொள்ளத் தேவையில்லை. ஆனால் இதன் விளைவுகள் அபாரமாக இருக்கும். தியானத்தின் பயன்களை ஏகப்பட்ட ஆய்வுகள் உறுதி செய்துள்ளன.

தியானத்தில் கிடைக்கின்ற அனைத்துப் பலன்களும் சிதறா கவனக்குவிப்பிலும் உங்களுக்குக் கிடைக்கும். தியானத்தைப்போலவே இதையும் நீங்கள் எவ்வளவு அதிகமாகச் செய்கிறீர்களோ, அவ்வளவு அதிகமாக உங்களால் உங்களுடைய கவனக்குவிப்பை நிர்வகிக்க முடியும். அடுத்த முறை முன்பைவிட நீண்ட நேரம் உங்களால் ஒருமித்தக் கவனம் செலுத்த முடியும்.

தியானத்தைப் போன்ற மற்றொன்று நிகழ்கணலயிப்பு. நிகழ்கணத்தில் உங்களுடைய மனத்தை நிறைத்திருக்கின்ற விஷயம் மற்றும் அதன் சூழல் குறித்தப் பிரக்ஞைதான் நிகழ்கணலயிப்பாகும். இதில் உணர்ச்சிகள், சிந்தித்தல் போன்றவை அடங்கும்.

நிகழ்கணலயிப்பு ஒரு முக்கிய வழியில் சிதறா கவனக்குவிப்பிலிருந்து வேறுபடுகிறது. இதில் கவனம் நிகழ்கணச் சூழல்மீது குவிக்கப்படுகிறது.

குளித்தலைப் பற்றி இப்படியொரு விநோதமான

விளக்கம் உள்ளது. உண்மையில் நீங்கள் குளிப்பதே இல்லை என்பதுதான் அது. நீங்கள் ஷவருக்கு அடியில் நின்று கொண்டிருப்பீர்கள், உங்கள்மீது தண்ணீர் வழிந்தோடும். ஆனால் உங்களுடைய மனம் உங்களுடைய அலுவலகப் பிரச்சனையைப் பற்றியோ அல்லது அன்றைய இரவு உணவைப் பற்றியோ சிந்தித்துக் கொண்டிருக்கும். உங்கள் மனத்தின் ஒரு சிறிய பகுதி மட்டும் நீண்ட நாள் பழக்கமாக ஆகிவிட்டிருக்கின்ற குளியல் நடவடிக்கையில் ஈடுபட்டிருக்கும். உங்கள் மனம் அப்போது உங்களுடன் இருப்பதில்லை. நிகழ்கணலயிப்புடன்கூடிய குளியல் என்பது நிகழ்கணக் காட்சி, ஒலி, உணர்வு ஆகியவற்றை உள்ளடக்கிய ஒன்றாக இருக்கும். உங்களுக்கு முன்னாலுள்ள விஷயத்தின்மீது உங்களுடைய கவனத்தைக் குவிக்க அது உங்களுடைய மனத்தைப் பயிற்றுவிக்கும்.

நிகழ்கணலயிப்பில் ஈடுபட, உங்களுடைய முழுக் கவனமும் தேவைப்படாத அன்றாட நடவடிக்கை ஒன்றை எடுத்துக் கொள்ளுங்கள். காலையில் காபி குடித்தல், குளித்தல், அலுவலகத்தின் ஊடாக நடத்தல் போன்றவை அதற்கான எடுத்துக்காட்டுகள். ஓரிரு நிமிடங்களுக்கு அந்த அனுபவத்தில் திளையுங்கள். உங்களுடைய கவனத்தை அந்த நிகழ்கணச் சூழலில் குவியுங்கள்; காபியின் சுவை, அது ஏற்படுத்துகின்ற உணர்வு ஆகியவற்றில் குவியுங்கள்; அல்லது குளியலின்போது உங்களுடைய உடலில் படுகின்ற நீரின் குளிர் அல்லது சூடு, அது ஏற்படுத்துகின்ற உணர்வு ஆகியவற்றில் குவியுங்கள். வெறுமனே அச்சூழலோடு ஐக்கியமாகி, அக்கணத்தில் நீங்கள் பார்க்கின்ற, கேட்கின்ற, மற்றும் உணர்கின்ற விஷயங்களை அவதானியுங்கள். இக்குறுகிய காலத்தில்கூட உங்களுடைய மனம் அலைபாயத் துவங்கும். அதைக் கட்டி இழுத்து வாருங்கள். மனத்திற்குக் கடிவாளம் இடுவது எவ்வளவு கடினமாக இருக்கிறது என்பதை அப்போது நீங்கள் உணர்வீர்கள். இது குறித்து உங்களை அதிகமாக நொந்து கொள்ள வேண்டாம். அதுதான் மனத்தின் இயல்பு.

நீங்கள் கவனம் செலுத்துகின்ற பொருள் எந்த அளவுக்குச் சிறியதாக இருக்கிறதோ, அந்த அளவுக்கு மனம் அதிகமாக அலைபாயும். அதே நேரத்தில், நீங்கள்

அதில் கவனம் செலுத்துகின்றபோது, உங்களுடைய கவனக்குவிப்பிடத்தின் அளவும் அதிகரிக்கும். தியானம் அல்லது நிகழ்கணலயிப்பின்போது உங்களால் எந்த அளவு விரைவாக மனத்தை மீட்டுக் கொண்டுவர முடிகிறதோ, அந்த அளவுக்கு அதிகமாக உங்களால் வேலையில் அல்லது வீட்டில் கவனத்தைக் குவிக்க முடியும்.

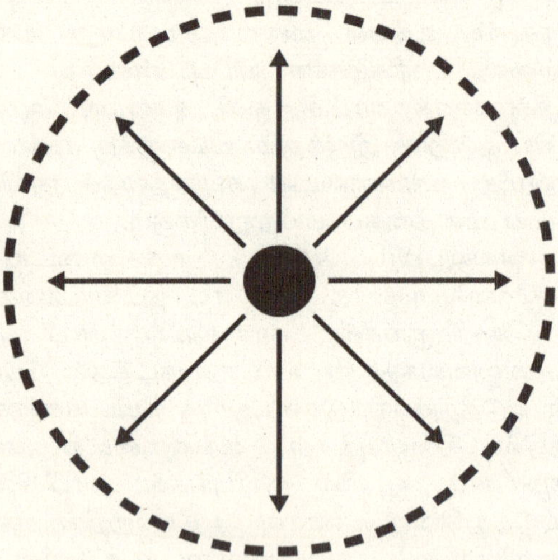

தியானம்

தியானம், நிகழ்கணலயிப்பு போன்ற பயிற்சிகள் ஒரு குறிப்பிட்ட நேரத்தில் ஒரு குறிப்பிட்ட விஷயத்தில் மனத்தை ஒருமுகப்படுத்த உங்களைத் தயார்படுத்துகின்றன. அதோடு, இவை இரண்டும் நீங்கள் உங்களுடைய சிந்தனையிருந்து விலகியிருக்க உங்களுக்கு உதவுகின்றன. உங்களுடைய கவனக்குவிப்பிடத்தை ஆக்கிரமித்திருக்கும் விஷயங்களைச் சோதிப்பதை இவை எளிதாக்குகின்றன.

நான் எப்போதாவது எங்களூரில் இருக்கின்ற புத்த மடத்திற்குச் சென்று, அங்கு சனிக்கிழமை மாலையில் நடக்கின்ற தியானத்தில் கலந்து கொள்வேன்.

அந்தத் தியானம் சுமார் ஒரு மணி நேரம் நடக்கும். அதைத் தொடர்ந்து, அங்குள்ள துறவிகளில் ஒருவர் சொற்பொழிவாற்றுவார். நான் அப்படி ஒரு முறை அங்கு சென்றிருந்தபோது ஒரு துறவி பேசியபோது, தான் தியானத்தின்போது பல வாரங்களுக்குத் தன்னுடைய மூக்கு நுனியில் சுவாசம் ஏற்படுத்திய தாக்கத்தின்மீது தன் கவனத்தைக் குவித்ததாகத் தெரிவித்தார். அது மிகவும் கடினமான காரியம். ஏனெனில், அவர் கவனம் செலுத்த முயன்ற பொருள் மிகச் சிறியதாக இருந்தது. நான் அடுத்த நாள், ஞாயிறன்று, இரண்டு மணி நேரம் நடத்தப்பட்டத் தியானப் பயிற்சியின்போது அதை முயன்று பார்த்தேன். அது மிகவும் கடினமாக இருந்தது.

நான் திங்கட்கிழமை என் அலுவலகத்திற்குச் சென்றபோது, அன்று என்னால் என் வேலையில் மிகவும் ஆழமாகக் கவனம் செலுத்த முடிந்தது. அன்று நான் ஏகப்பட்ட வேலைகளை விரைவாகச் செய்து முடித்தேன். இது அந்த வாரம் முழுவதும் தொடர்ந்தது.

நல்ல வேளையாக நீங்கள் இப்படிப்பட்ட விளைவைப் பெறுவதற்கு உங்களுடைய மூக்கின் நுனியின்மீது மணிக்கணக்காக உங்களுடைய கவனத்தைக் குவிக்க வேண்டிய தேவையில்லை. தினமும் ஒரு சில நிமிடங்கள் தியானம் அல்லது நிகழ்கணலயிப்பில் ஈடுபட்டால் போதும். உங்களுடைய கவனக்குவிப்பின் தரத்தை மேம்படுத்தத் தியானத்தையும் நிகழ்கணலயிப்பையும்விடச் சிறந்த ஒன்று எதுவும் கிடையாது.

வீட்டில் சிதறா கவனக்குவிப்பு

இந்நூலில் குறிப்பிடப்பட்டுள்ள அனைத்து உத்திகளும் அலுவலகச் சூழலில் மட்டும் அல்லாமல் வீட்டிலும் சிறப்பாகப் பலனளிக்கும். இவற்றை நான் என்னுடைய வாழ்க்கையில் சோதித்துப் பார்த்துப் பெரும் பலன்களை அறுவடை செய்திருக்கிறேன்.

நீங்கள் வீட்டில் இருக்கின்றபோது ஒரே ஒரு விஷயத்தில் மட்டுமே கவனத்தைக் குவித்து அது உங்களுக்கு

மகிழ்ச்சியையும் புத்துணர்ச்சியையும் கொடுத்திருக்கும். உங்களுக்குப் பிரியமானவர்களுடன் நீங்கள் நடத்திய அர்த்தமுள்ள ஓர் உரையாடல், தோட்டத்தில் ஒரு செடி நட்டது, உறவினர்களுடன் சீட்டு விளையாடியது, கடற்கரையோரமாக உட்கார்ந்து ஆசுவாசமாக ஒரு புத்தகத்தைப் படித்தது போன்றவை இதற்கான எடுத்துக்காட்டுகள். அந்த ஒரு விஷயம் உங்களுடைய கவனக்குவிப்பிடம் முழுவதையும் ஆக்கிரமித்திருக்கும். உங்களுக்குக் கவனச்சிதறலை ஏற்படுத்துகின்ற சில விஷயங்களை நீங்கள் தவிர்த்திருப்பீர்கள். எடுத்துக்காட்டாக, நீங்கள் உங்களுடைய அலுவலக அலைபேசியை வேறு ஓர் அறையில் வைத்திருக்கலாம்.

வீட்டுச் சூழலிலும் நாம் சிதறா கவனக்குவிப்பைப் பின்பற்றுகின்றபோது, நாம் செய்து கொண்டிருப்பவற்றை நாம் அதிகமாக நினைவில் வைத்திருக்கிறோம், நமது அனுபவங்கள் அதிக அர்த்தமுள்ளவையாக அமைகின்றன. நாம் நிகழ்கணத்தில் அதிக நேரத்தைச் செலவிடுகிறோம், காரியங்களை விரைவாகவும் குறைவான முயற்சியோடும் செய்து முடிக்கிறோம். இதற்காக நான் வீட்டில் கடைபிடிப்பதற்கு மூன்று குறிக்கோள்களை எழுதி வைத்துக் கொள்கிறேன். அவற்றில் ஒன்று, நெட்ஃபிலிக்ஸில் ஒரு திரைப்படம் பார்ப்பதாகக்கூட இருக்கலாம்.

உரையாடல்கள் சிதறா கவனக்குவிப்பால் சிறப்பான பலன்களைப் பெறுகின்றன என்பதை நான் அனுபவபூர்வமாக உணர்ந்திருக்கிறேன். ஆழமான, அர்த்தமுள்ள உரையாடல்களின் இரகசியம் என்ன தெரியுமா? நீங்கள் யாருடன் பேசிக் கொண்டிருக்கிறீர்களோ அந்த நபர்மீது நீங்கள் உங்களுடைய முழுக் கவனத்தையும் குவிக்க வேண்டும், அவ்வளவுதான். இதை நீங்கள் பல வழிகளில் செய்யலாம். உங்களிடம் பேசிக் கொண்டிருப்பவர் தன்னுடைய பேச்சை முழுவதுமாக முடிக்க அனுமதிப்பது; அவர் பேசி முடிக்கும்வரை காத்திருந்துவிட்டு, பின் அவருக்கு என்ன பதில் அளிக்கலாம் என்று யோசிப்பது. நீங்கள் உண்மையிலேயே ஒருவரிடம் உங்களுடைய முழுக் கவனத்தையும் செலுத்திக் கொண்டிருக்கிறீர்களா என்பதைப் பெரும்பாலானோர் உள்ளுணர்வுரீதியாக அறிந்து கொள்வர்.

என்னுடைய தனிப்பட்ட உறவுகளில் நான் ஆழமாகக் குதிக்கச் சிதறா கவனக்குவிப்பு எனக்கு உதவியுள்ளது. பாதிரியாரும் நூலாசிரியருமான டேவிட் ஆக்ஸ்பர்கர் இவ்வாறு கூறியுள்ளார்: “ஒரு சராசரி மனிதன் கூறுவதை நீங்கள் உண்மையிலேயே காது கொடுத்துக் கேட்டால், அவனை நீங்கள் உளமார நேசிப்பதற்குச் சமமாக அவன் அதைக் கருதுவான். அவை இரண்டும் கிட்டத்தட்டப் பிரித்துப் பார்க்கப்பட முடியாதவை.”

நீங்கள் வீட்டில் இருக்கின்றபோது, ஏதாவது ஒரு நடவடிக்கையில் சிதறா கவனக்குவிப்பை மேற்கொள்கின்றபோது, உங்களுக்குக் கவனச்சிதறல்களை ஏற்படுத்துகின்ற அனைத்தையும் நீங்கள் தலைமுழுகுகிறீர்கள். துவக்கத்தில் இது சிரமமாக இருந்தாலும் போகப் போக எளிதாகிவிடும். வீட்டில் நேரத்தை இப்படிச் செலவழிப்பது நமக்குப் புத்துணர்ச்சியளிக்கும்.

வீட்டிலும் சரி, அலுவலகத்திலும் சரி, உங்களுடைய கவனக்குவிப்பின் தரம், உங்களுடைய வாழ்க்கையின் தரத்தை நிர்ணயிக்கும். அலுவலகத்தில் உங்களுக்கு முன்னால் இருக்கின்ற விஷயங்களின்மீது நீங்கள் எந்த அளவு கவனத்தைக் குவிக்கிறீர்களோ அந்த அளவுக்கு உங்களுடைய உற்பத்தித்திறன் அதிகரிக்கும். வீட்டில் உங்களுக்கு முன்னால் இருக்கின்ற விஷயங்களின்மீது நீங்கள் எந்த அளவு கவனத்தைக் குவிக்கிறீர்களோ அந்த அளவுக்கு உங்களுடைய வாழ்க்கை அதிக அர்த்தமுள்ளதாக ஆகும்.

சிதறா கவனக்குவிப்புக்குத் தோன்றுகின்ற எதிர்ப்புணர்வைச் சமாளிப்பதற்கான மேலும் நான்கு வழிகள்

நீங்கள் ஏற்கனவே சிதறா கவனக்குவிப்பை, அது ஒரு பத்து நிமிடங்களுக்கு என்றாலும்கூட, சோதித்துப் பார்த்திருந்தீர்கள் என்றால், நான் முதலில் உணர்ந்ததைப்போல நீங்களும் உணர்ந்திருக்கக்கூடும். ஒரே ஒரு விஷயத்தில் கவனத்தைக் குவிப்பதற்கு மனத்தில் எழுகின்ற எதிர்ப்புணர்வுதான் அது. மனச் சஞ்சலம்,

பதற்றம், புதுமையான கவனச்சிதறல்களுக்குப் பலியாகின்ற போக்கு ஆகியவற்றின் கலவையாக அது இருக்கலாம்.

சிக்கலான வேலைகளுக்கு எதிரான நம்முடைய இந்த எதிர்ப்புணர்வு, துவக்கத்தில் அதிகமாக இருக்கும். ஆனால் போகப் போகச் சரியாகிவிடும்.

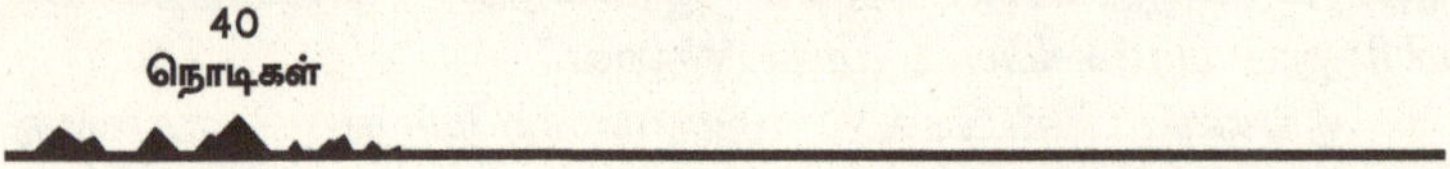

எடுத்துக்காட்டாக, நம் வீட்டின் பரணை ஒழுங்குபடுத்த வேண்டும் என்று நாம் தீர்மானிப்போம். ஆனால் அதற்கு நம்மைத் தயார்படுத்திக் கொள்வதற்கே நமக்குப் பல வாரங்கள் பிடிக்கும். ஆனால் அதைத் துவக்கிய பிறகு அதைத் தொடர்வதில் நமக்கு எந்தச் சிக்கலும் இருக்காது. உடற்பயிற்சியைத் துவக்கும்போதும் இதுதான் நிகழ்கிறது.

சிக்கலான வேலைகளைப் பொறுத்தவரையும் இதுதான் நிகழ்கிறது. ஒரு வேலையில் ஈடுபட்டு நாற்பது நொடிகளுக்குள் நம்முடைய கவனம் சிதறிவிடுகிறது. இந்தத் துவக்க எதிர்ப்புணர்வைச் சமாளிப்பதற்கான நான்கு வழிகளை இப்போது பார்க்கலாம்:

1. கவனக்குவிப்பு நேரத்தைக் குறைத்துக் கொள்ளுங்கள்

ஒரு குறிப்பிட்டக் காரியத்திற்கு நீங்கள் ஒதுக்கியுள்ள கவனக்குவிப்பு நேரத்தைக் குறைத்துக் கொண்டே வாருங்கள். ஒரு கட்டத்தில் அதற்கான எதிர்ப்புணர்வு மறைந்துவிடும். பின் நீங்கள் அதைத் துவக்கலாம்.

2. ஒரு காரியத்தைச் செய்வதற்கு நேரமில்லை என்ற நிலையை அவதானித்துக் கொள்ளுங்கள்

நமக்கு எப்போதுமே நேரம் இருந்து கொண்டுதான் இருக்கிறது. நாம் அதை வேறு ஏதாவது ஒரு காரியத்தில் செலவழித்துக் கொண்டிருப்போம். எடுத்துக்காட்டாக, உங்களுடைய நண்பன் ஒருவனுடன் ஒரு காபிக் கடைக்குச்

சென்று காபி அருந்த உங்களுக்கு நேரமில்லை என்று நீங்கள் கூறுவதாக வைத்துக் கொள்வோம். உங்களுக்கு ஒரு கால்பந்து விளையாட்டைப் பார்ப்பதற்கோ அல்லது ஃபேஸ்புக்கில் தேடுவதற்கோ நேரம் இருக்கிறதா என்று உங்களை நீங்களே கேளுங்கள். அப்படியும் நேரமில்லை என்று நீங்கள் முடிவு செய்தால், ஏற்கனவே ஒப்புக் கொண்டிருக்கின்ற ஏதாவது ஒரு காரியத்திற்கு ஒதுக்கியிருக்கின்ற நேரத்தை இதற்குப் பயன்படுத்திக் கொள்ள முடியுமா என்று பாருங்கள். அப்படி உங்களால் முடிந்தால், உங்களுக்கு நேரம் இல்லை என்று நீங்கள் கூறுவது உண்மை அல்ல. மாறாக, அந்த வேலையைச் செய்வதற்கு உங்களிடம் எதிர்ப்புணர்வு இருக்கிறது என்று பொருள்.

3. தொடர்ந்து சிதறா கவனக்குவிப்பைப் பின்பற்றுங்கள்

தினமும் குறைந்தபட்சம் சிதறா கவனக்குவிப்புடன் மேற்கொள்கின்ற ஒரு காரியத்தையாவது செய்யுங்கள். போகப் போக, குறைவான கவனச்சிதறலுடன் நீங்கள் வேலை செய்யத் துவங்குகின்றபோது உங்களுடைய எதிர்ப்புணர்வு குறையத் துவங்கும்.

4. சிதறா கவனக்குவிப்பு மூலம் புத்தாற்றல் பெறுங்கள்

தொடர்ந்து கவனச்சிதறல்களை எதிர்த்துக் கொண்டும், முக்கியமான விஷயங்களில் உங்களுடைய கவனத்தைக் குவிக்க உங்களை உந்தித் தள்ளிக் கொண்டும் இருக்க வேண்டிய அவசியம் குறைகின்றபோது, நீங்கள் புத்தாற்றலைப் பெறுவீர்கள்.

சிதறா கவனக்குவிப்பின் சக்தி

நான் இப்புத்தகத்தின் துவக்கத்தில், நீங்கள் திட்டமிட்ட முறையில் உங்களுடைய கவனக்குவிப்பை நிர்வகித்தால் அது பெரும் மாறுதலுக்கு இட்டுச் செல்லும் என்று கூறியிருந்தேன். நான் இதுவரை கூறியிருந்த அறிவுரைகளை நீங்கள் பின்பற்றி வந்திருந்தால், நான் கண்டு கொண்டதை

நீங்களும் கண்டு கொண்டிருப்பீர்கள். இப்பயிற்சியின் காரணமாக உங்களுடைய தொழில்வாழ்க்கையும் தனிப்பட்ட வாழ்க்கையும் நேர்மறையான மாறுதலுக்கு உள்ளாகியிருக்கும் என்பதுதான் அது.

இதுவரை நான் கூறியிருந்த அறிவுரைகளைப் பின்பற்றி வந்ததன் மூலம் உங்களுடைய வாழ்க்கை உற்பத்தித்திறன் மிக்கதாகவும் சுவாரசியமானதாகவும் ஆகியிருக்கும் என்றும், நீங்கள் ஒரு தெளிவான, அமைதியான சிந்தனையாளராக ஆகியிருப்பீர்கள் என்றும் நான் நம்புகிறேன். அதோடு, இப்போது நீங்கள் அதிகமான விஷயங்களை நினைவில் வைத்திருப்பீர்கள் என்றும், உங்களுடைய வேலையும் தனிப்பட்ட வாழ்க்கையும் முன்பைவிட அதிக அர்த்தமுள்ளவையாக ஆகிவிட்டிருக்கும் என்றும் நான் நம்புகிறேன். நீங்கள் இப்போது உங்களுடைய நேரத்தைத் திட்டமிட்ட விதத்தில் பயன்படுத்துகிறீர்கள் என்றும், ஒரு முறை உட்கார்ந்தால், உங்களுடைய வேலையில் உங்களால் முன்பைவிட நீண்ட நேரம் கவனம் செலுத்த முடிகிறது என்றும், முன்பு அளவுக்கு உங்களுடைய மனம் அலைபாய்வதில்லை என்றும் நான் நம்புகிறேன்.

ஒரு நல்ல, உருப்படியான வாழ்க்கையை வாழ்வதற்குத் தேவையான முக்கியமான அம்சம் கவனக்குவிப்பு என்ற என் கருத்தோடு நீங்கள் ஒத்துப் போவீர்கள் என்று நான் நம்புகிறேன்.

பகுதி இரண்டு

சிதறுகின்ற கவனக்குவிப்பு

அத்தியாயம்
6

உங்கள் மூளையில் ஒளிந்துள்ள படைப்பாற்றல் போக்கு

சிதறுகின்ற கவனக்குவிப்பு: ஓர் அறிமுகம்

இந்த இரண்டாம் பாகம், அலைபாய்கின்ற மனத்தின் ஆற்றலைப் பற்றியும், உங்களுடைய கவனத்தை எப்படி உள்முகமாகத் திருப்புவது என்பதைப் பற்றியும் பேசப் போகிறது.

என்ன இது, இவன் முன்னுக்குப் பின் முரணாகப் பேசுகிறானே என்று நீங்கள் முழிக்க வேண்டாம். இந்தப் பகுதியில், அலைபாய்கின்ற மனத்தின் வலிமையைப் பற்றி நான் உங்களுக்குக் கூறப் போகிறேன். கவனக்குவிப்பு நம்முடைய குறிக்கோளாக இருக்கின்றபோது, பகல்கனவு காண்பது நம்முடைய மொத்த உற்பத்தித்திறனுக்குமே வேட்டு வைத்துவிடும். ஆனால் நம்முடைய குறிக்கோள் பிரச்சனைகளைத் தீர்ப்பது, படைப்பாற்றல்ரீதியாகச் சிந்திப்பது, புதிய யோசனைகளுக்காக மூளையைக் கசக்கிக் கொள்வது அல்லது புத்துணர்ச்சியை உருவாக்கிக் கொள்வதாக இருந்தால், பகல்கனவு காண்பது சிறப்பான விளைவுகளை ஏற்படுத்தும். படைப்பாற்றலைப் பொறுத்தவரை, அலைபாய்கின்ற மனத்திற்கு நிகரே கிடையாது.

கடந்த முறை உங்களுக்கு எப்போது சிறப்பான படைப்பாற்றல்ரீதியான யோசனை வந்தது என்று எண்ணிப்

பாருங்கள். நீங்கள் ஏதாவது ஒன்றில் உங்களுடைய கவனத்தைக் குவிக்காமல் இருந்திருக்கும்போது அந்த யோசனை வந்திருக்க நிறைய வாய்ப்புகள் இருக்கின்றன. இன்னும் சொல்லப் போனால், நீங்கள் எந்தக் காரியத்திலுமே ஈடுபடாமல் இருந்திருக்கும்போது அது உங்களுக்கு வந்திருக்கலாம். நீங்கள் ஒரு நீண்ட, ஆசுவாசமான குளியல் போட்டுக் கொண்டிருக்கையில், ஒரு நீண்ட நடை நடக்கச் சென்றபோது, ஓர் அருங்காட்சியகத்தைப் பார்வையிட்டுக் கொண்டிருந்தபோது, ஒரு புத்தகத்தைப் படித்துக் கொண்டிருந்தபோது அல்லது கையில் ஒரு மதுக்கோப்பையுடன் கடற்கரையில் ஓய்வெடுத்துக் கொண்டிருந்தபோது அந்த யோசனை உங்களுக்குத் தோன்றியிருக்கலாம். ஒரு வேளை நீங்கள் உங்களுடைய காலை நேரக் காபியைப் பருகிக் கொண்டிருந்தபோது, திடீரென்று வெட்டுகின்ற மின்னலைப்போல, எங்கிருந்தோ ஓர் அபாரமான யோசனை உங்களுக்கு உதித்திருக்கலாம். உங்களுடைய மூளை, ஏகப்பட்டப் புள்ளிகளை இணைப்பதற்காக, நீங்கள் ஆசுவாசமாக இருந்த அக்கணத்தை மர்மமான முறையில் தேர்ந்தெடுத்து அந்த அபாரமான யோசனையை உங்களுடைய தலைக்குள் சுழலவிட்டது. நீங்கள் ஞாபகம் வைத்துக் கொண்டிருக்கின்ற ஒரு யோசனையை அல்லது தகவலை நான் இங்கு ஒரு புள்ளி என்று குறிப்பிட்டுள்ளேன்.

சிதறா கவனக்குவிப்பு எப்படி உங்களுடைய மூளையின் மிகச் சிறப்பான உற்பத்தித்திறன் அம்சமாக விளங்குகிறதோ, அதேபோல, சிதறுகின்ற கவனக்குவிப்பு மூளையின் அதிசிறப்பான படைப்பாற்றல் அம்சமாக விளங்குகிறது.

சிதறுகின்ற கவனக்குவிப்பு நிலைக்குள் செல்வது மிகவும் எளிது. உங்களுடைய மனத்தை நீங்கள் அதன் போக்கில் விட்டுவிட வேண்டும், அவ்வளவுதான். சிதறா கவனக்குவிப்பின்போது எப்படி நீங்கள் ஒரே ஒரு விஷயத்தின்மீது உங்களுடைய கவனத்தைக் குவித்தீர்களோ, அதேபோல, நீங்கள் இங்கு, வேண்டுமென்றே உங்களுடைய மனத்தை அலைபாய விட வேண்டும். உங்களுடைய கவனக்குவிப்பிடத்தில் ஏராளமான இடம் காலியாக இருக்கின்றபோது நீங்கள் இதற்குள் நுழையலாம்.

படைப்பாற்றல் என்று வருகின்றபோது, சிதறுகின்ற கவனக்குவிப்பு, ஒரே நேரத்தில் சக்திமிக்க மூன்று விஷயங்களைச் செய்ய வழிவகுக்கிறது.

முதலாவது, உங்களுடைய வருங்காலம் குறித்துத் திட்டமிடவும், அது தொடர்பான குறிக்கோளை நிறுவவும் இது உங்களுக்கு உதவுகிறது. நீங்கள் நிகழ்கணத்தில் திளைத்திருக்கின்றபோது, வருங்காலக் குறிக்கோள்களை நிறுவுவது இயலாத காரியம். உங்களுடைய கவனத்தை உள்முகமாக நீங்கள் திருப்புகின்றபோது, உங்களுடைய தானியங்கி இயக்கமுறையை நிறுத்திவிட்டு, அடுத்து என்ன செய்ய வேண்டும் என்பதில் உங்களால் கவனம் செலுத்த முடியும். நீங்கள் உங்களுக்கு ஓய்வளித்துக் கொள்கின்றபோது, உங்களுடைய மூளை தானாகவே வருங்காலம் குறித்துத் திட்டமிடத் துவங்கிவிடுகிறது. உங்களுடைய மூளைக்குத் தேவையான இடத்தையும் நேரத்தையும் நீங்கள் அளிக்க வேண்டும், அவ்வளவுதான்.

இரண்டாவது, உங்களுக்கு நீங்களே புத்துணர்வு ஊட்டிக் கொள்ள இது உங்களுக்கு உதவுகிறது. நாள் முழுவதும் பல்வேறு காரியங்களில் கவனத்தைக் குவிப்பது, ஏராளமான மன ஆற்றலை உறிஞ்சிவிடும். இப்புத்தகத்தின் முதல் பகுதியில் குறிப்பிடப்பட்டிருந்த உத்திகளைப் பயன்படுத்தி நீங்கள் கவனக்குவிப்பிடத்தை நிர்வகித்துப் பாதுகாத்து வந்தாலும்கூட இது நிகழ்வதை உங்களால் தடுக்க முடியாது. சிதறுகின்ற கவனக்குவிப்பு அந்த ஆற்றலை மறுபடியும் இட்டு நிரப்புகிறது. அதன் விளைவாக உங்களால் மேலும் நீண்ட நேரத்திற்குக் கவனக்குவிப்பில் ஈடுபட முடியும்.

மூன்றாவதாக, சிதறுகின்ற கவனக்குவிப்பு படைப்பாற்றலை ஊக்குவிக்கிறது. பழைய யோசனைகளைத் தொடர்புபடுத்திப் பார்க்கவும், புதிய யோசனைகளை உருவாக்கவும் இது உங்களுக்கு உதவுகிறது. அது உங்களுக்கு உள்ளே ஊறிக் கிடக்கின்ற எண்ணங்களை உங்களுடைய கவனக்குவிப்பிடத்தின் மேல்மட்டத்திற்குக் கொண்டுவருகிறது, பிரச்சனைகளுக்கான தீர்வுகளை உங்கள் முன் சமர்ப்பிக்கிறது. உங்களுடைய கவனத்தைச் சிதறடித்து, எதன்மீதும் அதைக் குவிக்காமல் இருப்பது,

புள்ளிகளை இணைக்கின்ற உங்களுடைய மூளைச்சக்திக்குப் பேராற்றலை அளிக்கிறது. உங்களுடைய வேலைக்கு அல்லது நீங்கள் ஈடுபட்டிருக்கின்ற திட்டத்திற்கு எவ்வளவு அதிகமாகப் படைப்பாற்றல் தேவைப்படுகிறதோ, அவ்வளவு அதிகமாக, சிதறுகின்ற கவனக்குவிப்பை நீங்கள் வேண்டுமென்றே களத்தில் இறக்க வேண்டும்.

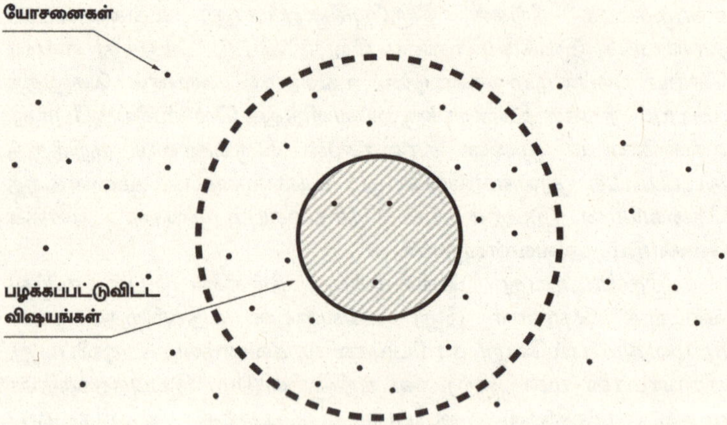

சிதறுகின்ற கவனக்குவிப்பு

சிதறுகின்ற கவனக்குவிப்புக்கு நாம் ஏன் எதிர்ப்புணர்வு கொண்டுள்ளோம்

சிதறுகின்ற கவனக்குவிப்பு படைப்பாற்றல் பயன்களையும் வேறு சில பயன்களையும் கொண்டிருந்தாலும், நம்மில் பெரும்பாலானோர் இதற்குள் இறங்கத் தயக்கம் காட்டுகிறோம். சிதறா கவனக்குவிப்புடனும் உற்பத்தித்திறனுடனும் இருப்பது நம்மை எளிதாகப் பரவசப்பட வைக்கிறது. ஆனால் சிதறுகின்ற கவனக்குவிப்பு

நம்மைப் பரவசப்படுத்துவதில்லை. நம்முடைய கவனத்தைப் பெறுவதற்கு ஏகப்பட்டப் புதுமையான பொருட்கள் முண்டியடித்துக் கொண்டிருக்கையில், நம்மில் பலர் நம்முடைய சொந்த எண்ணங்களோடு தனித்திருக்க விரும்புவதில்லை.

சமீபத்தில் நடத்தப்பட்ட ஓர் ஆய்வில் கலந்து கொண்ட அமெரிக்கர்களில் 83 சதவீதத்தினர், அந்த ஆய்வுக்கு முந்தைய இருபத்து நான்கு மணிநேரத்தில், தங்களை ஆசுவாசப்படுத்திக் கொள்கின்ற எந்தவிதமான காரியத்திலோ அல்லது சிந்தனையிலோ தாங்கள் ஈடுபடவில்லை என்று தெரிவித்தனர். மனம் அலைபாய்வதற்கு மக்கள் எந்த அளவு எதிர்ப்புணர்வு கொண்டிருக்கின்றனர் என்பதைக் கண்டுபிடிப்பதற்கு மற்றோர் ஆய்வு மேற்கொள்ளப்பட்டது.

நம்முடைய மூளை, உயிர்பிழைத்திருத்தலுக்கும் இனப்பெருக்கத்திற்கும் ஏற்ற விதத்தில் பரிணாமரீதியாக உருவாகியிருக்கிறதே ஒழிய, அறிவுசார் வேலைக்காக அல்ல என்ற கருத்தாக்கத்தை நான் இந்நூலில் ஏற்கனவே குறிப்பிட்டிருந்தேன். அதன்படி, சில குறிப்பிட்டப் பொருட்களை நோக்கி நாம் கவர்ந்து இழுக்கப்படுகிறோம். அவற்றில் தலையாயவை புதுமையான பொருட்கள். அதனால்தான் நவீன அலைபேசிகளும் அவற்றையொத்தத் தொழில்நுட்பச் சாதனங்களும் வசீகரமானவையாகத் தெரிகின்றன; அறிக்கை எழுதுவது போன்றவை நமக்குச் சலிப்பூட்டுவதற்கும் அதுதான் காரணம்.

நமக்கு இன்பமூட்டுகின்ற அல்லது நம்மை அச்சுறுத்துகின்ற விஷயங்களில் நாம் கவனம் செலுத்துவதற்கு அதிக வாய்ப்புகள் உள்ளன. இங்குதான் நம்முடைய உயிர்பிழைத்திருத்தலுக்கான பரிணாமரீதியான உள்ளுணர்வு களத்தில் குதிக்கிறது. கலவியில் ஈடுபடுதல் போன்ற இன்பமூட்டுகின்ற செயல்கள் நேரடியாக இனப்பெருக்கத்தோடும், அளவுக்கதிகமாகச் சாப்பிடுதல் போன்றவை நேரடியாக உயிர்பிழைத்திருத்தலோடும் தொடர்புடையவை. பரிணாம வளர்ச்சியின் துவக்கத்தில் மனிதனுக்கு அடுத்த வேளை உணவு எப்போது கிடைக்கும் என்பது தெரியாமல் இருந்தது. அதனால், கிடைத்தபோது

அதிகமாக உண்பதற்கான உள்ளுணர்வை அவன் வளர்த்துக் கொண்டான். அதேபோல, மனிதன் காட்டில் வசித்து வந்தபோது இயற்கையின் பல அம்சங்கள் அவனுக்கு அச்சுறுத்தலாக இருந்தன. ஆபத்தான விலங்குகளிடமிருந்து தப்பித்துக் கொள்ள அவன் நெருப்பை உருவாக்கினான். நவீன மனிதன், இன்பமளிக்கின்ற விஷயங்களுக்குத் தீனி போடுகின்ற, அச்சுறுத்துகின்ற விஷயங்களிலிருந்து தப்பித்துக் கொள்ள உதவுகின்ற ஒரு சுற்றுச்சூழலைத் தன்னைச் சுற்றி உருவாக்கிக் கொண்டான். புதுமையான விஷயங்கள் அவனுடைய இன்ப நுகர்ச்சிக்குத் தீனி போட்டன. அடுத்த முறை நீங்கள் தொலைக்காட்சி அல்லது யூடியூப் பார்க்கின்றபோது, இணையத்தில் செய்திகளைப் படிக்கின்றபோது, அல்லது சமூக ஊடகங்களில் மேய்கின்றபோது உங்களை அவதானியுங்கள். இந்த மூன்று அம்சங்களும் தனியாகவோ அல்லது கலந்தோ அவற்றில் வெளிப்படுவதை நீங்கள் காண்பீர்கள்.

இன்று நமக்கு இன்பத்தையும் புதுமை உணர்வையும் அளிக்கின்ற பொருட்கள் மலிந்து கிடக்கின்றன. ஆனால் சுற்றுச்சூழலிலுள்ள ஆபத்து அரிதாகிக் கொண்டிருக்கிறது. அதனால்தான், பரிணாமரீதியாக இன்ப நுகர்ச்சிக்குப் பழக்கப்பட்டுள்ள நம்முடைய மூளை, துரித உணவுகளில் திளைத்திருக்க நம்மைத் தூண்டுகிறது, வக்கிரமான பாலுணர்வு வீடியோக்களைப் பார்க்கத் தூண்டுகிறது. நம்மைச் சுற்றி ஏதாவது ஆபத்து தலைகாட்டுகிறதா என்று எப்போதும் உன்னிப்பாகக் கவனித்துக் கொண்டிருப்பது, தப்பித்தவறி எப்போதாவது வருகின்ற எதிர்மறையான மின்னஞ்சல் குறித்துத் தாம் தூம் என்று நம்மைக் குதிக்க வைக்கிறது, நம்முடைய மேலதிகாரி எதேச்சையாகக் கூறிய விஷயத்தைப் பெரிதுபடுத்த வைக்கிறது. நம்முடைய உயிர்பிழைத்திருத்தலுக்கு ஒரு காலத்தில் உதவிய அதே அம்சங்கள் இன்று நம்முடைய உற்பத்தித்திறனுக்கு உலை வைத்துக் கொண்டிருக்கின்றன, படைப்பாற்றலைப் பறித்துக் கொண்டிருக்கின்றன, நமக்கு முன்னால் இருக்கின்ற அவசர விஷயங்களுக்கு அளவுக்கதிகமான முக்கியத்துவத்தை அளித்துக் கொண்டிருக்கின்றன.

நாம் நம்முடைய மனத்தை அலைபாய விட்டுவிட்டு,

அதை உள்முகமாகத் திருப்புகின்றபோதும், நாம் இதே புதுமையையும் இன்பத்தையும் நாடுகின்ற, அச்சுறுத்தலுக்கு எதிர்வினையாற்றுகின்ற அணுகுமுறையைக் கடைபிடிக்கிறோம். நம்முடைய மாபெரும் அச்சுறுத்தல்கள், கவலைகள் மற்றும் பயங்கள் இனியும் நம்முடைய சுற்றுச்சூழலில் இல்லை. மாறாக, அவை நம்முடைய அகவிழிப்புணர்வுக்குள் ஆழமாகப் புதைந்துள்ளன. நம்முடைய மனம் தறிகெட்டு ஓடுகின்றபோது, அது, முன்பு நாம் கூறிய முட்டாள்தனமான விஷயங்களையும், நாம் தோற்ற மற்றும் வென்ற விவாதங்களையும் அசைபோட்டுக் கொண்டும், நம்முடைய வேலையையும் பணத்தையும் பற்றிக் கவலைப்பட்டுக் கொண்டும் இருக்கிறது. இன்பச் சிந்தனைகளுக்கும் இது பொருந்தும். நாம் இரசித்து உண்ட அற்புதமான விருந்துச் சாப்பாடு குறித்து நாம் பகல்கனவு காண்கிறோம்; நாம் மேற்கொண்டிருந்த மறக்க முடியாத உல்லாசப் பயணங்களை நாம் நினைவுகூர்கிறோம்; நாம் முன்பு நடத்தியிருந்த ஓர் உரையாடலின்போது நாம் கூறியிருந்ததற்குப் பதிலாக, நகைச்சுவையுடன்கூடிய ஒரு பதிலை அளித்திருந்தால் எவ்வளவு நன்றாக இருந்திருக்கும் என்று நாம் ஏங்குகிறோம். அடுத்த முறை நீங்கள் உங்களுடைய மனத்தை உன்னிப்பாக அவதானிக்கின்றபோது, உங்களுடைய தலைக்குள் ஓடிக் கொண்டிருக்கின்ற அச்சுறுத்தல்கள், இன்ப உணர்வுகள் மற்றும் புதுமையான யோசனைகளை நோக்கி அது எவ்வாறு இயல்பாகக் கவர்ந்திழுக்கப்படுகிறது என்று பாருங்கள்.

ஆனால் நடைமுறையில் நாம் அவ்வளவாக எதிர்மறையான மன அலைபாய்தல்களில் ஈடுபடுவதில்லை. நாம் கடந்தகாலத்தைப் பற்றிச் சிந்திக்கின்றபோதுதான் நம்முடைய மனம் எதிர்மறையான மன அலைபாய்தல்களில் ஈடுபடுகிறது. ஆனால் நாம் மொத்தத்தில் 12 சதவீத நேரம் மட்டும்தான் கடந்தகாலத்தைப் பற்றிச் சிந்திக்கிறோம். மீதி நேரம் நிகழ்காலத்தைப் பற்றியும் எதிர்காலத்தைப் பற்றியும் சிந்திப்பதற்குச் செலவிடப்படுகிறது. சிதறுகின்ற கவனக்குவிப்பு உற்பத்தித்திறனுடன் செயல்பட இது வழிவகுக்கிறது. நம்முடைய பரிணாம வரலாறு, புதுமை

மற்றும் எதிர்மறைகளைப் பற்றிச் சிந்திக்க நம்மைத் தூண்டினாலும், படைப்பாற்றல் குறித்துச் சிந்திக்கின்ற போக்கும் அதில் வேரூன்றியுள்ளது. நாம் நம்முடைய சிந்தனையை உள்முகமாகத் திருப்பும்போது அது வெளிப்படுகிறது. இது நம்முடைய அதிஆற்றல் என்றுகூட நான் வாதிடுவேன்.

பிற விலங்கினங்களோடு ஒப்பிடுகையில், நமக்கு முன்னால் இருக்கின்ற அவசர விஷயங்களைத் தாண்டி வேறு விஷயங்களைப் பற்றியும் சிந்திக்க மனிதனுக்கு இருக்கின்ற திறன் தனித்துவமானது.* வருங்காலத்தைக் குறித்துத் திட்டமிடவும், கடந்தகாலத்திலிருந்து கற்றுக் கொள்ளவும், சிறப்பான உள்நோக்குகளைக் கொடுக்கின்ற பகல்கனவுகளைக் காணவும் இத்திறன் மனிதனுக்கு உதவியது. புறச்சூழல் பிரச்சனைகளுக்கான தீர்வுகளை நாம் நமக்குள் உள்முகமாகத் தேட இது நமக்கு உதவியது.

தறிகெட்டு அலைகின்ற நம்முடைய மனம் விஜயம் செய்கின்ற இடங்கள்

நான் இப்புத்தகத்திற்காக ஆய்வுகளை மேற்கொண்டிருந்தபோது, நம் மனம் தறிகெட்டு அலைகின்றபோது எங்கே செல்கிறது என்பது குறித்து அறிந்து கொள்ள நான் மிகவும் ஆவலாக இருந்தேன். கலிஃபோர்னியா பல்கலைக்கழகத்தைச் சேர்ந்த பெஞ்சமின் பேர்ட், ஜொனாதன் ஸ்கூலர், யார்க் பல்கலைக்கழகத்தைச் சேர்ந்த ஜொனாதன் ஸ்மால்வுட் ஆகியோர் இது தொடர்பாக ஓர் ஆய்வை மேற்கொண்டனர். சிதறுகின்ற கவனக்குவிப்பு ஏன் பலனளிக்கிறது என்பதற்கான அறிவியல் ஆதாரத்தை அந்த ஆய்வு அளித்தது.

* இதற்குச் சில அரிதான விதிவிலக்குகள் இருப்பதைச் சில ஆய்வுகள் நிரூபித்துள்ளன. எடுத்துக்காட்டாக, வெஸ்டர்ன் ஸ்க்ரப் ஜே என்ற பறவை, முன்பு தன்னுடைய உணவு களவாடப்பட்டிருந்த அனுபவம் அதற்கு இருந்ததால், உணவைப் பதுக்கி வைக்கின்ற பழக்கத்தை ஏற்படுத்திக் கொண்டுள்ளது. அதேபோல, மறிமான்கள் என்ற ஒரு வகை மான்களால், முன்பு தாம் அனுபவித்துள்ள நிகழ்வுகளின் பின்விளைவுகளை ஊகிக்க முடிகிறது.

உங்களுடைய மனம் அலைபாய்கின்றபோது, கடந்தகாலம், நிகழ்காலம், எதிர்காலம் ஆகிய மூன்று முக்கிய இடங்களுக்கு அது விஜயம் செய்கிறது. உங்கள் கவனம் சிதறடிக்கப்படுகின்றபோது, நீங்கள் இந்தக் காலவெளியின் ஊடாகப் பயணித்து, நீங்கள் கற்றுக் கொண்டவற்றை, நீங்கள் செய்து கொண்டிருக்கின்ற விஷயங்களோடும், நீங்கள் சாதிக்க விரும்புகின்ற விஷயங்களோடும் தொடர்புபடுத்துவதால், உங்களுடைய படைப்பாற்றல் பீறிட்டுக் கிளம்புகிறது. நீங்கள் உங்களுடைய வருங்காலத்தைப் பற்றி எண்ணிப் பார்த்து, அதைச் சாதிப்பதற்கு நிகழ்காலத்தில் நீங்கள் என்ன செய்து கொண்டிருக்க வேண்டும் என்று நீங்கள் சிந்திப்பதால், சிறப்பான குறிக்கோளுடன் நீங்கள் இயங்குவதற்கு இது வழிவகுக்கிறது.

நம்முடைய கவனச்சிதறல் நேரத்தில் நாம் வெறும் 12 சதவீதத்தை மட்டுமே கடந்தகாலத்தில் செலவழிக்கிறோம் என்றாலும், அதில் 38 சதவீதம் இன்றைய தினத்தைச் சேர்ந்ததாகவும், 42 சதவீதம் முந்தைய சில தினங்களைச் சேர்ந்ததாகவும், மீதி இருபது சதவீதம் அதற்கு முந்தைய காலகட்டத்தைச் சேர்ந்ததாகவும் இருக்கிறது என்று ஆய்வுகள் கூறுகின்றன.

நிகழ்காலத்தைப் பற்றிய சிந்தனையில் நம்முடைய மனம் 38 சதவீத நேரம் உழன்று கொண்டிருக்கிறது. அப்போது நம்மால் நம்முன் இருக்கின்ற வேலையில் கவனம் செலுத்த முடியாது என்பது வெளிப்படை. ஆனால், நம்முன் உள்ள பிரச்சனைக்கு ஒரு மாற்று அணுகுமுறையை, நிகழ்கால விஷயங்களில் உழன்று கொண்டிருக்கின்ற மனத்தால் கண்டுபிடிக்க முடியும். எடுத்துக்காட்டாக, நம்முடன் உரையாடிக் கொண்டிருக்கின்ற ஒரு சக ஊழியரிடம், அவருடைய உடலிலிருந்து துர்நாற்றம் வீசிக் கொண்டிருக்கிறது என்பதை எப்படி நாசூக்காகத் தெரிவிப்பது என்பதற்கான புதிய அணுகுமுறையை நிகழ்காலத்தில் அலைபாய்ந்து கொண்டிருக்கின்ற மனத்தால் கண்டுபிடிக்க முடியும். அதற்கு நாம் தற்சமயம் செய்து கொண்டிருக்கின்ற ஒரு காரியத்தைப் பற்றி நாம் அதிகமாகச் சிந்திக்க வேண்டும்.

நமது மனம் வருங்காலம் குறித்து 48 சதவீத நேரம் சிந்திக்கிறது. நம் மனம் கடந்தகாலம் மற்றும் நிகழ்காலத்தில் உழன்று கொண்டிருக்கின்ற நேரத்தின் கூட்டைவிட இது அதிகம்.* வருங்காலம் குறித்தச் சிந்தனையில் 44 சதவீத நேரம், உடனடி வருங்காலம், அதாவது, அன்றைய தினத்தின் மீதிப் பகுதியைப் பற்றியும், 40 சதவீத நேரம் அடுத்த நாளைப் பற்றியும் இருப்பதாக ஆய்வுகள் கூறுகின்றன. இவற்றில் பெரும்பாலான நேரம் திட்டமிடுதலில் செலவிடப்படுகிறது. இதன் காரணமாக, நாம் திட்டமிட்ட முறையிலும் படைப்பாற்றல்மிக்க முறையிலும் இயங்குவதை, சிதறுகின்ற கவனக்குவிப்பு சாத்தியமாக்குகிறது.

உங்களுடைய வாழ்க்கையின் ஒவ்வொரு கணமும், நீங்களே உங்களுடைய சொந்த சாகசக் கதையைத் தேர்ந்தெடுத்துக் கொள்வதைப் போன்றதுதான். நம்முடைய வருங்காலப் பாதையை நிர்ணயித்துக் கொள்ள நமக்கு வழிகாட்டுகின்ற பல சாத்தியக்கூறுகளை வாழ்க்கை தொடர்ந்து நம்முன் வைத்துக் கொண்டேயிருக்கிறது. இந்தப் பாதைகளைச் சிறப்பாகக் கற்பனை செய்வதற்கு, சிதறுகின்ற கவனக்குவிப்பு நமக்கு உதவுகிறது: காபிக் கடையில் சற்றுத் தள்ளி அமர்ந்திருக்கின்ற ஓர் அழகான பெண்ணுடன் நாம் வலியப் போய் பேச வேண்டுமா, வேண்டாமா? நமக்கு வழங்கப்பட்டிருக்கின்ற இந்த வேலையை ஏற்றுக் கொள்ள வேண்டுமா, வேண்டாமா? முட்டையை எந்த விதத்தில் சமைக்கச் சொல்ல வேண்டும்? இவை ஒவ்வொன்றையும் குறித்து நாம் எடுக்கின்ற தீர்மானங்களின் பின்விளைவுகளைச் சீர்தூக்கிப் பார்க்க, சிதறுகின்ற கவனக்குவிப்பு வழிமுறை நமக்கு உதவுகிறது.

வருங்காலத்தின் பக்கம் நம் மனம் அதிகமாகச் சாய்ந்திருப்பது, 'மனத்தின் வருங்காலச் சாய்வு' என்று அழைக்கப்படுகிறது. நம் மனம் அலைபாய்கின்றபோது நாம் அதிகமான நேரத்தைத் திட்டமிடுதலில் செலவழிப்பதற்கு இதுதான் காரணம். நாம் கவனக்குவிப்புடன்

---

* இவற்றின் மொத்தக் கூட்டுத்தொகை 100 சதவீதமாக இல்லை என்பதை நீங்கள் கவனித்திருப்பீர்கள். மீதியுள்ள நேரத்தை, நம் மனம், யோசனைகளைத் தொடர்புபடுத்திப் பார்த்தல், ஒன்றுமே செய்யாது இருத்தல் போன்றவற்றில் செலவிடுகிறது.

செயல்படுகின்றபோது, வருங்காலம் குறித்துச் சிந்திப்பதற்கு நமக்கு அவ்வளவாக நேரம் இருப்பதில்லை. நாம் நம்முடைய வேலையில் தீவிரமாக ஈடுபடுகின்றபோது, வெறும் *4* சதவீத நேரம் மட்டுமே இலக்குகள் பற்றிச் சிந்திக்கிறோம். சிதறுகின்ற கவனக்குவிப்பில் ஈடுபட்டிருக்கின்றபோது, நாம் *26* சதவீத நேரம் இலக்குகள் பற்றிச் சிந்திக்கிறோம்.

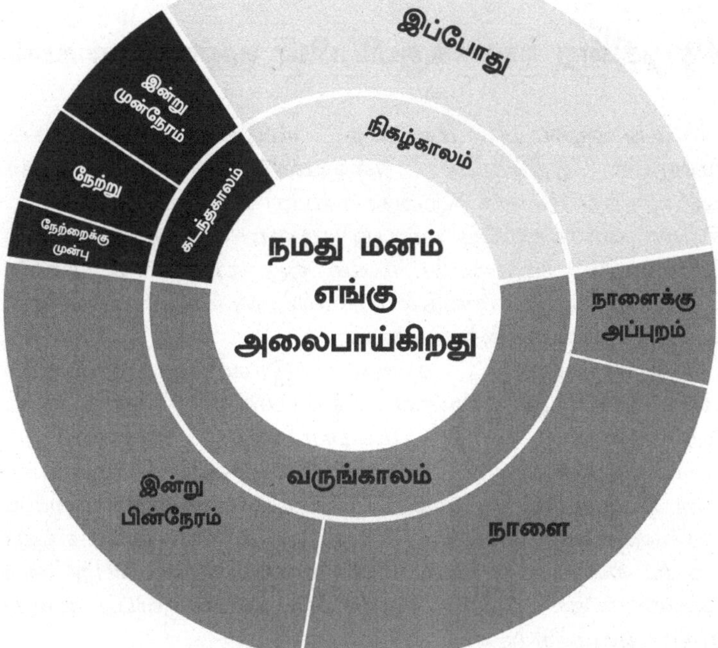

வருங்காலம் குறித்துத் திட்டமிடுதல், யோசனைகளைத் தொடர்புபடுத்திக் கொள்ளுதல் ஆகியவை தவிர, சிதறுகின்ற கவனக்குவிப்பு, கீழ்க்கண்ட வழிகளிலும் உங்களுக்கு உதவுகிறது:

- உங்களுடைய சுய விழிப்புணர்வு அதிகரிக்கும்.
- உங்களால் யோசனைகளை ஆழமாக அடைகாக்க முடியும்.
- உங்களுடைய அனுபவங்களின் அர்த்தங்கள் குறித்து நீங்கள் அசைபோடுவீர்கள்.
- பிறர்பால் உங்களுக்குப் புரிந்துணர்வு அதிகரிக்கும்.
- உங்களுடைய இரக்க குணம் அதிகரிக்கும்.

சிதறுகின்ற கவனக்குவிப்பின் மூன்று வகைகள்

உங்களுடைய மனத்தை எப்படித் திட்டமிட்ட முறையில் தறிகெட்டு அலையவிடுவது என்பதற்கான அறிவுறுத்தல்களைக் கூறுவது என்பது விநோதமானதுதான். சிதறா கவனக்குவிப்பு என்பது கடினமானதாக இருக்கின்ற வேளையில், நம்முடைய மனம் ஒரு நாளின் 47 சதவீத நேரத்தை அலைபாய்வதில் செலவிட்டுக் கொண்டிருக்கிறது என்பது உங்களுக்குத் தெரியுமா?

உங்களுடைய மனம் இரண்டு வழிகளில் அலைபாய்கிறது. ஒன்று திட்டமிட்ட முறையிலும், மற்றொன்று திட்டமிடப்படாத முறையிலும் நடைபெறுகிறது. திட்டமிடப்படாத முறையில் நடைபெறுகின்ற அலைபாய்தல், உங்களுடைய பிரக்ஞையின்றி நடைபெறுகிறது. அதில் உங்களுக்கு எந்தப் பங்கும் கிடையாது. திட்டமிட்ட முறையில் நடைபெறுகின்ற அலைபாய்தலைத்தான் சிதறுகின்ற கவனக்குவிப்பு என்று நான் அழைக்கிறேன்.

கவனக்குவிப்பின்மீதான உங்களுடைய பிடிமானத்தை வேண்டுமென்றே விட்டுக் கொடுப்பது என்பது உங்களுக்கு விநோதமாகப் படலாம். ஆனால் நடைமுறையில் உங்களுடைய கவனத்தின்மீது உங்களுக்குக் கட்டுப்பாடு இல்லாத பல மனநிலைகள் இருக்கின்றன. சிதறா கவனக்குவிப்பும் அவற்றில் ஒன்று.

நம் மனம் அலைபாய்ந்து கொண்டிருக்கின்றபோது, பாதி நேரம் அது எங்கு அலைபாய்ந்து கொண்டிருக்கிறது என்பது நம் கவனத்தில் இருப்பதாக ஆய்வுகள் தெரிவிக்கின்றன. ஏதாவது ஒன்றில் நாம் நம் கவனத்தைக் குவித்திருக்கும்போதுகூட இந்த அளவு விழிப்புணர்வோடு நாம் இயங்குவதில்லை.

திட்டமிட்ட முறையில் செயல்படுவதுதான் சிதறுகின்ற கவனக்குவிப்பை ஆற்றல்மிக்கதாக ஆக்குகிறது. உங்களுடைய மனம் எங்கு அலைபாய்ந்து கொண்டிருக்கிறது என்பதைக் கண்டுபிடிக்கத் திட்டவட்டமான முயற்சி இங்கு மேற்கொள்ளப்படுகிறது.

சிதறுகின்ற கவனக்குவிப்பு, கீழ்க்கண்ட மூன்று வழிமுறைகளில் செயல்படுகிறது.

1. **கவர்ந்திழுக்கின்ற வழிமுறை:** உங்களுடைய மனத்தை அதன் இஷ்டம்போல அலையவிட்டு, அது எதில் முடிகிறதோ அதைச் சேகரித்துக் கொள்வது இது.
2. **பிரச்சனைகளைத் தீர்க்கின்ற வழிமுறை:** மனத்தில் ஒரு பிரச்சனையை மேலோட்டமாக அவிழ்த்து விட்டுவிட்டு, உங்களுடைய எண்ணங்களை அதைச் சுற்றிப் படரவிடுவது இது.
3. **வழமையான வழிமுறை:** ஓர் எளிய காரியத்தில் ஈடுபட்டுக் கொண்டிருக்கும்போதே, அது குறித்து மனத்தில் தோன்றுகின்ற யோசனைகளைச் சேகரிப்பது இது. இதுதான் இருப்பதிலேயே ஆற்றல்மிக்கது.

இந்த மூன்றில், மனத்தில் இருப்பதை அப்படியே படம்பிடித்துக் கொள்வதற்கு முதல் வழிமுறை பொருத்தமானது. ஒரு குறிப்பிட்டப் பிரச்சனையைத் தீர்ப்பதற்கு இரண்டாவது வழிமுறை சிறப்பானது. பல யோசனைகளைத் தொடர்புபடுத்துவதற்கு மூன்றாவது வழிமுறை ஏற்றது.

1. கவர்ந்திழுக்கின்ற வழிமுறை

பல ஆண்டுகளாக நான் ஒரு பழக்கத்தைக் கடைபிடித்து வருகிறேன். வாரத்திற்கு ஒரு முறை அல்லது இரு முறை, ஒரு பதினைந்து நிமிடங்களை என்னுடைய மனம் அதன் இஷ்டத்திற்கு அலைபாய நான் வேண்டுமென்றே அனுமதிப்பேன். அப்போது நான் என் கையில் ஒரு குறிப்பேட்டையும் ஒரு பேனாவையும் வைத்துக் கொள்வேன். என் அக விழிப்புணர்வின் மேல்மட்டத்திற்கு எவையெல்லாம் வருகின்றனவோ அவற்றையெல்லாம் நான் குறித்துக் கொள்வேன். பெரும்பாலான சமயங்களில் நான் என்னுடைய குறிப்புப் புத்தகம் நிறைகின்ற அளவு குறிப்பெடுத்திருப்பேன். சில திட்டங்கள் தொடர்பாக நான் தொடர்பு கொள்ள வேண்டிய நபர்கள், நான் அடுத்துச் செய்ய வேண்டிய காரியங்கள், என் உறவைப் புதுப்பித்துக் கொள்வதற்காக நான் மீண்டும் தொடர்பு ஏற்படுத்திக் கொள்ள வேண்டிய நபர்கள், என் பிரச்சனைகளுக்கான தீர்வுகள், நான் மறந்து போன காரியங்கள், சலிப்பூட்டும் வீட்டு வேலைகள், நான் வரையறுத்துக் கொள்ள வேண்டிய குறிக்கோள்கள் போன்றவை அதில் இடம் பெற்றிருக்கும்.

முடிக்கப்படாமல் இருக்கின்ற வேலைகள், பணித்திட்டங்கள், நிறைவேற்றப்பட்டிருக்காத ஒப்பந்தங்கள் ஆகியவை நம்முடைய மனத்தை வெகுவாக அழுத்திக் கொண்டிருக்கும். நம் மூளை அவற்றை அச்சுறுத்தல்கள் என்று கருதுவதுதான் அதற்குக் காரணம். மனத்தை அதன் இஷ்டம்போல அலையவிடுகின்றபோது, இப்படி முடிவுறாதிருக்கின்ற திட்டங்கள் மனத்தின் மேற்பரப்புக்கு வரும். அவற்றை நீங்கள் குறித்துக் கொண்டு அவற்றின்மீது நடவடிக்கையில் ஈடுபடலாம்.

இதற்கு ஓர் எடுத்துக்காட்டை உருவாக்குவதற்காக, நான் ஒரு பதினைந்து நிமிடங்களுக்கு ஓர் அலாரத்தை வைத்துவிட்டு என் மனத்தை அலையவிட்டேன். பின்னர் என் மனத்தின் மேல்மட்டத்திற்கு வந்த யோசனைகளைக் குறிப்பெடுத்துக் கொண்டேன். அவற்றில் இவை அடங்கும்:

- **இந்தப் புத்தகத்தை நான் எப்போது எழுதி முடிப்பேன் என்பதற்கு ஒரு கால அட்டவணையை உருவாக்க வேண்டும்.**
- **என்னுடைய முந்தைய புத்தகத்தின் நன்றியுரையில் புதிதாக ஒருவரின் பெயரைச் சேர்ப்பதற்கு என்னுடைய பதிப்பாசிரியரைத் தொடர்பு கொள்ள வேண்டும்.**
- **நான் படித்துக் கொண்டிருக்கின்ற கணினி நிரல் பயிற்சிக்கான வீட்டுப்பாடத்தை எழுதி முடிக்க வேண்டும்.**
- **இந்த வாரத்தில் முடி வெட்டிக் கொள்வதற்கு முடிதிருத்துநரிடம் நேரம் கேட்டுப் பெற வேண்டும்.**
- **இந்தப் புத்தகத்தில் நான் எழுதிக் கொண்டிருக்கின்ற அத்தியாயத்தை இன்றே நிறைவு செய்ய வேண்டும்.**

2. பிரச்சனைகளைத் தீர்க்கின்ற வழிமுறை

இதைப் பயன்படுத்துவதற்கு, ஒரு பிரச்சனையை மனத்தில் இருத்தி, உங்களுடைய எண்ணங்கள் அதைச் சுற்றி அலையும்படி செய்யுங்கள்; அவை பல கோணங்களில் அப்பிரச்சனையை அலசும்படி விட்டுவிடுங்கள். இதற்குத் தொடர்பில்லாத வேறு ஏதாவது ஒன்றை நோக்கி உங்களுடைய மனம் நகரத் துவங்கினால், அதை மென்மையாக மீண்டும் அப்பிரச்சனையை நோக்கிச் செலுத்துங்கள்.

இந்த வழிமுறையின் கீழ், உங்களால் சிக்கலான பிரச்சனைகளுக்குப் படைப்பாற்றல்ரீதியான தீர்வுகளைக் கண்டுபிடிக்க முடியும். அவற்றைத் தர்க்கரீதியான அலசலின் மூலம் தீர்ப்பது கடினம். இதை நீங்கள் பெரிய பிரச்சனைகளுக்கு மட்டுமே பயன்படுத்துமாறு நான் உங்களைக் கேட்டுக் கொள்கிறேன். அதற்கான எடுத்துக்காட்டுகளில் சில:

- **உங்களுடைய தற்போதைய வேலையை விட்டுவிட்டு, கிடைத்திருக்கின்ற புதிய வேலையில் சேர வேண்டுமா, வேண்டாமா என்று தீர்மானிப்பது.**
- **உங்களுடைய நிறுவனத்தின் நிர்வாக அதிகாரிகளுக்கு ஒரு மின்னஞ்சலைத் தயாரிப்பது.**
- **நெருக்கமான உறவு தொடர்பான ஒரு முக்கியமான முடிவை எடுப்பது.**
- **தேர்ந்தெடுத்து வைத்துள்ள வீடுகளில் எந்த வீட்டை வாங்குவது என்று தீர்மானிப்பது.**
- **உங்களுடைய குழுவிற்குத் தேர்ந்தெடுத்துள்ள சில நபர்களிலிருந்து யாரைத் தெரிவு செய்வது என்று தீர்மானிப்பது.**

இப்புத்தகத்தை நான் எழுதிக் கொண்டிருந்தபோது இதன் கட்டமைப்புக் குறித்தத் தீர்மானங்களுக்கு நான் இந்த வழிமுறையைத்தான் நாடினேன். நான் இதற்காகச் சேர்த்து வைத்திருந்த ஆய்வுக் குறிப்புகளை எப்படி ஒழுங்குபடுத்துவது என்ற பிரச்சனையை நான் என் மனத்திடம் விட்டுவிட்டேன். பல வாரங்களின் ஊடாக, மெதுவாக அதை நான் சாதித்தேன்.

வழக்கமான வழிமுறைகளில் உங்களால் தீர்க்க முடியாமல் இருக்கின்ற பிரச்சனைகளுக்கு நீங்கள் இந்த வழிமுறையை முயன்று பார்க்கலாம். நான் பொதுவாக இதற்கு முப்பது நிமிடங்களிலிருந்து ஒரு மணி நேரம்வரை ஒதுக்குவேன். எது உங்களுக்குச் சரிப்பட்டு வருகிறது என்று சோதித்துப் பார்த்து அதை நீங்கள் பின்பற்றலாம்.

3. வழமையான வழிமுறை

இதுதான் மூன்று வழிமுறைகளிலும் சக்திமிக்கது. இதை நீங்கள் அடிக்கடிப் பயன்படுத்திக் கொள்ளுமாறு நான் உங்களைக் கேட்டுக் கொள்கிறேன்.

இந்த வழிமுறையில், உங்களுடைய முழுக் கவனமும் தேவைப்படாத, நீங்கள் வழக்கமாகச் செய்கின்ற காரியம் ஒன்றைச் செய்யுங்கள். உங்களுடைய கவனக்குவிப்பிடம்

முழுதும் நிறைந்திருக்காது என்பதால், உங்கள் மனம் அலைபாயத் தொடங்கி, யோசனைகளை ஒன்றோடொன்று தொடர்புபடுத்திப் பார்க்கும். இது பல வழிகளில் உங்களுக்குப் பயனுள்ளதாக இருக்கும்.

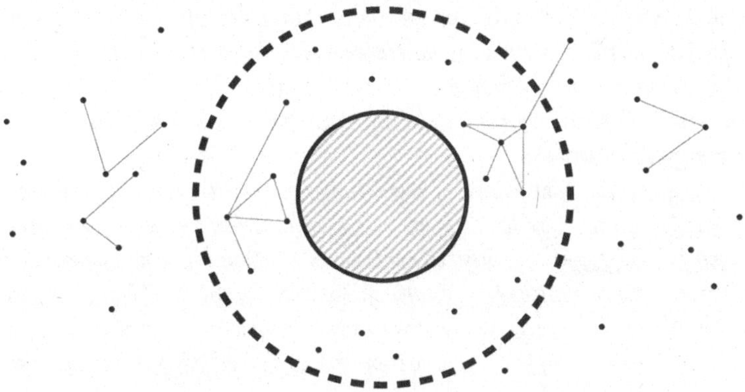

வழமையான சிதறுகின்ற கவனக்குவிப்பு

உங்களுக்குப் பிடித்தமான வழமையான காரியங்களில் நீங்கள் ஈடுபடுகின்றபோது, சிதறுகின்ற கவனக்குவிப்பில் ஈடுபடுவது இரசிக்கத்தக்கதாக இருக்கும். நீச்சல் குளத்தில் நீந்துவது, நீங்கள் வழக்கமாகச் செல்கின்ற காபிக் கடைக்குச் செல்வது போன்றவை இதற்கான எடுத்துக்காட்டுகள். சிதறுகின்ற கவனக்குவிப்பில் நீங்கள் எவ்வளவு அதிக மகிழ்ச்சியுடன் ஈடுபடுகிறீர்களோ, அவ்வளவு அதிகமான பயன்களை உங்களால் அறுவடை செய்ய முடியும். அது உங்களுடைய கவனக்குவிப்பிடத்தை விரிவுபடுத்தும். விரிவடைந்துள்ள கவனக்குவிப்பிடம், சிதறா கவனக்குவிப்புக்கு எந்த அளவு முக்கியமோ, சிதறுகின்ற கவனக்குவிப்புக்கும் அவ்வளவு முக்கியமானது. அதோடு, ஒரு நல்ல மனநிலையில் இருப்பது, எதிர்மறையான கடந்தகாலத்தில் மனம் லயிக்காமல் இருப்பதற்கு உதவும். இனிமையான ஒன்றை நீங்கள் செய்கின்றபோது, நீங்கள்

உங்களுடைய வருங்காலத்தைக் குறித்தும் அதிகமாகச் சிந்திப்பீர்கள். உங்களுடைய மூளையில் வருங்காலச் சாய்வு இன்னும் வலுப் பெறும். இதற்கு அதிகமான ஆற்றல் தேவைப்படாததால், இது உங்களுக்குப் புத்துணர்ச்சியையும் அளிக்கும்.

இது படைப்பாற்றல்ரீதியான உள்நோக்குகளையும் உங்களுக்கு வழங்கும். அதோடு, உங்களுடைய எண்ணங்கள் குறித்த விழிப்புணர்வும் உங்களுக்குக் கிட்டும். வழக்கமாக மேற்கொள்ளப்படுகின்ற காரியங்கள் உங்களுடைய மனம் தொடர்ந்து அலைபாய்ந்து கொண்டிருப்பதை ஊக்குவிக்கின்றன.

இதைப் பயிற்சி செய்வதற்கு நீங்கள் இரசித்து ஈடுபடுகின்ற ஒரே ஒரு வழமையான காரியத்தைத் தேர்ந்தெடுத்துக் கொள்ளுங்கள். பின் உங்களுடைய மனம் அலைபாயத் துவங்கும்வரை அதில் தொடர்ந்து ஈடுபடுங்கள். அது எவ்வளவுக்கு எவ்வளவு எளிமையாக இருக்கிறதோ அந்த அளவுக்கு நல்லது. எடுத்துக்காட்டாக, காலாற நடத்தல் என்ற செயல், ஓர் இசையைக் கேட்பது அல்லது ஒரு புத்தகத்தைப் படிப்பதைக் காட்டிலும் மேலானது. நல்ல யோசனைகள் தாமாகவே உங்களுடைய மனத்தின் மேல்மட்டத்திற்கு வரும்.

உங்களுடைய மனம் கடந்தகாலத்திற்கோ அல்லது வேறு ஏதாவது பயனற்ற இடங்களுக்கோ சென்றுவிட்டால், அதை அதன் போக்கிலேயே விட்டுவிடுங்கள்.

நாம் முற்றிலுமாகக் களைத்துச் செயலற்றுப் போகின்ற நிலைக்குச் சென்றுவிடுவதற்கு, நீங்கள் உங்களுடைய கவனக்குவிப்புக்கு ஓய்வு அளிக்காமல் இருப்பதே காரணம். இதை இன்று முயன்று பாருங்கள். அடுத்த முறை நீங்கள் ஒரு காபிக் கடைக்கோ அல்லது ஓர் உணவகத்திற்கோ செல்லும்போது, வேண்டுமென்றே உங்களுடைய அலைபேசியை உங்களுடன் எடுத்துச் செல்லாதீர்கள். அதற்குப் பதிலாக உங்களுடைய மனத்தை அலைபாய விடுங்கள். இந்த ஒரு சிறிய வேறுபாடு உங்களிடம் ஏற்படுத்துகின்ற விளைவு குறிப்பிடத்தக்கதாக இருக்கும். அந்தச் சாப்பாட்டு அனுபவம் நினைவில் வைத்துக் கொள்ளக்கூடியதாக இருக்கும்.

இதில் ஈடுபடுகின்றபோதும் நீங்கள் உங்கள் கையில் ஒரு குறிப்பேட்டையும் ஒரு பேனாவையும் வைத்துக் கொள்ளுங்கள்.

இதுவரை நீங்கள் இந்த மூன்று சிதறுகின்ற கவனக்குவிப்பு வழிமுறைகளைப் பரிசோதித்திருக்காவிட்டால், உடனடியாக அதற்கு நேரத்தை ஒதுக்கி அதில் ஈடுபடுங்கள். இந்தப் புத்தகத்தில் வழங்கப்பட்டுள்ள அறிவுரைகளை நீங்கள் பின்பற்றினாலொழிய இப்புத்தகத்தால் எந்தப் பயனும் ஏற்படாது. இந்த மூன்று வழிகளில் ஏதாவது ஒன்றில் ஈடுபடுங்கள். அது ஒரு சில நிமிடங்களாக இருந்தாலும்கூடப் பரவாயில்லை. அதில் உதிக்கின்ற யோசனைகளை அமல்படுத்துங்கள். நம் ஒவ்வொருவருக்கும் நம் மனத்தோடு இருக்கின்ற உறவு தனித்துவமானது. அதனால் இதில் இறங்கி எது உங்களுக்கு ஒத்து வருகிறது என்று சோதித்துக் கொள்ளுங்கள்.

சிதறா கவனக்குவிப்பு உங்களுடைய சிதறுகின்ற கவனக்குவிப்பிற்கு உதவுகிறது

பல விதங்களில் சிதறா கவனக்குவிப்புக்கும் சிதறுகின்ற கவனக்குவிப்புக்கும் இடையே பெரிய வேறுபாடு எதுவும் கிடையாது. ஒரே ஒரு விஷயத்தின்மீது கவனத்தைக் குவிப்பது சிதறா கவனக்குவிப்பு; அலைபாய்கின்ற மனத்தில் கவனத்தைக் குவிப்பது சிதறுகின்ற கவனக்குவிப்பு. சிதறா கவனக்குவிப்பில் நீங்கள் கவனத்தை வெளிமுகமாகத் திருப்புகிறீர்கள். சிதறுகின்ற கவனக்குவிப்பில் நீங்கள் கவனத்தை உள்முகமாகச் செலுத்துகிறீர்கள். இவற்றில் ஒன்றில் நீங்கள் ஈடுபட்டால், மற்றொன்றில் ஈடுபட முடியாது. ஆனாலும் இவை ஒன்றுக்கொன்று ஆதரவாக இருக்கின்றன – குறிப்பாக, நீங்கள் இந்த இரண்டிலும் குறிக்கோளுடன் இறங்குகையில்! அதனால் இரண்டையும்

நீங்கள் திட்டமிட்ட முறையில் நடைமுறையில் பயன்படுத்துவது முக்கியம்.

சிதறா கவனக்குவிப்பில் நீங்கள் ஈடுபடுகின்றபோது, உங்களுடைய கவனக்குவிப்பிடம் விரிவாகிறது, உங்களுடைய ஞாபகசக்தி அதிகரிக்கிறது, உங்களுடைய எண்ணங்கள் குறித்த விழிப்புணர்வு உங்களுக்கு ஏற்படுகிறது. இந்த மூன்றும் சிதறுகின்ற கவனக்குவிப்பில் உங்களுக்குப் பெரிதாக உதவுகின்றன.

சலிப்பைப் பற்றி ஒரு மறுபரிசீலனை

இக்கேள்விக்கு நேர்மையாகப் பதிலளியுங்கள்: சமீபத்தில் எப்போது உங்களுக்குச் சலிப்பு ஏற்பட்டது? நன்றாக யோசியுங்கள். அது உங்களுக்கு நினைவிருக்கிறதா?

அப்படி உங்களுக்குச் சலிப்பு ஏற்பட்டு வெகு காலம் ஆகியிருப்பதற்கு ஏகப்பட்ட வாய்ப்புகள் இருக்கின்றன. உங்களுடைய வாழ்க்கைக்குள் நவீனத் தொழில்நுட்பச் சாதனங்கள் நுழைவதற்கு முன்பான காலகட்டமாகக்கூட அது இருக்கலாம். மனிதகுல வரலாற்றில் இதற்கு முன்பு ஒருபோதும் நம்முடைய கவனம் இந்த அளவு பல விஷயங்களில் பங்கு போடப்பட்டிருக்கவில்லை. இக்கணத்தில் இது ஒரு நன்மையாக நமக்குத் தோன்றலாம். ஏனெனில், செய்வதற்கு நமக்கு எப்போதும் ஏதோ ஒன்று இருந்து கொண்டே இருக்கிறது. ஆனால், இச்சாதனங்கள் நம்முடைய வாழ்க்கையிலிருந்து சலிப்பை அப்புறப்படுத்திவிட்டன என்பது இவற்றின் ஒரு முக்கியமான குறைபாடாகும்.

சலிப்பை வாழ்க்கையிலிருந்து ஒழிப்பது நல்ல விஷயம்தானே என்று நீங்கள் கேட்கலாம். அப்படி இருக்கத் தேவையில்லை. குறைந்த தூண்டுதல் நிலைக்கு நாம் மாறுகின்றபோது நாம் அனுபவிக்கின்ற உணர்வுதான் சலிப்பு. திடீரென்று, குறைந்த தூண்டுதல் நிலையைச் சுவீகரித்துக் கொள்ள வேண்டிய கட்டாயம் நமக்கு ஏற்படுகின்றபோது, இந்தச் சலிப்புணர்வு நமக்கு ஏற்படுகின்றது. ஒரு ஞாயிறு அன்று மதியத்திற்கு மேல்

என்ன செய்யலாம் என்று நாம் திணறிக் கொண்டிருத்தல், மின்னஞ்சல்களுக்குப் பதில் எழுதிக் கொண்டிருப்பதிலிருந்து விலகி, நமக்குப் பிடிக்காத ஒரு சந்திப்புக்கூட்டத்தில் கலந்து கொள்ள வேண்டிய நிர்ப்பந்தம் ஏற்படுதல் போன்றவை இதற்கான எடுத்துக்காட்டுகளாகும்.

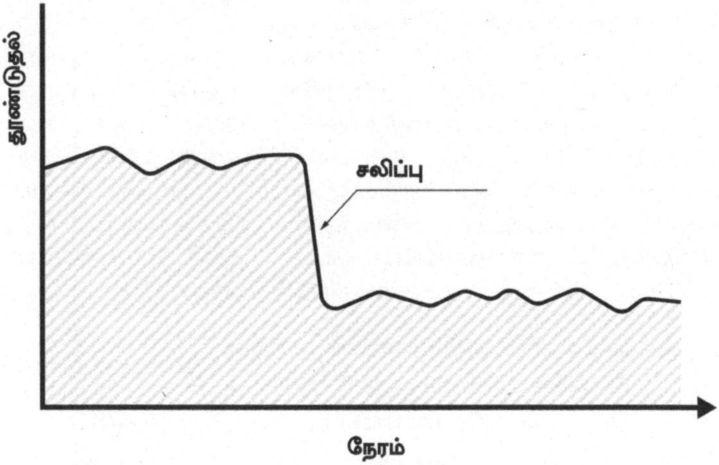

நம் கைக்கெட்டும் தூரத்தில் ஏதாவது ஒரு தொழில்நுட்பச் சாதனம் இருக்கின்றபோது அல்லது நம்முடைய கவனத்தைச் சிதறடிக்கின்ற ஒரு வலைத்தளம் ஒரு சொடுக்கு முனையில் இருக்கின்றபோது, சலிப்பு என்பதே நமக்கு ஏற்படுவதில்லை. அக்கணத்தில் நமக்குச் செய்வதற்கு ஏதாவது இருக்கிறது. இதன் விளைவாக, குறைவான தூண்டுதலைக் கொண்டுள்ள ஒரு நிலைக்கு ஏற்ப நம்மைச் சரிக்கட்டிக் கொள்ள வேண்டிய நிலைமை நமக்கு ஏற்படுவதேயில்லை. மாறாக, நம்முடைய கவனத்தைக் களவாடிக் கொண்டிருக்கின்ற இந்தச் சாதனங்களிலிருந்து தப்பிப்பதுதான் இப்போது நம்முன் இருக்கின்ற சவாலே!

பொதுவாக நான் பிறருக்கு அறிவுரைகளை வழங்குவதற்கு முன்பாக அவற்றை என்னுடைய சொந்த வாழ்வில் பரிசோதித்துவிடுவேன். அதனால் சலிப்பு

என்பது உண்மையில் ஒரு நல்ல விஷயமா என்பதை சந்தேகத்திற்கு இடமில்லாமல் கண்டுபிடித்துவிடுவது என்று நான் தீர்மானித்தேன். சிறிய அளவிலான சலிப்பு உற்பத்தித்திறனை அதிகரிக்கிறதா? சலிப்பிற்கும் சிதறுகின்ற கவனக்குவிப்புக்கும் இடையே என்ன வேறுபாடு? சலிப்பை எதிர்ப்பது சரிதானா?

நான் இப்பரிசோதனையை ஒரு மாதகாலம் மேற்கொண்டேன். தினமும் ஒரு மணி நேரம் வேண்டுமென்றே நான் எனக்குச் சலிப்பேற்படுத்திக் கொண்டேன். அந்த நேரத்தில் நான் எனக்குக் கவனச்சிதறல்களை ஏற்படுத்துகின்ற சாதனங்களை மூடி வைத்துவிட்டேன். அந்த ஒரு மணி நேரமும் நான் மிகவும் சலிப்பூட்டுகின்ற ஒரு காரியத்தில் ஈடுபட்டேன். இதற்கு நான் என்னுடைய வலைத்தள வாசகர்களிடமிருந்து வந்திருந்த யோசனைகளைப் பயன்படுத்திக் கொண்டேன். அவற்றை இங்கு நான் வரிசைப்படுத்தியிருக்கிறேன்:

1. ஐடியூனின் விதிமுறைகள் மற்றும் நிபந்தனைகளைப் படித்தேன்.
2. மோட்டுவளையைப் பார்த்தபடி இருந்தேன்.
3. சி ஸ்பேன் 3 ஆவணப்படத்தைப் பார்த்தேன்.
4. தொலைந்து போன பயணியர் உடைமைகளைப் பெறுவதற்காகத் தொலைபேசியில் ஏர் கனடா அலுவலகத்தைத் தொடர்பு கொண்டு, பொறுமையாக ஒரே விஷயத்தைப் பல பேரிடம் விளக்கிக் கொண்டிருந்தேன் அல்லது பல நிமிடங்கள் வெறுமனே காத்துக் கொண்டிருந்தேன்.
5. சி ஸ்பேன் 2 ஆவணப்படத்தைப் பார்த்தேன்.
6. என்னுடைய செல்லப் பிராணியான எட்வர்டு ஆமை, தன்னுடைய தொட்டிக்குள் குறுக்கும் நெடுக்குமாக நீந்திக் கொண்டிருந்ததைப் பார்த்துக் கொண்டிருந்தேன்.
7. மெதுவாகச் சுற்றிக் கொண்டிருந்த மின்விசிறியை வெறித்தபடி உட்கார்ந்திருந்தேன்.

8. ஒரு சிறிய ஓவியத் துணியில் ஒரே ஒரு வண்ணத்தைத் தீட்டிக் கொண்டிருந்தேன்.
9. அந்த வண்ணம் காய்ந்து கொண்டிருந்ததைப் பார்த்துக் கொண்டிருந்தேன்.
10. என் அலுவலகச் சன்னலின் வழியே வெளியே பார்த்துக் கொண்டிருந்தேன்.
11. ஒரு சிறிய இடுக்கியால் ஒரு ஸ்ட்ராபெர்ரியின் விதைகளைப் பிடுங்கி அவற்றை எண்ணிக் கொண்டிருந்தேன்.
12. புல் வளர்வதைப் பார்த்துக் கொண்டிருந்தேன்.
13. ஒரு இரயிலின் சன்னல் வழியாக வெளியே பார்த்துக் கொண்டிருந்தேன்.
14. நிகழ்ந்து கொண்டிருந்த ஒரு சதுரங்கப் போட்டியை இணையத்தில் நேரலையில் பார்த்துக் கொண்டிருந்தேன்.
15. வானிலிருந்த ஒரு மேகத்தை அது போகுமிடமெல்லாம் பின்தொடர்ந்து கொண்டிருந்தேன்.
16. ஒரு மருத்துவமனையில் காத்துக் கொண்டிருந்தேன்.
17. ஒரு குழாயிலிருந்து சொட்டிக் கொண்டிருந்த நீரைப் பார்த்துக் கொண்டிருந்தேன்.
18. என்னிடமிருந்த அனைத்து ஆடைகளுக்கும் இஸ்திரி போட்டேன்.
19. 'பை' என்ற கணித மாறிலியின் முதல் பத்தாயிரம் எண்களில் இருந்த பூஜ்ஜியங்களை நான் எண்ணினேன்.
20. என் மனைவி படித்துக் கொண்டிருந்ததைப் பார்த்தேன்.
21. ஒரு வெள்ளைக் காகிதத்தில் புள்ளிகளை வைத்தேன்.
22. ஒரு புத்தகமோ அல்லது அலைபேசியோ கையில் இல்லாமல் ஓர் உணவகத்தில் தனியாகச் சாப்பிட்டேன்.

23. கயிற்றைப் பற்றிய விக்கிபீடியா வலைப்பக்கத்தைப் படித்தேன்.

24. ஒரு கடிகாரத்தைப் பார்த்துக் கொண்டிருந்தேன்.

25. என் கணினியிலிருந்த அனைத்துக் கோப்புகளும் ஒரு 'எக்ஸ்டர்னல் டிரைவுக்கு' மாறியதையும், பின் அங்கிருந்து மீண்டும் கணினிக்கு மாறியதையும் நான் பார்த்துக் கொண்டிருந்தேன்.

26. ஐந்து உருளைக்கிழங்குகளைத் துல்லியமாக உரித்தேன்.

27. ஒரு பாத்திரத்தில் நீர் கொதிப்பதைப் பார்த்தேன்.

28. லத்தீன் மொழியில் நடத்தப்பட்ட ஒரு தேவாலயப் பூசையைப் பார்த்தேன்.

29. சி ஸ்பேன் ஆவணப்படத்தைப் பார்த்தேன்.

30. சிறிய பாறைகளை ஓரிடத்திலிருந்து இன்னோர் இடத்திற்கு மீண்டும் மீண்டும் மாற்றிக் கொண்டிருந்தேன்.

அந்த நாட்களில் அப்பரிசோதனைகளின் இடையில் என் மண்டைக்குள் என்ன ஓடிக் கொண்டிருந்தது என்று பல முறை நான் அவதானித்தேன்: என் எண்ணங்கள் நேர்மறையானவையாக இருந்தனவா, எதிர்மறையாக இருந்தனவா, அல்லது இரண்டுக்கும் நடுவில் இருந்தனவா? என் மனம் அலைபாய்ந்து கொண்டிருந்ததா அல்லது எதிலாவது குவிந்திருந்ததா? என் எண்ணங்கள் எந்த அளவு உருப்படியாக இருந்தன? நான் எப்படி உணர்ந்தேன்? நேரம் எந்த அளவு ஓடியிருந்தது?

இப்பரிசோதனையின் முடிவுகளில் பல வியப்பளிக்கவில்லை. என்னுடைய சுற்றுச்சூழல் குறைவான தூண்டுதலைக் கொடுக்கத் துவங்கியதும் என்னுடைய மனம் உள்முகமாகத் திரும்பியது. ஒப்பீட்டு நோக்கில் அங்கிருந்த என்னுடைய எண்ணங்கள் சுவாரசியமாகவும் துடிப்புடனும் இருந்தன. இந்த நோக்கில் பார்த்தால், சலிப்பு என்பது தேவையற்ற சிதறுகின்ற கவனக்குவிப்பாக இருந்தது. இவற்றில் நான் ஈடுபட்டிருந்தபோதும், என் மனம் வருங்காலத் திட்டமிடுதல்களில் இறங்கியிருந்தது, யோசனைகளை

அலசிக் கொண்டிருந்தது, கடந்தகாலம், நிகழ்காலம் மற்றும் வருங்காலத்திற்கு இடையில் தாவிக் கொண்டே இருந்தது. இது கிட்டத்தட்ட வழமையான சிதறுகின்ற கவனக்குவிப்பு வழிமுறையில் இருந்ததைப்போலவே இருந்தாலும், நான் இப்பரிசோதனைகளை இரசிக்கவில்லை. நான் அவற்றைத் தொடரவும் விரும்பவில்லை.

இப்பரிசோதனை சில எதிர்பாராத பக்கவிளைவுகளையும் உண்டுபண்ணியது. வெளிப்புறத் தூண்டுதல்கள் எதுவும் இல்லாதிருந்தபோது நான் உள்ளுணர்வுரீதியாக, கவனச்சிதறல்கள் ஏற்படுத்துகின்ற விஷயங்களைத் தேடினேன். ஒரு சிறிய இடுக்கியால் ஒரு ஸ்ட்ராபெர்ரிப் பழத்தின் விதைகளைப் பிடுங்கி அவற்றை எண்ணிக் கொண்டிருந்தபோதும், கயிற்றைப் பற்றிய விக்கிபீடியா வலைப்பக்கத்தைப் படித்துக் கொண்டிருந்தபோதும், அதற்குப் பதிலாக வேறு எதை வேண்டுமானாலும் செய்ய நான் தயாராக இருந்தேன். என் மனத்தில் ஓடிக் கொண்டிருந்த எண்ணங்களிலிருந்து என்னைத் திசை திருப்புகின்ற ஒன்றாக அது இருக்க வேண்டும், அவ்வளவுதான். நம்முடைய மனம் தொடர்ச்சியான தூண்டல்களுக்குப் பழகிப் போயுள்ளதால், உலகத்திலேயே அதுதான் சிறந்தது என்பதுபோல அதையே நாடுகிறது. ஆனால் அது அப்படியல்ல.

இப்புத்தகத்தில் நான் குறிப்பிட்டுள்ள பல உத்திகள் உங்களுடைய வேலையும் வாழ்க்கையும் குறைவான தூண்டுதலைப் பெறுகின்ற விதத்தில் வடிவமைத்துள்ளது எதேச்சையானது அல்ல. நீங்கள் எவ்வளவு குறைவான தூண்டுதலுக்கு ஆளாகிறீர்களோ, அவ்வளவு ஆழமாக நீங்கள் சிந்திப்பீர்கள். சலிப்பை ஒதுக்கிவிட்டுத் தூண்டுதலின் துணையை நாம் நாடுகின்ற ஒவ்வொரு முறையும், திட்டமிடுதல், நம்முடைய மனத்தில் புதையுண்டு கிடக்கின்ற யோசனைகளைத் தோண்டியெடுத்தல் போன்றவற்றில் நாம் ஈடுபடுவதை நாம் தவிர்க்கிறோம்.

அதற்காக நான் சலிப்பு முற்றிலும் பயனுள்ளது என்று கூற வரவில்லை. வழமையான சிதறுகின்ற கவனக்குவிப்பு வழிமுறையைப்போல இல்லாமல், சலிப்பு நம்மைப் பதற்றப்படுத்துகிறது, சஞ்சலப்படுத்துகிறது,

அசௌகரியப்படுத்துகிறது. அந்த முப்பது நாள் பரிசோதனையின்போது இந்த உணர்வுகள் எப்போதும் என்னுடன் இருந்தன. கூடுதலான சலிப்பை நான் விரும்ப மாட்டேன் — எனக்கும், பிறருக்கும்! ஆனால் கூடுதலான மன அலைபாய்தலை நான் தாராளமாகப் பரிந்துரைப்பேன். அதிர்ஷ்டவசமாக, சலிப்பின்போதும் சரி, சிதறுகின்ற கவனக்குவிப்பின்போதும் சரி, நம்முடைய மனம் ஒரே இடத்தில்தான் அலைபாய்ந்து கொண்டிருக்கிறது என்றாலும், சிதறுகின்ற கவனக்குவிப்பை நேர்மறையானது என்று வர்ணிக்கலாம். ஏனெனில், அது அதை ஒரு குறிக்கோளுடன் செய்கிறது.

வெகு காலத்திற்கு முன்பு விண்டோஸ் இயங்குதளத்தில் இயங்கிக் கொண்டிருந்த பழைய கணனிகளில் 'டிஸ்க் டிஃப்பிராக்மென்டர்' என்ற செயலி கண்டிப்பாக இடம் பெற்றிருக்கும். அந்தக் கணினிகளில் இடம்பெற்றிருந்த 'ஹார்டு டிஸ்க்', சுழல்கின்ற வகையைச் சேர்ந்தது. கணினியில் நாம் சேமிக்கின்ற கோப்புகள், நிறுவுகின்ற செயலிகள் போன்றவை கணினியின் வெவ்வேறு இடங்களில் இடம்பெற்றிருக்கின்றபோது, கணினி அவற்றைத் தேடுகின்றபோது, ஹார்டு டிஸ்க் முன்னும் பின்னும் அதிவேகமாகச் சுழல வேண்டியிருக்கும். அதனால், இந்த டிஸ்ட் டிஃப்பிராக்மென்டர், அந்தக் கோப்புகளைப் பெயர்த்தெடுத்து, அடுத்தடுத்து அடுக்கி வைக்கும். இதன் காரணமாக, ஹார்டு டிஸ்க் அதிகமாகச் சுழல வேண்டியிருக்காது. கணினி செயல்படுகின்ற வேகத்தை இது கணிசமாக அதிகரிக்கும். இதை நீங்களும் பயன்படுத்தியிருப்பீர்கள்.

நீங்கள் தொழில்நுட்பத்தில் எவ்வளவு புலியோ எனக்குத் தெரியாது. ஆனால் அந்தச் செயலியைப் பயன்படுத்துவது எப்போதுமே ஒரு திருப்தியைக் கொடுக்கும் என்பதை மறுக்க முடியாது. அதன் இயக்கமுறை பார்ப்பதற்கும் நன்றாக இருக்கும். மாற்றப்படுகின்ற கோப்புகள் இடம் மாறுவதும், அவை ஒன்றையடுத்து ஒன்றாக இடம் பெறுவதும் காட்சிரீதியாகக் கணினியில் நம் கண் முன்னால் ஓடிக் கொண்டிருப்பது ஒரு கண்கொள்ளாக் காட்சியாக இருக்கும்.

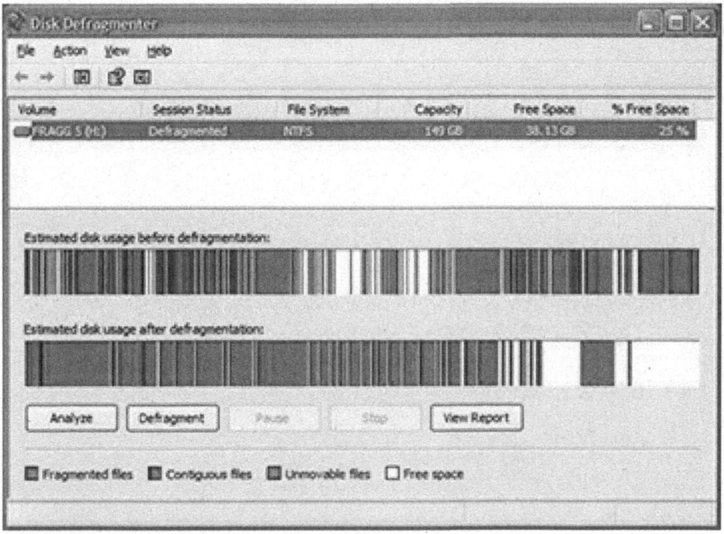

நம்முடைய மனமும் இதேபோலத்தான் இயங்குகிறது. ஒரு காரியத்திற்கும் மறு காரியத்திற்கும் இடையே நாம் ஓர் இடைவெளியை ஏற்படுத்திக் கொள்கின்றபோது, நாம் நம்முடைய எண்ணங்களை 'டிஃப்ராக்மென்ட்' செய்து கொள்கிறோம். அதாவது, சிதறிக் கிடப்பவற்றை ஒழுங்கமைத்துக் கொள்கிறோம். நாம் தெளிவாகச் சிந்திக்க இது நமக்கு உதவுகிறது; உறவுகள், அனுபவங்கள், யோசனைகள், நம்மால் தீர்க்க முடியாத பிரச்சனைகள் போன்றவற்றைக் கையாள்வதற்குத் தேவையான கூடுதல் கவனத்தை நமக்கு அளிக்கிறது. இப்படிப்பட்டக் கணங்களில் சலிப்பும் சிதறுகின்ற கவனக்குவிப்பும் ஆற்றல்மிக்கவையாக விளங்குகின்றன. ஏனெனில், அவை பயனுள்ள சுயபரிசோதனைக்கு வித்திடுகின்றன.

செயல்பாடுகளைப்போலவே செயல்பாடுகளுக்கு இடையே இருக்கின்ற இந்த இடைவெளிகளும் மதிப்புமிக்கவை என்று நான் கருதுவதைப்போல நீங்களும் கருதுவீர்கள் என்று நான் நம்புகிறேன். அவற்றை மீட்டெடுப்பதற்கான வேளை வந்துவிட்டது.

அத்தியாயம்
7

உங்களுடைய கவனக்குவிப்புக்குப் புத்துயிரூட்டுதல்

எப்போது நீங்கள் புத்துயிரூட்டிக் கொள்ள வேண்டும்

சிதறுகின்ற கவனக்குவிப்பு உங்களுடைய படைப்பாற்றலை மேம்படுத்துவதோடு நின்றுவிடாமல், உங்களுக்குப் புத்துயிரூட்டிக் கொள்ளவும் உதவுகிறது.

நம்மால் எந்த அளவு சிறப்பாகக் கவனத்தைக் குவிக்க முடியும் என்பதன்மீது நம்மிடமுள்ள ஆற்றலின் அளவு பெரும் தாக்கம் ஏற்படுத்துகிறது. கடந்த முறை நீங்கள் ஒரு சில மணி நேரத் தூக்கத்தை இழந்தபோது இதை நீங்கள் உணர்ந்திருக்கலாம். உங்களுடைய கவனக்குவிப்புத் தரத்தின் மூன்று முக்கிய அளவீடுகளும் இதனால் குறைகின்றன: உங்களால் நீண்ட நேரம் கவனத்தைக் குவிக்க முடியவில்லை; நீங்கள் அடிக்கடி கவனச்சிதறலுக்கு ஆளாகிறீர்கள்; அடிக்கடி தானியங்கி முறைக்குள் சென்றுவிடுகிறீர்கள்.

இந்த அத்தியாயம் வழங்கவிருக்கின்ற படிப்பினை இதுதான்: சிதறுகின்ற கவனக்குவிப்பில் நாம் எவ்வளவு அடிக்கடி ஈடுபடுகிறோமோ, அந்த அளவுக்கு, வடிந்து போயிருக்கின்ற நம்முடைய ஆற்றல் மீண்டும் இட்டு நிரப்பப்படும், முக்கியமான வேலைகளுக்குத்

தேவைப்படுகின்ற ஆற்றல் நம்மிடம் அதிகமாக இருக்கும். நம்முடைய மன ஆற்றல் நாள் முழுவதும் சிறிது சிறிதாக வடிந்து கொண்டிருக்கின்றபோது, அதற்கு ஏற்றாற்போல நம்முடைய கவனக்குவிப்பு சக்தியும் குறைந்து கொண்டிருக்கும். அதனால், இழந்து போன ஆற்றலை மீட்டெடுப்பது இன்றியமையாதது, அதற்காகச் செலவிடப்படும் நேரம் பயனுள்ளது.

நம்முடைய மன ஆற்றலின் ஏற்ற இறக்கங்களுக்கு ஏற்ப நம்முடைய கவனக்குவிப்பிடத்தின் அளவும் கூடிக் குறைகிறது என்று ஆய்வுகள் தெரிவிக்கின்றன. போதுமான அளவு தூக்கத்தைப் பெறுவதன் மூலம் நம்மால் நம்முடைய கவனக்குவிப்பிடத்தின் அளவை 58 சதவீதம் வரை அதிகரித்துக் கொள்ள முடியும். வேலைகளுக்கு நடுவே அடிக்கடி புத்துணர்ச்சி ஊட்டுகின்ற இடைவேளை நேர நடவடிக்கைகளை மேற்கொள்வதும் இதே விளைவை ஏற்படுத்துகிறது. இது நேரடியாக உற்பத்தித்திறன்மீது தாக்கம் விளைவிக்கிறது: கவனக்குவிப்பிடத்தின் அளவு சுமார் 60 சதவீதம் அதிகமாக இருக்கின்றபோது, நம்முடைய உற்பத்தித்திறனும் அதே அளவு அதிகரிக்கிறது. எந்த அளவுக்கு நாம் ஓய்வெடுத்துக் கொள்கிறோமோ அந்த அளவுக்கு நாம் உற்பத்தித்திறன் மிக்கவர்களாக இருக்கிறோம்.

நேரம் செல்லச் செல்ல நம்முடைய கவனக்குவிப்பின் நிலை

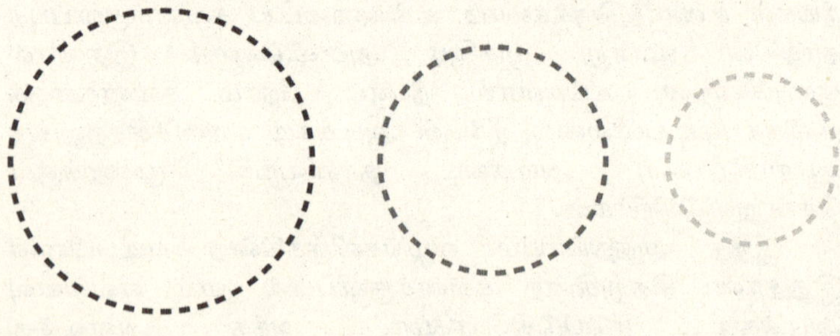

சிதறா கவனக்குவிப்பு மிகவும் களைப்படைய வைக்கின்ற ஒன்றாக இருக்கும். நம்முடைய நடத்தையை நாம் ஒழுங்குபடுத்திக் கொள்வது அதற்குத் தேவை. அது நம்முடைய ஆற்றலை உறிஞ்சிவிடுகிறது. நம்முடைய ஆற்றல் குறைகின்றபோது, நாம் அப்போது செய்து கொண்டிருக்கின்ற விஷயத்தில் கவனத்தைக் குவிப்பது கடினமாகிவிடுகிறது. நம்முடைய கவனக்குவிப்பிடம் சுருங்குகிறது. அதனால் நம்முடைய ஆற்றலை நாம் புதுப்பித்துக் கொள்ள வேண்டியிருக்கிறது.

உங்களுடைய ஆற்றல் மிகவும் குறைந்து கொண்டிருக்கிறது என்பதை வெளிப்படுத்துகின்ற அறிகுறிகள்:

- **ஒரே இடத்தில் கவனத்தைக் குவிக்க முடியாமல், அடிக்கடி ஒரு வேலையிலிருந்து மறு வேலைக்கு மாறிக் கொண்டிருத்தல்.**
- **குறிக்கோளுடன் இயங்குவதில் உங்களுடைய பிடிமானம் குறைந்து, செயல்களுக்கு வெறுமனே எதிர்வினையாற்றிக் கொண்டிருத்தல்.**
- **காரியங்களை மிக மெதுவான விகிதத்தில் செய்து முடித்தல். ஒரு மின்னஞ்சலைப் புரிந்து கொள்வதற்காக அதைப் பல முறை படித்தல் இதற்கான ஓர் எடுத்துக்காட்டு.**
- **முக்கியத்துவமற்ற வேலைகளைச் செய்வதைத் தேர்ந்தெடுத்தல்.**
- **தெரியாத்தனமாக, சிதறுகின்ற கவனக்குவிப்பு நிலைக்குள் சென்றுவிடுதல்.**

புத்துணர்வு ஊட்டுகின்ற இடைவேளை நேர நடவடிக்கைகளை அடிக்கடி மேற்கொள்ளுதல்

தங்களை மகிழ்ச்சிக்குள் ஆழ்த்தாத வேலைகளில் மக்கள் அளவுக்கதிகமான நேரத்தைச் செலவிட்டுக்

கொண்டிருக்கின்றனர். நீங்கள் சட்டை செய்யாத ஒரு வேலையைச் செய்வதைக் காட்டிலும், நீங்கள் விரும்புகின்ற ஒரு வேலையைச் செய்வது உங்களுக்குக் குறைவான களைப்பை ஏற்படுத்தும். நீங்கள் ஒரு வேலையை எவ்வளவு அதிக அக்கறையுடன் செய்கிறீர்களோ, அந்த அளவுக்கு உங்களுடைய கவனக்குவிப்பிலிருந்து உங்களால் அதிகப் பயன் பெற முடியும். நீங்கள் ஒரு வேலையை உண்மையிலேயே இரசித்துச் செய்கின்றபோது, உங்களுடைய மனம் குறைவாக அலைபாய்கிறது.

ஐந்து, பத்து நிமிடங்களுக்கு நீங்கள் சிதறுகின்ற கவனக்குவிப்பில் ஈடுபடுகின்றபோதுகூட உங்களுடைய மூளைக்கு ஓய்வு கிடைக்கிறது. உங்களுடைய மன ஆற்றல் மீண்டும் இட்டு நிரப்பப்பட அது உதவுகிறது.

உங்களுக்குப் புத்துணர்வளிக்கின்ற இடைவேளை நேர நடவடிக்கைகள், கீழ்க்கண்ட மூன்று குணாதிசயங்களைக் கொண்டிருக்க வேண்டும்:

1. **குறைவான முயற்சி தேவைப்படுகின்ற ஒன்றாக அது இருக்க வேண்டும்.**
2. **நீங்கள் உண்மையிலேயே செய்ய விரும்புகின்ற ஒன்றாக அது இருக்க வேண்டும்.**
3. **அது, செய்தே ஆக வேண்டிய ஒரு சலிப்பூட்டுகின்ற வேலையாக இருக்கக்கூடாது.**

வழமையான சிதறுகின்ற கவனக்குவிப்பு வழிமுறையில் கிடைக்கின்ற அதே நன்மைகளை வேடிக்கையான, ஆசுவாசமான இடைவேளை நேர நடவடிக்கைகள் மூலமும் உங்களால் பெற முடியும்.

ஆனால், அலுவலகங்களில் வேலைகளுக்கு நடுவே நமக்குக் கிடைக்கின்ற இடைவேளை நேரத்தை நாம் உருப்படியாகப் பயன்படுத்திக் கொள்வதில்லை என்பதால் அவை நமக்குப் புத்துணர்ச்சியளிப்பதில்லை. அந்த நேரத்தை நாம் நம்முடைய மனத்திற்கு ஓய்வு கொடுப்பதற்குச் செலவிடுவதற்குப் பதிலாக, சமூக ஊடகங்களில் மேய்வதற்குச் சென்றுவிடுகிறோம் அல்லது செய்திகளைப் பார்ப்பதில் இறங்கிவிடுகிறோம். அதனால் இந்த

இடைவேளை நேரங்கள் நமக்குப் புத்துணர்வளிப்பதில்லை. அதனால் அதற்குப் பிறகு நாம் நம்முடைய வேலைகளைத் தொடரும்போது, முழுமையான கவனக்குவிப்புடன் வேலை செய்வதற்கான ஆற்றல் நம்மிடம் இருப்பதில்லை. அதனால் நாம் தேவையற்ற, கவனச்சிதறல் ஏற்படுத்துகின்ற வேலைகளின் பக்கம் நம் கவனத்தைத் திருப்புகிறோம்.

நீங்கள் இரசித்துச் செய்யக்கூடிய, உங்களுக்குப் புத்துணர்ச்சியளிக்கக்கூடிய ஏராளமான இடைவேளை நேர நடவடிக்கைகள் இருக்கின்றன. உங்களுடைய அலுவலக இடைவேளை நேரத்தில் செய்யப்படக்கூடிய, உங்களுக்குப் பிடித்தமான ஒரு நடவடிக்கையைத் தேர்ந்தெடுத்துக் கொள்ளுங்கள். உங்களுடைய அலுவலகத்திற்கு அருகிலுள்ள ஓர் இடத்தில் நடப்பது, அருகேயுள்ள உடற்பயிற்சிக்கூடத்திற்குச் செல்வது, சக ஊழியர்களுடன் அரட்டையடிப்பது போன்றவை இதற்கான ஒரு சில எடுத்துக்காட்டுகள். இத்தகைய நடவடிக்கைகள் உங்களுடைய மனத்திற்கு உண்மையான ஓய்வைக் கொடுக்கவல்லவை.

இதோ இன்னும் சில இடைவேளை ஓய்வுநேர நடவடிக்கைகள்:

- **இயற்கை வெளியில் நடத்தல்.***
- **அலுவலகத்திற்கு அருகே வசதியான ஓரிடத்தில் ஓடுதல்.**
- **தியானத்தில் ஈடுபடுதல்.**
- **வேலைக்குத் தொடர்பில்லாத சுவாரசியமான புத்தகம் எதையாவது படித்தல்.**
- **இசையை அல்லது ஓர் ஒலிப்புத்தகத்தைக் கேட்டல்.**
- **ஓவியம் தீட்டுதல், புகைப்படம் எடுத்தல் போன்ற பொழுதுபோக்குகளில் ஈடுபடுதல்.**

---

* உங்களுடைய பணி, பிரச்சனைகளுக்குப் புத்திசாலித்தனமான தீர்வு காண்கின்ற வேலைகளை உள்ளடக்கி இருந்தால், இந்த நடவடிக்கை அதை 50 சதவீதம் மேம்படுத்தும்; உங்களுடைய மன அழுத்தத்திற்குக் காரணமான ஹார்மோன்களின் அளவை 16 சதவீதம் குறைக்கும்; உங்கள் மனம் அமைதி அடையும், உங்களுடைய மனநிலை மேம்படும்.

ஈடுபடுகின்ற நேரம்

எவ்வளவு அடிக்கடி நாம் அலுவலக வேலையிலிருந்து இடைவேளை எடுத்துக் கொள்ள வேண்டும், அதை எப்போது எடுத்துக் கொள்ள வேண்டும்?

நாம் ஒவ்வொருவரும் தனித்துவமானவர்கள் என்பதால், இது நபருக்கு நபர் வேறுபடும். பல காரணிகளால் அது தீர்மானிக்கப்படும். உங்களுக்கு எந்த நடவடிக்கை அதிக ஆற்றலைக் கொடுக்கிறது என்பதைக் கண்டுபிடிக்க நீங்கள் பலவிதமான நடவடிக்கைகளை முயற்சி செய்து பார்க்கலாம். நீங்கள் ஒரு தனிமை விரும்பியாக இருந்து, உங்களுடைய வேலை, நீங்கள் உங்களுடைய அலுவலகத்திலுள்ள பல பேருடன் இணைந்து பணியாற்ற வேண்டிய கட்டாயத்தைக் கொண்டிருந்தால், நீங்கள் அடிக்கடி இடைவேளை எடுத்துக் கொள்ள வேண்டியிருக்கும்.

பொதுவாக உங்களுடைய வேலையாலோ அல்லது தற்சமயத்தில் நீங்கள் ஈடுபட்டிருக்கின்ற திட்டத்தாலோ நீங்கள் ஊக்குவிக்கப்பட்டிருக்காமல் இருந்தாலும் நீங்கள் உங்களுக்கு அடிக்கடி புத்துணர்ச்சியூட்டிக் கொள்ள வேண்டியிருக்கும். உங்களுக்கு ஏற்படுகின்ற கவனச்சிதறல்களை எதிர்த்து நீங்கள் போராட வேண்டியிருந்தாலும், வேலைகளை முடிப்பதற்கு நீங்கள் உங்களைத் தீவிரமாக உந்தித் தள்ள வேண்டியிருந்தாலும்கூட, நீங்கள் உங்களுக்கு அடிக்கடி புத்துணர்ச்சியூட்டிக் கொள்ள வேண்டியிருக்கும். உங்களுக்கு உங்களுடைய வேலை கொஞ்சம்கூடப் பிடிக்கவில்லை என்றால், உங்களுடைய உற்பத்தித்திறனை அதிகரித்துக் கொள்வதற்கு எவ்வளவு சிறப்பான அறிவுரைகளை வழங்கினாலும் அதனால் எந்தப் பயனும் ஏற்படாது.*

---

* ஒருவர் எவ்வளவு குறைவாகப் பணத்தால் ஊக்குவிக்கப்பட்டிருக்கிறாரோ, இறுதியில் அவ்வளவு அதிகமான பணம் அவரிடம் வந்து சேரும். பணம், புகழ், அதிகாரம் போன்ற புறவய இலக்குகள், வளர்ச்சி, சமூக உறவுகள், பிறருக்கு உதவுதல் போன்ற அகவய இலக்குகளோடு ஒப்பிடுகையில், குறைவான ஊக்குவிப்பையே கொண்டிருக்கும்.

நீங்கள் உங்கள் நிறுவனத்தில் மேலாண்மைப் பாத்திரத்தை வகித்து வந்தால், உங்களுடைய நிறுவனத்தின் விழுமியங்களின்மீது ஆழமான அக்கறை கொண்டுள்ளவர்களை வேலைக்கு எடுப்பது சிறந்த தீர்மானமாக இருக்கும். ஆனால் பெரும்பாலான மேலாளர்கள் மிகவும் திறமையானவர்களை வேலைக்கு எடுத்துக் கொண்டு அவர்களை உற்பத்தித்திறன் மிக்கவர்களாக ஆக்க முயல்கின்றனர். ஆனால், அவர்கள் தங்களுடைய சம்பளத்தின்மீது மட்டுமே குறியாக இருப்பர்.

வேலை நேர இடைவேளைகள் குறித்து மேற்கொள்ளப்பட்டுள்ள ஆய்வுகள், அவை இரண்டு முக்கிய விதிமுறைகளை அடக்கியிருக்க வேண்டும் என்று தெரிவிக்கின்றன.

1. ***ஒவ்வொரு தொண்ணூறு நிமிடங்களுக்கு ஒரு முறை குறைந்தபட்சம் ஒரு பதினைந்து நிமிட இடைவேளையாவது ஏற்படுத்திக் கொள்ள வேண்டும்.***

2. ***அதன் அளவு ஒரு மணி நேரத்திற்குப் பதினைந்து நிமிடங்கள் என்ற கணக்கில் இருக்க வேண்டும்.***

எட்டு மணி நேர அலுவலக வேலையில் இது ஏராளமான நேரமாகத் தெரியலாம். ஆனால் இதை நீங்கள் மொத்தமாகக் கூட்டினால், ஒரு மணி நேர உணவு இடைவேளை, காலை மற்றும் மாலையில் எடுத்துக் கொள்கின்ற பதினைந்து நிமிடத் தேநீர் இடைவேளையின் மொத்த அளவைவிட இது சிறிது கூடுதலாக இருக்கிறது, அவ்வளவுதான். பெரும்பாலான சூழ்நிலைகளில் இந்த இரண்டு விதிகளும் நடைமுறைக்கு ஏற்றவையாகவே இருக்கும்; அவற்றை உங்களுடைய வேலை அட்டவணையைப் பாதிக்காமல் எளிதாக நிறைவேற்றிக் கொள்ள முடியும்.

ஏன் தொண்ணூறு நிமிடங்கள்? அது என்ன ஒரு மாயாஜாலமான எண்ணா? நம்முடைய மன

ஆற்றல் தொண்ணூறு நிமிட அலைகளாக ஊசலாடிக் கொண்டிருப்பதாக ஆய்வுகள் தெரிவிக்கின்றன. நாம் தூங்குகின்றபோது, தொண்ணூறு நிமிடச் சுழற்சிகளில் மூன்று விதமான தூக்கமுறைகளில் நாம் ஈடுபடுகிறோம். மேலோட்டமான உறக்கம், ஆழ்ந்த உறக்கம், 'ரெம்' உறக்கம் என்று அவை அழைக்கப்படுகின்றன. நாம் கண்விழித்தப் பிறகும் நம்முடைய ஆற்றல் இதே சுழற்சி முறையைப் பின்பற்றுகிறது. தொண்ணூறு நிமிட வேலைக்குப் பிறகு இருபது அல்லது முப்பது நிமிடங்களுக்கு நாம் களைப்படைகிறோம். அதனால், ஒவ்வொரு தொண்ணூறு நிமிடங்களுக்கு ஒரு முறை, ஒரு சிறிய இடைவேளை எடுத்துக் கொள்வதன் மூலம், நாம் நம்முடைய இயற்கையான ஆற்றல் ஏற்ற இறக்கச் சுழற்சியை நமக்குச் சாதகமாகப் பயன்படுத்திக் கொள்கிறோம். உங்களுடைய கவனக்குவிப்பு கீழ்முகமாக ஆகின்றபோதோ அல்லது நீங்கள் ஒரு முக்கியமான வேலையை முடித்தப் பிறகோ ஒரு சிறிய இடைவேளை எடுத்துக் கொள்ளுங்கள். அது சிறப்பாகப் பலனளிக்கும்.

புத்திசாலித்தனமாக இடைவேளைகளை எடுத்துக் கொள்வதன் மூலம், நம்மால் நம்முடைய உற்பத்தித்திறனை அதிகரித்துக் கொள்ள முடிவதோடு, நம்முடைய ஆற்றலையும் அவ்வப்போது புதுப்பித்துக் கொள்ள முடியும். நம்முடைய மனத்தின் ஆற்றல் கீழ்முகமாக இருக்கின்றபோது நம்முடைய படைப்பாற்றல் அதிகமாக இருப்பதாக ஆய்வுகள் தெரிவிக்கின்றன. அதனால், இந்த நேரம்தான் சிதறுகின்ற கவனக்குவிப்புக்கான கச்சிதமான நேரம். உங்களுடைய ஆற்றல் சுழற்சியின் ஏற்ற இறக்கங்களை அவதானித்து அதற்கேற்ப நீங்கள் உங்களுடைய வேலை மற்றும் இடைவேளைகளை அமைத்துக் கொள்ள வேண்டும்.

சரி, அடுத்ததாக, எதற்காக ஒரு மணி நேரத்திற்குப் பதினைந்து நிமிட இடைவேளை என்ற கணக்கு? இது குறித்துப் பெரிய அளவில் நம்பத்தகுந்த ஆய்வுகள் எதுவும் இல்லை. ஒரு நிறுவனம் 'டெஸ்ட் டைம்' என்ற செயலியைத் தங்களுடைய அலுவலகத்திலுள்ள கணினியில் நிறுவி, அதைக் கொண்டு, வேலை மற்றும் இடைவேளை நேரத்தை

அளவிட்டது. அவர்கள் தங்களுடைய ஊழியர்களில் சிறந்த உற்பத்தித்திறன் கொண்டிருந்த பத்து சதவீத ஊழியர்களை இப்பரிசோதனைக்காகப் பயன்படுத்தினர். அதன் முடிவு இவ்வாறாக இருந்தது: அந்த ஊழியர்கள் ஐம்பத்திரண்டு நிமிடங்களுக்கு ஒரு முறை பதினேழு நிமிட இடைவேளை எடுத்துக் கொண்டிருந்தனர்.

அலுவலகத்தில் நீங்கள் வழக்கமாகப் பின்பற்றுகின்ற பழக்கவழக்கங்களோடு ஒத்துப் போகின்ற விதத்தில் நீங்கள் உங்களுடைய இடைவேளைகளை அமைத்துக் கொள்வது நல்லது. எடுத்துக்காட்டாக, உங்களுக்குக் காலையில் இரண்டாவது முறையாகக் காபி அல்லது தேநீர் அருந்துகின்ற பழக்கம் இருந்தால், அதை நீங்கள் தொண்ணூறு நிமிடங்கள் வேலை செய்துவிட்டு எடுத்துக் கொள்வதாக அமைத்துக் கொள்ளுங்கள். அந்த நேரத்தில் நீங்கள் உண்மையிலேயே உங்கள் மனத்திற்கு ஓய்வு அளிக்குமாறு பார்த்துக் கொள்ள வேண்டும். மதிய உணவை உங்களுடைய கணினிக்கு முன்னால் அமர்ந்து கொண்டு, வாயில் எதைப் போட்டோம் என்ற பிரக்ஞையின்றிச் சாப்பிடுவதை விடுத்து, ஆசுவாசமாக அமர்ந்து உண்பதன் மூலம், உங்களால் உங்களுடைய ஆற்றலைப் புதுப்பித்துக் கொள்ள முடியும். மதிய நேர இடைவேளையின்போது, அலைபேசியை எங்காவது வைத்துவிட்டு, ஓட்டத்தில் ஈடுபடுதல், புத்தகம் படித்தல் போன்றவற்றில் ஈடுபடுதல் நல்ல பலன்களைக் கொடுக்கும். மாலை நேர இடைவேளைகளின்போது, தியானத்தில் ஈடுபடுதல், அலுவலகத்தில் இருக்கின்ற உடற்பயிற்சிக்கூடத்திற்குச் செல்லுதல் போன்றவைப் பற்றி நீங்கள் யோசிக்கலாம்.

தூக்கம்

ஓய்வைப் பற்றிப் பேசுகின்றபோது, தூக்கத்தைப் பற்றிப் பேசாமல் இருக்க முடியாது.

நீண்ட நேரம் வேலை பார்ப்பதற்காக நீங்கள் உங்களுடைய தூக்கத்தைத் தியாகம் செய்வதன் மூலம் நீங்கள் பெறுகின்ற ஆதாயத்தைவிட இழப்பே அதிகமாக

இருக்கும். நமக்குத் தூக்கப் பற்றாக்குறை ஏற்படுகின்றபோது, நம்முடைய கவனக்குவிப்பிடம் கிட்டத்தட்ட 60 சதவீதம் வரை சுருங்குகிறது. நாம் களைப்புற்று இருந்தால், நாம் ஈடுபட்டிருக்கின்ற கடினமான வேலைகளைச் செய்து முடிக்க நமக்கு வழக்கத்தைவிட இருமடங்கு நேரமாகும். பொதுவாக நாம் குறைவாகத் தூங்கி நிறைய நேரம் வேலை பார்ப்பதைவிட, போதுமான அளவு தூங்கி சரியான நேரம் வேலை பார்ப்பதே சிறந்தது. தங்களுக்கு மிகக் குறைவான நேரத் தூக்கம் போதும் என்று சிலர் கூறிக் கொண்டு திரிகின்றனர். அப்படிக் குறைவாகத் தூங்குபவர்கள் ஒரு வேளை தீவிரம் குறைந்த வேலையில் ஈடுபட்டிருக்கலாம். அவர்கள் போதுமான அளவு தூங்கி எழுந்தால், அவர்களுடைய உற்பத்தித்திறன் இப்போது இருப்பதைவிடக் கண்டிப்பாக அதிகமாக இருப்பதற்குப் பிரகாசமான வாய்ப்புகள் இருக்கின்றன. நமக்குத் தூக்கப் பற்றாக்குறை இருக்கின்றபோது, நம்முடைய வழக்கமான உற்பத்தித்திறன் அளவுகூட மிக அதிகமாக இருப்பதாக நமக்குள் ஒரு தோற்றத்தை உருவாக்குகிறது.

நம்முடைய தூக்கத்தின்போது என்ன நேர்கிறது என்பது குறித்து மேற்கொள்ளப்பட்ட ஆய்வுகளில், தூக்கத்திற்கும் சிதறுகின்ற கவனக்குவிப்புக்கும் இடையேயுள்ள ஒற்றுமைகளைப் பற்றிப் பேசுகின்ற ஆய்வுகள் குறித்து நான் அதிக ஆர்வம் கொண்டிருந்தேன்.

தூக்கத்தில் கனவு கண்டு கொண்டிருக்கின்ற ஒருவரின் மூளையையும், பகற்கனவு கண்டு கொண்டிருக்கின்ற ஒருவருடைய மூளையையும் 'மூளை ஸ்கேன்' செய்தால், அவை இரண்டுக்கும் இடையேயுள்ள ஒற்றுமை உங்களுக்கு மலைப்பை ஏற்படுத்தும். அவை இரண்டும் மூளையின் ஒரே பகுதியைத் தூண்டிவிடுவதுதான் அதற்குக் காரணம். அது தூக்கத்தின்போது சிறிது தூக்கலாக இருக்கும்.

சற்று யோசித்துப் பார்த்தால், இதில் வியப்படைவதற்கு ஒன்றுமில்லை என்பது புரியும். தூங்கும்போதும் சரி, சிதறுகின்ற கவனக்குவிப்பில் ஈடுபடுகின்றபோதும் சரி, அது முடிந்த பிறகு நாம் புத்துணர்ச்சி பெறுகிறோம். இரண்டிலுமே நம்முடைய மனம் தறிகெட்டு அலைந்து, கடந்தகாலப் பின்வருத்தங்கள் குறித்தும், வருங்காலப்

பதற்றங்கள் குறித்தும், நம்முடைய உறவுகள் குறித்தும் அசைபோடுகிறது. இரண்டிலுமே நம்முடைய மனம் தான் கற்றுக் கொண்டவற்றை ஒழுங்குபடுத்துகிறது, சிதறிக் கிடப்பவற்றை 'டிஃபிராக்மென்ட்' செய்கிறது. இரண்டிலுமே திடீரென்று சிறப்பான யோசனைகளும் தோன்றக்கூடும். எண்ணற்றவர்களுக்குத் தூக்கத்தில் மிகச் சிறந்த யோசனைகள் உதித்துள்ளதற்கு ஏகப்பட்டச் சான்றுகள் உள்ளன.

அதே நேரத்தில், தூக்கமின்மை உற்பத்தித்திறன்மீது ஏற்படுத்துகின்ற தாக்கத்தோடு, கீழ்க்கண்ட பிரச்சனைகளையும் ஏற்படுத்துவதாகக் கண்டுபிடிக்கப்பட்டுள்ளது:

- ***நம்முடைய வேலை நமக்கு அதிக மன அழுத்தத்தை அளிப்பதாக நாம் உணர்வோம்.***
- ***நம்முடைய கவனக்குவிப்பின் கால அளவு குறையும்.***
- ***நாம் அடிக்கடி சமூக ஊடகங்களின் தளத்திற்குச் செல்வோம்.***
- ***நாம் அதிகமான எதிர்மறை உணர்வுகளை அனுபவிப்போம்.***
- ***நாம் குறைவான சவாலுள்ள வேலைகளைத் தேர்ந்தெடுக்க முயற்சி செய்வோம்.***
- ***நாம் நாள் முழுவதும் இணையத்தில் மேய்ந்து கொண்டிருக்க முயல்வோம்.***

இது பத்தொன்பது வயதிலிருந்து இருபத்தொன்பது வயது வரை இருக்கின்றவர்களுக்கு மிகவும் பொருந்தும். ஏனெனில், அவர்கள்தாம் பெரும்பாலும் இரவு வெகு நேரம் கழித்துப் படுக்கச் செல்கின்றனர். பொதுவாக நம் அனைவருக்குமே சுமார் எட்டு மணி நேரத் தூக்கம் தேவை என்பதால், இரவு நெடுநேரம் கழித்துப் படுக்கச் செல்வது அவர்களுடைய தூக்கத்தைக் குறைத்து, மறுநாள் அவர்களுடைய உற்பத்தித்திறன்மீது ஒரு பெரும் தாக்கத்தை ஏற்படுத்துகிறது.

தரமான, போதுமான, ஆழமான தூக்கத்தைப் பெறுவதற்கு ஒரு குறிப்பிட்ட நேரத்தில் தூங்கச் செல்கின்ற பழக்கத்தை உருவாக்கிக் கொள்ள வேண்டும். ஒரு நாளின் முடிவில் நம்முடைய ஆற்றல் அளவு குறைந்துவிடுவதால், நாம் தானியங்கி முறையில் செயல்படுகின்ற நடவடிக்கைகளில் இறங்கிவிடுகிறோம். நீங்கள் தூங்கச் செல்வதற்கு முன்பு உங்களை ஆசுவாசப்படுத்திக் கொள்கின்ற ஒரு நடைமுறையை ஏற்படுத்திக் கொள்ளுங்கள். படுக்கப் போவதற்கு முன்பு படித்தல், தியானத்தில் ஈடுபடுதல், மூலிகைத் தேநீர் அருந்துதல் போன்றவை இதற்கான சில எடுத்துக்காட்டுகள். இரவு ஓரளவு முன்னதாகவே படுக்கைக்குச் செல்வது போதுமான அளவு தூக்கத்தைப் பெறுவதற்கான சிறந்த வழி. நம்மில் பெரும்பாலானோர், காலையில் ஒரு குறிப்பிட்ட நேரத்திற்கு எழுந்தாக வேண்டிய கட்டாயத்தில் இருந்தாலும், எல்லா நாட்களும் ஒரு குறிப்பிட்ட நேரத்தில் படுக்கச் செல்வதில்லை. இதை ஒழுங்குபடுத்திக் கொள்வது தரமான தூக்கத்தைப் பெறுவதற்கு உதவும்.

ஓய்வெடுத்தல் என்பது சும்மாயிருத்தல் அல்ல

செய்வதற்கு நிறைய வேலைகளும், கையில் குறைவான நேரமும் இருக்கின்றபோது, ஓய்வெடுக்க உங்களுக்குத் தோன்றாமல் இருப்பது இயல்பானதுதான். அப்படிச் செய்தால் உங்களுக்குக் குற்றவுணர்வுகூட உருவாகலாம். அதோடு, ஓய்வெடுப்பதன் மூலம் உங்களுடைய உற்பத்தித்திறன் குறையும் என்ற உணர்வும் உங்களுக்கு ஏற்படும். அதனால் நீங்கள் ஓய்வெடுப்பது பற்றி யோசிக்கக்கூட மாட்டீர்கள்.

ஆனால் இது நடைமுறைக்கு ஒத்துவராத விஷயம். இன்னும் சொல்லப் போனால், ஓய்வெடுப்பது உங்களுடைய உற்பத்தித்திறனை அதிகரிக்கத்தான் செய்யுமே ஒழிய குறைக்காது. நாம் எப்போதெல்லாம் ஓய்வெடுக்கிறோமோ, அப்போதெல்லாம், நேரத்தைச் செலவழித்து ஆற்றலை

அதற்கு ஈடாகப் பெற்றுக் கொள்கிறோம். இது, அலுவலகத்தில் உங்களுடைய வேலைகளுக்கு இடையே நீங்கள் எடுக்கின்ற இடைவேளைக்கும் பொருந்தும், இரவுநேரத் தூக்கத்திற்கும் பொருந்தும். இந்த நேர முதலீடு ஒருபோதும் காற்றில் கரைந்துவிடாது. ஓய்வு எடுக்காமல் இருந்தால்தான் நீங்கள் குற்றவுணர்வு கொள்ள வேண்டும்.

நான் இப்புத்தகத்தில் அடிக்கடி உங்களிடம், உங்களுடைய வாழ்க்கையையும் வேலையையும் திரும்பிப் பார்த்து எப்போது நீங்கள் கவனக்குவிப்புடனும் படைப்பாற்றலுடனும் இருந்தீர்கள் என்று பார்க்கும்படி கேட்கிறேன். அதற்கு ஒரு காரணம் இருக்கிறது. சுய அலசலின் மூலம் உங்களால் ஏராளமானவற்றைக் கற்றுக் கொள்ள முடியும். உங்களுடைய வாழ்க்கையிலும் வேலையிலும் நீங்கள் கூடுதலான உற்பத்தித்திறனுடனும் படைப்பாற்றலுடனும் இருப்பதற்கு உதவக்கூடிய அனைத்துத் தரவுகளும் உங்களிடம் இருக்கின்றன. அவற்றை அலசி ஆராய்ந்து எப்போது நீங்கள் அப்படி இருந்திருக்கிறீர்கள் என்பதைக் கண்டுபிடிக்க வேண்டும், அவ்வளவுதான்.

இப்போது அதைப் போன்ற ஒன்றை நீங்கள் செய்யலாம். கடந்த முறை நீங்கள் எப்போது மிகுந்த ஆற்றலுடன் உங்களுடைய வேலையை அணுகினீர்கள் என்று யோசியுங்கள். ஒரு வேளை அந்தக் காலகட்டத்தில் நீங்கள் மதிய இடைவேளை நேரத்தில் உடற்பயிற்சியில் ஈடுபட்டிருக்கலாம் அல்லது கூடுதலான இடைவேளைகளை எடுத்துக் கொண்டிருக்கலாம். அச்சமயத்தில் நீங்கள் எந்த அளவு சாதித்தீர்கள்?

அதிகமான இடைவேளைகளை எடுப்பது உங்களைப் புத்திசாலித்தனமாகச் செயல்பட வைக்கும், கூடுதலாகச் சாதிக்க வைக்கும். நீங்கள் எந்த அளவுக்கு உங்களுடைய வேலையில் மும்முரமாக இருக்கிறீர்களோ, அந்த அளவுக்கு உங்களுக்கு இடைவேளைகள் தேவைப்படும். இப்படிப்பட்டச் சமயங்களில் நீங்கள் உங்களுடைய கூடுதல் வேலைப் பளுவால் திக்குமுக்காடிப் போவதற்கு வாய்ப்புகள் அதிகம். அப்போது நீங்கள் கூடுதலான இடைவேளைகளை எடுத்தால் பெரும் பயன் அடைவீர்கள்.

அத்தியாயம்
8

புள்ளிகளை இணைத்தல்

அதிகப் படைப்பாற்றல்மிக்கவராக ஆதல்

சிதறுகின்ற கவனக்குவிப்பானது, வருங்காலத் திட்டமிடுதல்கள், வற்றிப் போன மன ஆற்றலை இட்டு நிரப்புதல் ஆகியவற்றுக்குக் கைகொடுப்பதோடு, உங்களுடைய படைப்பாற்றலை அதிகரிக்கவும் உதவுகிறது. நீங்கள் இரண்டு வழிகளில் உங்களுடைய படைப்பாற்றலை அதிகரித்துக் கொள்ளலாம்: முதலாவது, அதிகமான புள்ளிகளை இணைத்தல்; இரண்டாவது, மதிப்பான புள்ளிகளை அதிகமாகச் சேகரித்தல். இந்த அத்தியாயத்தில் முதலாவது அம்சத்தைப் பார்க்கலாம்.

சிதறா கவனக்குவிப்பில் நீங்கள் ஒரே ஒரு விஷயத்தில் உங்களுடைய கவனத்தைக் குவிக்கிறீர்கள். சிதறுகின்ற கவனக்குவிப்பில் நீங்கள் அதற்கு நேரெதிரானவற்றைச் செய்கிறீர்கள். சிதறுகின்ற கவனக்குவிப்பில் நீங்கள் உங்களுடைய மனத்தில் இடம் பெற்றிருக்கின்ற புள்ளிகளை இணைக்கிறீர்கள். இங்கு உங்கள் மனத்தில் நீங்கள் பதிய வைத்துள்ள ஒவ்வொரு தகவலையும்தான் ஒரு புள்ளி என்று நான் அழைக்கிறேன்.

நரம்பியல் தளத்தில் நம்முடைய மூளை, ஒன்றுக்கொன்று பிணைக்கப்பட்டுள்ள பல புள்ளிகளின் ஒரு தொகுதியாகும். இவற்றை வானில் இருக்கின்ற விண்மீன் தொகுதிகளோடு ஒப்பிடுவது பொருத்தமாக இருக்கும். நம்முடைய ஒவ்வொரு புதிய அனுபவங்களின் மூலம் நாம் அவற்றைத்

தொடர்ந்து அதிகரித்துக் கொண்டே இருக்கிறோம். நாம் நேசிப்பவர்களோடு நாம் செலவழிக்கின்ற நேரங்கள், நாம் செய்கின்ற தவறுகளிலிருந்து நாம் கற்றுக் கொள்கின்ற பாடங்கள் போன்ற பல புள்ளிகளை நாம் தொடர்ந்து சேகரித்துக் கொண்டே இருக்கிறோம். இப்புள்ளிகள் நம்முடைய நினைவுகளுக்குள் பதிந்துவிடுகின்றன. பின்னர் நம்மால் அவற்றை எடுத்துப் பயன்படுத்திக் கொள்ள முடியும்.

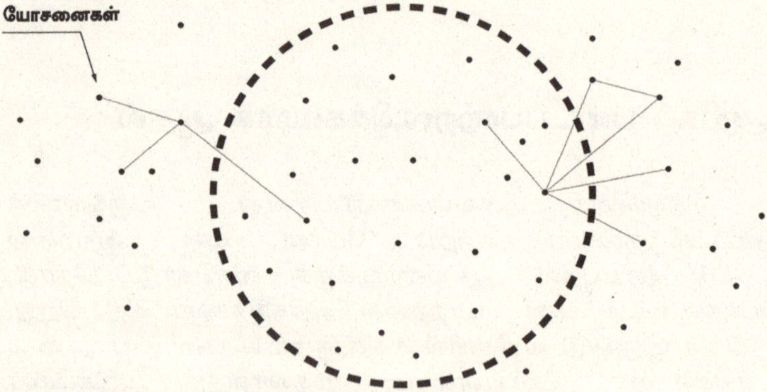

சிதறுகின்ற கவனக்குவிப்பு

நீங்கள் சிதறுகின்ற கவனக்குவிப்பு நிலைக்குள் நுழைகின்றபோது உங்களுடைய மூளை இருக்கின்ற நிலையை வர்ணிப்பதற்கு, "சீரற்ற" என்ற சொல்லைப் பயன்படுத்துவது சரியானதாக இருக்கும். சிதறுகின்ற கவனக்குவிப்பு, மூளையின் ஒரு சில பகுதிகளைத் தூண்டுகிறது. அது உங்களுடைய மூளையின் இயல்பான தூண்டுதல் நிலையாகும்.* நீங்கள் எதிலும் குறிப்பாகக்

* சிதறுகின்ற கவனக்குவிப்பை ஆதரிக்கின்ற நம்முடைய மூளையின் இந்த இயல்பு நிலை தற்செயலாகத்தான் கண்டுபிடிக்கப்பட்டது என்பது நகைமுரண். முதலில் இது ஆய்வாளர்களால் அலட்சியம் செய்யப்பட்டது. மீண்டும் மீண்டும் இது தோன்றவே இது குறித்த ஆராய்ச்சிகளுக்கு முக்கியத்துவம் அளிக்கப்பட்டது. இன்று இது நரம்பியல் துறையில் ஒரு முக்கியமான இடத்தை வகிக்கிறது.

கவனம் செலுத்தாமல் இருக்கின்றபோது, உங்களுடைய மூளை இருக்கின்ற நிலை இது. இந்தப் பிணைப்பு, மூளை நெடுகிலும் பரவியுள்ளது. அதோடு, இது மூளையின் ஞாபகத்திலும் பதிந்து போயுள்ளது. சிதறுகின்ற கவனக்குவிப்பு நிலையில் நீங்கள் இருக்கின்றபோது நமக்குப் பல சிறப்பான படைப்பாற்றல்ரீதியான யோசனைகள் வருவதற்குக் காரணம், நாம் சேகரித்துள்ள புள்ளிகளை அப்போது நாம் இணைக்க முயல்கிறோம் என்பதுதான்.

நாம் நம்முடைய எண்ணங்களுக்குள் மூழ்கிக் கிடக்கின்றபோது, நம்முடைய கவனக்குவிப்பிடம் யோசனைகளை அலசிக் கொண்டிருக்கிறது என்பதை நாம் அறிவதில்லை. ஆனால் இவற்றில் பெரும்பகுதி நம்முடைய மனத்தின் அடியாழத்தில் நடைபெறுகிறது. நம்மால் ஒரு நேரத்தில் மிகச் சிறிய அளவிலான தகவல்களின்மீது மட்டுமே கவனம் செலுத்த முடியும் என்பதால், வெகு சில எண்ணங்களால் மட்டுமே நம்முடைய கவனக்குவிப்பிடத்திற்குள் நுழைய முடியும். எதேச்சையான இந்தப் பிணைப்புகள் சரியான முறையில் தூண்டப்பட்டால், அவை நம் கவனத்தைப் பெறுகின்றன.

உள்நோக்குகளைத் தூண்டிவிடுபவை

நாம் செய்து முடிக்காமல் விட்டிருக்கும் காரியங்கள் நம்முடைய மனத்தின்மீது அதிக அழுத்தம் ஏற்படுத்துகின்றன. இவற்றை நாம் சரி செய்கின்றபோது நம்முடைய கவனக்குவிப்பு அதிகரிக்கிறது. உளவியல் இதை, அதைக் கண்டுபிடித்த புளுமா ஸெய்கார்னிக்கின் பெயரால் 'ஸெய்கார்னிக் விளைவு' என்று அழைக்கிறது. நாம் ஒரு விஷயத்தில் கவனத்தைக் குவிக்க முயல்கின்றபோது, இந்த விளைவு நமக்கு எரிச்சலூட்டும். ஆனால் நாம் சிதறுகின்ற கவனக்குவிப்பில் ஈடுபடுகின்றபோது, இது உதவிகரமாக இருக்கிறது. நாம் அடைகாத்துக் கொண்டிருக்கின்ற பிரச்சனைகள் குறித்தப் பிரமாதமான உள்நோக்குகளை நாம் பெறுவதற்கு இது வழிவகுக்கிறது.

இப்படிப்பட்ட 'யுரேகா' கணங்களை நீங்களும் கண்டிப்பாக அனுபவித்திருப்பீர்கள். நீங்கள் காலை உணவைத் தயாரித்துக் கொண்டிருந்தபோதோ அல்லது நீங்கள் ஓர் அருங்காட்சியகத்தில் நடந்து கொண்டிருந்தபோதோ திடீரென்று சிறப்பான யோசனைகள் உங்களுக்குத் தோன்றியிருக்கலாம். நீங்கள் மண்டையை உடைத்துக் கொண்டிருந்த ஒரு பிரச்சனைக்குத் திடீரென்று ஒரு நல்ல தீர்வு உங்களுக்குத் தோன்றியிருக்கும்.

அக்கணத்தில் இந்த இரண்டு விஷயங்கள் உண்மையாக இருந்திருக்கும்: முதலாவது, அக்கணத்தில் உங்களுக்குக் கிடைத்த உள்நோக்கு, நீங்கள் தீர்வு காண முடியாமல் தவித்துக் கொண்டிருந்த ஒரு பிரச்சனைக்கான செயல்விடையாக இருக்கலாம். இரண்டாவது, அப்போது உங்களுடைய மனம் உங்களுடைய கவனக்குவிப்பு எதுவும் தேவைப்படாத ஒன்றில் அலைபாய்ந்து கொண்டிருந்திருக்கும்.

பாதி எழுதப்பட்டுள்ள ஓர் அறிக்கை, பதிலளிக்கப்பட வேண்டிய ஒரு முக்கியமான மின்னஞ்சல், நிறைவு செய்யப்பட்டிருக்காத ஒரு முக்கியமான வேலை போன்ற, தீர்க்கப்படாமல் இருக்கின்ற பிரச்சனைகளுக்குத் தீர்வு கண்டு அவற்றை முடிக்க நம்முடைய மூளை எப்போதும் துடித்துக் கொண்டிருக்கும். அதன் விளைவாக, நாம் நம்முடைய புதிய அனுபவங்களை இந்தப் பிரச்சனைகளோடு தொடர்புபடுத்தி இவற்றுக்குப் புதுமையான தீர்வுகளைக் கொண்டுவர முயல்கிறோம். சிதறுகின்ற கவனக்குவிப்பில் நாம் அடிக்கடி ஈடுபடுகின்றபோது, இத்தொடர்புகள் நம்முடைய கவனக்குவிப்பிடத்திற்குள் வருகின்றன.

சிதறுகின்ற கவனக்குவிப்பில் நாம் அடிக்கடி ஈடுபடுகின்றபோது, நம்முடைய உள்நோக்குத் தூண்டுதல்கள் இரண்டு இடங்களிலிருந்து வருகின்றன. ஒன்று, அலைபாய்ந்து கொண்டிருக்கின்ற நம்முடைய மனம். மற்றது, நம்முடைய புறச் சூழல். இதை நாம் ஓர் எடுத்துக்காட்டுடன் பார்க்கலாம்.

நான் உங்களை உற்பத்தித்திறன் சோதனை ஒன்றுக்காக அழைக்கிறேன் என்று வைத்துக் கொள்வோம். என் இருப்பிடத்திற்கு நீங்கள் வந்ததும், உங்களை ஓர் இருக்கையில்

அமர வைத்து, உங்கள் முன் ஒரு சவாலான காரியத்தை வைக்கிறேன்; அதை நீங்கள் முப்பது நிமிடங்களுக்குள் தீர்க்க வேண்டும் என்று நான் கூறுகிறேன். அச்சவால் இதுதான்: 8545176320 என்ற பத்து இலக்க எண் தனித்துவமானது. அதன் தனித்துவம் என்ன என்பதை நீங்கள் கூற வேண்டும். உங்களால் அந்த நேரத்திற்குள் அதற்கான பதிலைக் கூற முடியவில்லை என்று வைத்துக் கொள்வோம். அது உங்களுக்கு எரிச்சல் ஏற்படுத்துகிறது.

அதைப் பற்றி நீங்கள் அதிகமாக யோசித்திருந்ததால், அது இப்போது உங்களுடைய மனத்தின் ஆழத்தில் பதிந்து போயிருக்கும். அதனால் உங்களுடைய மனம் இதற்குத் தீர்வு காண முயன்று கொண்டிருக்கும். நீங்கள் வேலைக்குத் திரும்பி, உங்களுடைய வழக்கமான வேலையில் ஈடுபட்டப் பிறகு, உங்கள் மனம் வழக்கத்தைக் காட்டிலும் அதிகமாக அலைபாய்ந்து கொண்டிருக்கும். உங்கள் வேலையில் நீங்கள் வழக்கத்தைவிட அதிகமான தவறுகளைச் செய்யக்கூடும்.

அன்று மாலை நீங்கள் உங்களுடைய வீட்டில் புத்தகங்களை அடுக்கி வைக்க முடிவு செய்கிறீர்கள் என்று வைத்துக் கொள்வோம். தேடுவதற்கு வசதியாக, அப்புத்தகங்களை நீங்கள் அவற்றின் தலைப்புகளின் ஆங்கில அகர வரிசைப்படி அடுக்கி வைக்கத் தீர்மானிக்கிறீர்கள். அப்போது நீங்கள் கையில் எடுக்கின்ற நூலின் பெயர் 'த 80/20 பிரின்சிபிள்.' பல நூல்களில் 'த' என்ற பெயர் முதலில் இடம் பெற்றிருப்பதால், அதை நீங்கள் கணக்கில் எடுத்துக் கொள்ள வேண்டாம் என்று தீர்மானிக்கிறீர்கள். அதனால் அப்புத்தகத்தை, எண்களை முதல் எழுத்தாகக் கொண்டிருக்கின்ற நூல்களின் வரிசையில் சேர்க்கிறீர்கள். அதன் முதல் எழுத்து 8. அப்போது திடீரென்று பொட்டில் அடித்தாற்போல, உங்களுக்கு நான் விடுத்திருந்த சவால் நினைவுக்கு வருகிறது: அதன் முதல் எண்ணும் 8 தானே? இப்போது நீங்கள் செய்து கொண்டிருக்கின்ற, ஆங்கில அகர வரிசைப்படி புத்தகங்களை அடுக்குகின்ற வேலையையும், முன்பு உங்களுக்குக் கொடுக்கப்பட்டிருந்த சவாலையும் உங்களுடைய மனம் தொடர்புபடுத்தி, அதற்கான முழுத் தீர்வை அடுத்தக் கணம் உங்கள் முன் வைக்கிறது.

அத்தீர்வு இதுதான்: "அந்தப் பத்து இலக்க எண், அந்த எண்களின் ஆங்கில வார்த்தைகளின் முதல் எழுத்தின் அகர வரிசைப்படி அமைந்துள்ளது." *

பொதுவாக உள்நோக்குகளை ஆய்வு செய்வது கடினம். ஆனால் இவற்றுக்கு ஆய்வுகளின் முடிவுகள் தேவையில்லை. இவற்றை நீங்கள் எளிதாக உங்களுடைய வாழ்க்கையில் சோதித்துக் கொள்ளலாம். கடந்தகாலத்தில் உங்களுக்கு இதுபோன்ற அனுபவங்கள் கண்டிப்பாக நடந்திருக்கலாம்.

உள்நோக்குகளைத் தூண்டிவிடுகின்ற காரணிகளின் முக்கியத்துவத்தைப் பற்றி எவ்வளவு வலியுறுத்தினாலும் தகும். ஒரு சிப்ஸ் பாக்கெட்டை ஒரு குருவி கொத்திக் கொண்டிருப்பதை நீங்கள் பார்க்கின்றபோது, உங்களுடைய எடையைக் குறைக்க நீங்கள் மேற்கொண்டுள்ள முயற்சிகளின் ஒரு பகுதியாக, உங்களுடைய சமையலறையில் நீங்கள் சேர்த்து வைத்திருக்கின்ற சிப்ஸ் பாக்கெட்டுகளை ஒழிக்க வேண்டும் என்ற எண்ணம் உங்களுக்குத் தோன்றலாம். நீங்கள் ஒரு புத்தகக் கடைக்குச் சென்று அங்குள்ள புத்தகங்களைப் பார்த்துக் கொண்டிருக்கின்றபோது, உங்களுடைய கண்களில் படுகின்ற ஒரு சமையல் புத்தகம், நீங்கள் வெகு நாட்களாக மாற்ற வேண்டும் என்று நினைத்துக் கொண்டிருந்த சமையல் பாத்திரங்களை விற்கின்ற கடை ஒன்று அருகில் இருப்பதை நினைவுபடுத்தலாம்.

வரலாற்றில் நிகழ்ந்துள்ள யுரேகா கணங்களை நினைவுகூருங்கள். ஆர்க்கிமிடிஸ் தன்னுடைய குளியல் தொட்டியில் இறங்கியபோதுதான், ஒழுங்கற்ற வடிவில் இருக்கின்ற பொருட்களின் கன அளவை அளவிடுவதற்கான யோசனை அவருக்கு உதித்தது. மரத்திலிருந்து கீழே விழுந்த

---

* இதை ஆங்கிலத்தில் விளக்கினால் புரிந்து கொள்வது எளிதாக இருக்கும். 8549176320 என்ற பத்து இலக்க எண், அந்த எண்களின் ஆங்கில வார்த்தைகளான Eight, Five, Four, Nine, One, Seven, Six, Three, Two, Zero என்ற வார்த்தைகளின் முதல் எழுத்துகளின் அகர வரிசைப்படி அமைந்துள்ளது. துவக்க எழுத்து ஒரே ஆங்கில எழுத்தாக இருக்கும்போது (எடுத்துக்காட்டு: Five, Four), அவற்றிலுள்ள இரண்டாவது எழுத்து கணக்கில் எடுத்துக் கொள்ளப்படுகிறது (Five இன் இரண்டாவது எழுத்தான 'i' மற்றும் Four இன் இரண்டாவது எழுத்தான 'o'). ஆங்கில அகராதியில் இந்த முறை கடைபிடிக்கப்படுவதை நீங்கள் அவதானித்திருக்கக்கூடும்.

ஆப்பிள் நியூட்டனிடம் எந்தச் சிந்தனையை தூண்டியது என்பதை நாம் அனைவருமே அறிவோம்.

மேலும் கூடுதலான புள்ளிகளை இணைத்தல்

வழமையான சிதறுகின்ற கவனக்குவிப்பு நிலையே புள்ளிகளை இணைப்பதற்குப் போதுமானது. ஆனால் அதை நீங்கள் மேலும் கூர்மைப்படுத்திக் கொள்ள விரும்பினால், கீழ்க்கண்ட ஆறு வழிகளை முயற்சி செய்து பார்க்கலாம்:

1. உங்களுடைய கவனத்தை ஒரு செழிப்பான சூழலில் சிதறச் செய்யுங்கள்

உங்களுடைய சுற்றுசூழல் குறித்து விழிப்புணர்வுடன் இருத்தலும் முடிந்த அளவு அதை உங்களுடைய கட்டுப்பாட்டில் வைத்திருத்தலும் உங்களுக்கு நல்ல பலனளிக்கும். உங்களால் கவனத்தைக் குவிப்பதற்கு ஏற்றதொரு சூழலை உருவாக்கிக் கொள்ள முடிவதுடன், உள்நோக்குகளைத் தூண்டிவிடுகின்ற அம்சங்களை மேல்மட்டத்திற்குக் கொண்டு வருவதற்கும் அதை உங்களால் பயன்படுத்திக் கொள்ள முடியும்.

புதிய நபர்கள், புதிய யோசனைகள் மற்றும் புதிய உள்நோக்குகளை நீங்கள் தொடர்ந்து எதிர்கொள்கின்ற ஒரு சூழல்தான் செழிப்பானதொரு சூழலாகும். புத்தகக் கடை ஒன்றுக்குச் சென்று, அங்குள்ள புத்தக அலமாரிகளுக்கு ஊடாக நடப்பது, ஓர் உணவகத்தில் அமர்ந்து கொண்டு அங்கிருக்கும் மக்களை அவதானிப்பது போன்ற இடைவேளை நேர நடவடிக்கைகள் இதற்கான எடுத்துக்காட்டுகள். புதிய யோசனைகளுக்கு வழிவகுக்கின்ற நடவடிக்கைகள், மனத்தை அலைபாய அனுமதிக்கின்ற நடவடிக்கைகள் ஆகிய இரண்டையும் சேர்த்துப் பயன்படுத்துங்கள்.

நினைவூட்டிகளைப் பயன்படுத்துவதும் நல்ல விளைவுகளை ஏற்படுத்தும். கையில் ஒரு குறிப்பேட்டுடன் உங்களுடைய வீட்டைச் சுற்றி நடந்து வந்து, அங்குள்ள பொருட்களைப் பார்த்து, நீங்கள் செய்து முடிக்க வேண்டிய காரியங்களை அதில் குறித்துக் கொள்ளுங்கள். இதே முறையை நீங்கள் உங்களுடைய அலுவலகத்திலும் கடைபிடிக்கலாம். உங்களுடைய கணினியிலுள்ள அனைத்துக் கோப்புகளையும் பார்வையிட்டு ஒரு பட்டியலைத் தயார் செய்யலாம். இது பார்ப்பதற்கு ஒரு பெரிய வேலைபோலப் படலாம். ஆனால் நீங்கள் செய்து முடிக்க வேண்டிய வேலைகளை முன்னுரிமைப்படுத்த இது உங்களுக்கு உதவும். அதேபோல, உங்களுடைய அலைபேசியில் இடம் பெற்றுள்ள நபர்களின் பெயர்களை ஒன்றன்பின் ஒன்றாக அலசி, யாருடன் நீங்கள் நீண்ட நாட்களாகப் பேசியிருக்கவில்லை என்றறிந்து அவர்களைத் தொடர்பு கொள்ளலாம். இதை அலுவலகத் தொடர்புகளுக்கும் பயன்படுத்திக் கொள்ளலாம்.

2. நீங்கள் தீர்க்க முயற்சிக்கின்ற பிரச்சனைகளை எழுதி வைத்துக் கொள்ளுங்கள்

இந்நூலை எழுதுவதற்காக நான் குறித்து வைத்திருந்த குறிப்புகளின் அளவு கிட்டத்தட்ட 25,000 வார்த்தைகளைத் தாண்டியபோது, நான் மிகவும் திக்குமுக்காடிப் போனேன். இவற்றை எப்படி ஒரு புத்தக வடிவுக்கு மாற்றுவது என்று நான் மலைத்தேன். அந்த ஆவணங்களை நான் அச்சிட்டு அவற்றை அடிக்கடிப் படித்தேன். அதோடு, அதை ஒரு புத்தகமாக மாற்ற நான் எதிர்கொள்ளவிருந்த சவால்களைக் குறிப்புகளாக எழுதி வைத்தேன்.

இவற்றை நான் அடிக்கடிப் படித்து வந்ததால், அத்திட்டம் என் மனத்தில் எப்போதும் பசுமையாகப் படர்ந்திருந்தது. திட்டமிட்ட முறையில் நான் அடிக்கடி என் மனத்தை அலைபாய வைத்தேன். புத்தகங்களின் உள்ளடக்கங்கள் எவ்வாறு வடிவமைக்கப்பட்டுள்ளன என்பதைத் தெரிந்து கொள்வதற்காக நான் ஒரு நாள் முழுவதும் கிட்டத்தட்ட நூறு புத்தகங்களின்

உள்ளடக்கத்தைப் படித்துப் பார்த்தேன். இறுதியில் என் பிரச்சனைக்கான தீர்வு எனக்குக் கிடைத்தது.

உங்களுடைய தனிப்பட்ட வாழ்க்கையிலும் உங்களுடைய தொழில் வாழ்க்கையிலும் நீங்கள் எதிர்கொள்கின்ற பிரச்சனைகளை எழுதி வைத்துக் கொள்வது, உங்களுடைய மனம் அவற்றைப் பின்னணியில் அலசிக் கொண்டிருக்க அதற்கு உதவும். அவற்றை எழுதி வைப்பதன் மூலம், அவற்றைப் பற்றித் தொடர்ந்து சிந்தித்துக் கொண்டிருப்பதை நிறுத்திக் கொண்டு வேறு விஷயங்களில் கவனத்தைச் செலுத்தலாம்.

இந்த உத்தியைப் பெரிய திட்டங்களுக்கும் நீங்கள் பயன்படுத்திக் கொள்ளலாம். ஓர் ஆய்வுக் கட்டுரையை எழுதுதல், உங்களுடைய சமையலறையை மறுவடிவமைத்தல், நீங்கள் தலைமை தாங்குகின்ற உங்களுடைய குழு உறுப்பினர்களை இடமாற்றம் செய்தல் போன்றவை அதற்கான எடுத்துக்காட்டுகள்.

அடுத்த நாள் செய்யப்பட வேண்டிய மூன்று விஷயங்களை எழுதி வைத்துக் கொள்ளுமாறு நான் உங்களிடம் ஏற்கனவே பரிந்துரைத்திருந்தேன் அல்லவா? அதோடு, உங்களுடைய அலுவலக நேரத்தின் முடிவில், உங்களைத் தொந்தரவு செய்து கொண்டிருக்கின்ற பிரச்சனைகளை நீங்கள் எழுதி வைத்துக் கொள்ளவும் நான் உங்களுக்குப் பரிந்துரைக்கிறேன். அவற்றில் பல பிரச்சனைகளுக்கு மறுநாள் காலையில் உங்களுக்குத் தீர்வுகள் தோன்றியிருப்பதைக் கண்டு நீங்கள் வியப்படைவீர்கள்.

3. பிரச்சனையை ஓர் இரவு முழுவதும் ஊறப் போடுங்கள்

நாம் தூங்கிக் கொண்டிருக்கும்போது, நம்முடைய மனம் நம்முடைய பிரச்சனைகளைத் தீர்ப்பதற்குத் தொடர்ந்து இயங்கிக் கொண்டிருக்கிறது என்பதை நாம் ஏற்கனவே பார்த்தோம்.

தூக்கத்தின்போது தங்களுடைய பிரச்சனைகளுக்குத் தீர்வு கண்டவர்களால் வரலாறு நிரம்பி வழிகிறது. தாமஸ் எடிசன் படுக்கச் செல்லும்போது, கைகளில் சில கோலிக் குண்டுகளை வைத்துக் கொண்டே தூங்குவாராம். அவர்

ஆழ்ந்த தூக்கத்திற்குச் சென்றவுடன் அவை அவருடைய கைகளிலிருந்து உருண்டோடும் என்பதால் அவருக்கு விழிப்பு வந்துவிடும். அந்த நேரத்தில் தன் மனத்தில் தோன்றுகின்ற எண்ணங்களை அவர் குறித்து வைத்துக் கொள்வார். அதேபோல, உலகப் புகழ் பெற்ற ஓவியரான சால்வடோர் டாலி தன் கைகளில் ஒரு சாவிக் கொத்தை வைத்துக் கொண்டு தூங்குவார். “உங்களுடைய ஆழ்மனத்திற்கு ஒரு கோரிக்கையை வைக்காமல் நீங்கள் ஒருபோதும் தூங்கச் செல்லக்கூடாது,” என்று எடிசன் கூறியுள்ளார்.

தூக்கம் அதிகமான விஷயங்களை நீங்கள் நினைவில் வைத்துக் கொள்ள உங்களுக்கு உதவுகிறது. நீங்கள் நாள் முழுவதும் சேகரித்து வைத்துள்ள தகவல் தொகுதிகளை, உங்களுடைய மனம் இரவில் நீண்டகால ஞாபகங்களாகத் தொகுக்கிறது. அதே நேரத்தில், முக்கியமற்ற, பொருத்தமற்ற விஷயங்களை அது மறந்துவிடுகிறது. நீங்கள் தினமும் ஏராளமான வேண்டாத தகவல்களையும் சேகரிக்கிறீர்கள் என்பதால், ஏற்கனவே உங்களுடைய மனத்தில் பதிந்திருக்கின்ற தகவல்களோடு தொடர்பற்று இருக்கின்ற தகவல்களைக் களைவதற்கு உங்களுடைய மனம் தூக்கத்தைப் பயன்படுத்திக் கொள்கிறது.

உங்களுடைய மனத்தின் இந்தப் பழக்கத்தை உங்களுக்குச் சாதகமாகப் பயன்படுத்திக் கொள்வதற்கு, நீங்கள் தூங்கச் செல்வதற்கு முன்பாக, அன்றைய தினம் நீங்கள் எதிர்கொண்ட பிரச்சனைகளைப் பற்றி நீங்கள் சிந்திக்க வேண்டும். நீங்கள் ஓய்வெடுத்துக் கொண்டிருக்கின்றபோது, உங்களுடைய மனம் அதற்குத் தீர்வு காண்பதைப் பற்றித் தீவிரமாக யோசித்துக் கொண்டிருக்கும்.

4. சற்றுப் பின்தள்ளியிருந்து பாருங்கள்

நீங்கள் இந்நூலின் முதல் பகுதியில் கூறப்பட்டிருந்தவற்றை, குறிப்பாக தியானத்தைக் கடைபிடித்து வந்திருந்தால், உங்களுடைய கவனக்குவிப்பிடத்தின் அளவு விரிவடைந்திருப்பதற்கு ஏராளமான சாத்தியக்கூறுகள் இருக்கின்றன. இது நடக்கின்றபோது, நீங்கள் திட்டமிட்ட முறையில் சிதறுகின்ற கவனக்குவிப்பு நிலைக்குள் செல்வது மிகவும் முக்கியம்.

படைப்பாற்றல் தொடர்பாக உருவாகின்ற பிரச்சனைகளைத் தீர்ப்பதற்கும் நீங்கள் நேரம் ஒதுக்குவது நல்லது. காலக்கெடு நேரத்திற்கு முன்பு வரை, படைப்பாற்றல் தொடர்பான பிரச்சனைகளுக்குத் தீர்வு காணாமல் அவற்றை ஊறப் போட்டு வைப்பது, உங்களுடைய மனத்தில் கூடுதல் தொடர்புகளை ஏற்படுத்திக் கொள்வதற்கு உதவும். எடுத்துக்காட்டாக, நீங்கள் எந்த அளவுக்கு உங்களுடைய முக்கியமான மின்னஞ்சல்களுக்குப் பதிலளிப்பதைத் தள்ளிப் போடுகிறீர்களோ, அந்த அளவுக்குச் சிறப்பாக உங்களுடைய பதிலை உங்களால் வடிவமைக்க முடியும். புதிய ஊழியர்களைத் தேர்ந்தெடுக்கின்றபோது, திறமையானவர்களில் யாரைத் தேர்ந்தெடுப்பது என்ற பிரச்சனை, நிறுவனத்தின் சின்னத்தை மறுவடிவமைப்பது, நீங்கள் கற்றுக் கொடுக்கின்ற பாடத்திற்கு ஒரு புதிய பாடத்திட்டத்தை உருவாக்குவது போன்றவை இதற்கான வேறு சில எடுத்துக்காட்டுகளாகும்.

5. செய்து கொண்டிருக்கின்ற காரியங்களை வேண்டுமென்றே முடிக்காமல் இருப்பது

நீங்கள் படைப்பாற்றல் தேவைப்படுகின்ற ஒரு வேலையை நிறுத்திவிட்டு, அடுத்த வேலையில் ஈடுபடுகின்றபோது, நீங்கள் அதைப் பற்றிச் சிந்திப்பீர்கள். நீங்கள் எந்த அளவுக்கு அதைத் திடுதிடுப்பென்று நிறுத்துகிறீர்களோ, அந்த அளவுக்கு அதைப் பற்றி நீங்கள் சிந்திப்பீர்கள். நீங்கள் நிறுத்திய வேலை குறித்தச் சில நினைவலைகள் உங்களுடைய கவனக்குவிப்பிடத்தில் படிந்திருக்கும் என்பதால், நீங்கள் அந்த வேலையை நிறுத்திய பிறகும், உங்களுடைய மனம் அது குறித்துச் சிந்தித்துக் கொண்டிருக்கும். எடுத்துக்காட்டாக, நீங்கள் எழுதிக் கொண்டிருக்கின்ற ஓர் ஆய்வறிக்கையை ஒரு பாதி வாக்கியத்தில் நீங்கள் திடுதிடுப்பென்று நிறுத்திப் பார்க்கலாம்.

நீங்கள் ஒரு வேலையைத் திடீரென்று நிறுத்துகின்றபோது, அது குறித்தத் தீர்வு நினைவூட்டிகள் உங்களைச் சுற்றிப் புறவயமாகவும் அகமயமாகவும் இருக்கும் என்பதால், அது குறித்துப் படைப்பாற்றல்மிக்க யோசனைகளைப் பெறுவதற்கு அது உதவும்.

6. மதிப்பான புள்ளிகளைக் கூடுதலாக உருவாக்குங்கள்

நீங்கள் உங்களுக்குள் சுவீகரித்துக் கொள்கின்ற விஷயங்கள் குறித்துத் திட்டமிட்ட முறையில் செயல்படுவதன் மூலம், சிதறுகின்ற கவனக்குவிப்பு வழிமுறையை உங்களுக்குச் சாதகமாக உங்களால் பயன்படுத்திக் கொள்ள முடியும். புதிய தகவல்களை உள்வாங்கிக் கொள்வது, சிக்கலான பிரச்சனைகளைத் தீர்ப்பதற்கு உங்களுக்கு உதவும்.

இதைப் பற்றி அடுத்த அத்தியாயத்தில் விரிவாகப் பார்க்கலாம்.

அத்தியாயம்
9

புள்ளிகளைச் சேகரித்தல்

கொத்தாக்கம்

நம்முடைய மனத்தைத் தீர்க்கப்படாத பிரச்சனைகள் மட்டுமே ஆக்கிரமித்திருப்பதில்லை. நாம் சேகரித்து வைத்துள்ள அனைத்துத் தகவல்களும் அதில் இடம்பெற்றுள்ளன. சிதறுகின்ற கவனக்குவிப்பு வழிமுறையை நாம் பின்பற்றும்போது, மேலும் கூடுதல் படைப்பாற்றலுடன் இயங்குவதற்கு இப்புரிதல் நமக்கு உதவும். அத்தகவல் புள்ளிகள் எந்த அளவுக்கு மதிப்புமிக்கவையாக இருக்கின்றனவோ அந்த அளவுக்கு அவற்றைத் தொடர்புபடுத்துவதற்கு நமக்கு வசதியாக இருக்கும்.

நாம் சேகரிக்கின்ற தகவல்கள் முக்கியமானவை. ஏனெனில், நமக்கு ஏற்கனவே என்ன தெரியும் என்பதன் ஊடாகத்தான் நம்முடைய கவனம் வடிகட்டப்படுகிறது. ஒரு பெருங்கடலைப் பார்க்கின்ற உயிரியலாளர் அதில் இருக்கின்ற உயிரினங்களைப் பற்றி நினைப்பார்; ஓர் ஓவியர் அதை ஒரு காட்சியாகத் தீட்டுவதற்கு எந்த நிறங்களைப் பயன்படுத்தலாம் என்று யோசிப்பார்; ஒரு மாலுமி காற்றின் வேகத்தையும் அலைகளின் துள்ளல்களையும் கணிக்க முயல்வார்; ஓர் எழுத்தாளர் அதைத் தன் கற்பனையில் அடைப்பதற்கு ஏற்ற வார்த்தைகளைத் தேடுவார்.

அனுபவங்கள், அறிவு, சிறந்த பயிற்சி ஆகியவற்றின் வடிவில், ஒரு குறிப்பிட்ட விஷயம் குறித்தத் தகவல் புள்ளிகளைப் போதுமான அளவு சேகரித்துத் தொடர்புபடுத்துவதன் மூலமாகவே ஒருவர் அது தொடர்பான ஒரு வல்லுநராக உருவெடுக்கிறார். ஒரு விஷயம் தொடர்பான புள்ளிகளை ஒரு கொத்தாகத் தொகுப்பதற்கு நம்முடைய மூளை இயல்பாகவே வடிவமைக்கப்பட்டிருக்கிறது. நீங்கள் எப்போது எழுதக் கற்றுக் கொண்டீர்கள் என்று நினைத்துப் பாருங்கள். முதலில் நீங்கள் எழுத்துகளைக் கற்றுக் கொண்டிருந்திருப்பீர்கள். அவை எப்படி வளைந்து நெளிந்துள்ளன என்பதையும், அவை எப்படி உச்சரிக்கப்படுகின்றன என்பதையும் நீங்கள் தெரிந்து கொள்வீர்கள். இவைதாம் இது தொடர்பாக நீங்கள் சேகரித்துக் கொள்கின்ற முதல் புள்ளிகள்.

அடுத்து நீங்கள் அவற்றை அகர வரிசைப்படி நினைவு வைத்துக் கொள்கிறீர்கள். அப்போது உங்களுடைய மூளை அப்புள்ளிகளைத் தொடர்புபடுத்துகிறது. அதற்கடுத்து, நீங்கள் சிறிய வார்த்தைகளைக் கற்றுக் கொள்கிறீர்கள். இப்போது உங்களுடைய மூளை அவற்றைக் கொத்துகளாகத் தொகுத்துக் கொள்கிறது. அதோடு, அது அவற்றைப் பொருட்களோடும் படங்களோடும் பிணைக்கிறது.

அதற்கடுத்தப் படிக்கு நீங்கள் செல்கின்றபோது, உங்களுடைய மூளை அவற்றை வாக்கியங்கள், சொற்றொடர்கள், பத்திகள் என்ற கொத்துகளாகத் தொகுக்கிறது.

இப்போது நீங்கள் இப்புத்தகத்தைப் படிக்கின்றபோது, வார்த்தைகள், சொற்றொடர்கள் போன்றவை உங்களுடைய மனத்தில் ஏற்கனவே பதிந்துள்ளதால், படித்தல் ஓர் உள்ளார்ந்த செயலாக ஆகிவிடுகிறது. அது குறித்து நீங்கள் எதையும் சிந்திக்க வேண்டியதில்லை.

வாசித்தல், புள்ளிகளின் சேகரிப்புக்கும் பிணைப்புக்குமான ஒரு சிறந்த எடுத்துக்காட்டாகும். புதிய வார்த்தைகளை நீங்கள் கற்றுக் கொள்கின்றபோது, அவை ஏற்கனவே உங்களுடைய மூளையில் இருக்கின்ற புள்ளிகளோடு பிணைக்கப்படுகின்றன. நம் பிறப்பிலிருந்து இறப்புவரை நம்முடைய மூளை எப்போதும் இதில் ஈடுபட்டுள்ளது.

ஒரு குறிப்பிட்ட விஷயத்தில் நாம் மேன்மேலும் புள்ளிகளைச் சேகரித்து அவற்றைக் கொத்துகளாகக் கோர்த்துக் கொள்ளும்போது, நாம் அதில் நிபுணத்துவம் பெறுகிறோம். நாம் நம்முடைய கவனக்குவிப்பிடத்தைச் செம்மையாகப் பயன்படுத்த இது நமக்கு உதவுகிறது. நாம் எவ்வளவு அதிகமாக ஒரு விஷயம் குறித்து அறிந்திருக்கிறோமோ, அவ்வளவு குறைவாக அது நம்முடைய கவனக்குவிப்பிடத்தை ஆக்கிரமிக்கிறது. நம்முடைய கவனக்குவிப்பிடத்தால் ஒரு நேரத்தில் நான்கு கொத்துத் தொகுதிகளை மட்டுமே கையாள முடியும். நம்முடைய தகவல்கள் எவ்வளவு அதிகமாகப் பிணைக்கப்பட்டிருக்கின்றனவோ, அவ்வளவு திறமையாக நம்மால் நம்முடைய கவனக்குவிப்பிடத்தைப் பயன்படுத்திக் கொள்ள முடியும். நாம் படிக்கின்றபோது, எழுத்துகளைச் சேர்ப்பதன் மூலமாக அல்லாது, வார்த்தைகள் மற்றும் சொற்றொடர்களின் தொகுப்பின் மூலமே அதைச் சிறப்பாகச் செய்கிறோம். பியானோ வாசிப்பதில் கரைகண்ட ஒருவரின் மூளையால் இசையின் அனைத்து அம்சங்களையும், ஒரே ஒரு வாரம் மட்டுமே பியானோவைக் கற்றுக் கொண்டிருப்பவரைவிடப் பிரமாதமான செயல்திறனுடன் கையாள முடியும். அதனால், அதை வாசிக்கின்ற நபரால் தன்னுடைய கவனக்குவிப்பிடத்தை மிகச் சிறப்பாகப் பயன்படுத்த முடியும். பியானோ வாசித்துக் கொண்டே அவரால் பகல்கனவு காண முடியும்!

இதைத்தான் நாம் வேலை தொடர்பான புள்ளிகளைச் சேகரிப்பதன் மூலம் நம்முடைய வேலைத் தளத்திலும் செய்கிறோம். நாம் நம்முடைய கவனக்குவிப்பிடத்தைச் சிறப்பாகப் பயன்படுத்த அது நமக்கு உதவுகிறது.

அதிகமான தகவல்களின் பின்புலத்தில் நாம் இயங்குகின்றபோது, நம்மால் உள்ளுணர்வுரீதியான தீர்மானங்களைக் கூடுதலாக எடுக்க முடியும். ஏனெனில், நம்முடைய ஆழ்மனத்தில் பதிந்து போயிருக்கின்ற அறிவை வெளிக் கொணர்ந்து, நம்மால் அதைப் பயன்படுத்திக் கொள்ள முடியும். ஒரு சூழலில் நம்முடைய பிரக்ஞையின்றியே நம்மால் மிகப் பொருத்தமான முறையில் எதிர்வினையாற்ற முடிவதற்கு இதுதான் காரணம். எடுத்துக்காட்டாக, நீங்கள்

உங்களுடைய குழுவினருடன் ஒரு கலந்துரையாடலில் ஈடுபட்டிருக்கின்றபோது, உங்கள் குழுவிலுள்ள ஒருவர் மனமுடைந்து போயிருப்பதையும் அவர் எதையோ உங்களிடம் மறைப்பதையும் உள்ளுணர்வுரீதியாக நீங்கள் அறிந்து கொள்ளக்கூடும். அதே போன்ற ஓர் அனுபவம் கடந்தகாலத்தில் உங்களுக்கு ஏற்பட்டிருந்த காரணத்தால், இப்போது அந்த நபர் தன்னை அறியாமலேயே வெளிப்படுத்துகின்ற அறிகுறிகளை உங்களுடைய மனத்தால் கிரகித்துக் கொள்ள முடிகிறது.

கடந்தகாலத்தில் நாம் சுவீகரித்துள்ள தகவல்களின் அளவுக்கு நம்முடைய படைப்பாற்றலின்மீதும் உற்பத்தித்திறனின்மீதும் வேறு எதனாலும் தாக்கம் ஏற்படுத்த முடியாது. மதிப்புமிக்கத் தகவல் புள்ளிகளைச் சேகரித்துக் கொள்வது நமக்கு எண்ணற்ற வழிகளில் உதவுகிறது. நாம் கற்றுக் கொண்டுள்ள படிப்பினைகளிலிருந்து நம்மால் நம்முடைய சவால்களை எளிதாகச் சமாளிக்க முடிகிறது. சிதறுகின்ற கவனக்குவிப்பு வழிமுறை பயன்படுத்தப்படுகின்றபோது அது அதிக உற்பத்தித்திறனை அளிக்கிறது. அதேபோல, சிதறா கவனக்குவிப்பு வழிமுறை பயன்படுத்தப்படுகின்றபோதும், நம்முடைய கவனக்குவிப்பிடத்தின் செம்மையான பயன்பாடு, தவறுகள் தவிர்க்கப்படுதல், கூடுதல் அறிவோடு வேலையை அணுக முடிதல் போன்றவற்றின் காரணமாக, அது அதிக உற்பத்தித்திறனை அளிக்கிறது.

ஒரு புள்ளியின் மதிப்பு

நம்முடைய கவனக்குவிப்புக்கு எப்படி ஒரு வரம்பு இருக்கிறதோ, அதேபோல, தகவல்களைச் சேகரிப்பதற்கும் நமக்கு ஒரு வரம்பு இருக்கிறது. நம்முடைய மூளையில் தகவல்களைச் சேமித்து வைப்பதற்கு அளவற்ற இடம் இருக்கிறது என்றாலும் நம்முடைய கவனக்குவிப்பிடத்திற்கு ஒரு வரம்பு இருக்கிறது. தகவல்களின் சேகரிப்பால் நம்முடைய மூளையை நிரப்புவது என்பது ஒலிம்பிக் விளையாட்டுப் போட்டிகளில் பயன்படுத்தப்படுகின்ற

நீச்சல் குளம் ஒன்றை, வீட்டுத் தோட்டத்திற்குப் பயன்படுத்துகின்ற தண்ணீர்க் குழாயைக் கொண்டு நிரப்ப முயற்சிப்பதற்குச் சமமாகும். நம்மால் நம்முடைய மூளையில் ஏராளமான தகவல்களைச் சேமித்து வைக்க முடியும் என்றாலும், அவற்றை மெதுவாகத்தான் நம்மால் நிரப்ப முடியும்.

அதனால், நாம் வேண்டுமென்றே புதிய தகவல்களைக் கிரகித்துக் கொள்வது அவசியமாகிறது.

எந்த இரண்டு தகவல்களும் ஒரே மாதிரியானவை அல்ல. ஒரு நல்ல புத்தகத்தைப் படிப்பது வம்புச் செய்திகளுக்கு முக்கியத்துவம் கொடுக்கின்ற ஓர் இதழைப் படிப்பதைவிடவும், அறிவார்ந்த ஒருவருடன் விவாதிப்பது ஒரு தொலைக்காட்சி நிகழ்ச்சியைப் பார்ப்பதைவிடவும் அதிக மதிப்பான தகவல்களை நீங்கள் கிரகித்துக் கொள்ள உங்களுக்கு உதவும். அதற்காக, தொலைக்காட்சி பார்ப்பது, ஜனரஞ்சகமான இதழ்களைப் படிப்பது போன்றவை குதூகலமளிக்காது என்று நான் கூற வரவில்லை. இவை இல்லை என்றால் வாழ்க்கையில் சலிப்பு ஏற்பட்டுவிடும்.

அதே நேரத்தில், நீங்கள் விழுங்கிக் கொண்டிருக்கும் தகவல்களை அலசி ஆராய்ந்து, வழமையாக நீங்கள் கிரகித்துக் கொள்கின்ற தகவல்களின் தரத்தை உயர்த்திக் கொள்வது நல்லது. படைப்பாற்றல்மிக்கவர்களும் சிறந்த உற்பத்தித்திறனுடன் செயலாற்றிக் கொண்டிருப்பவர்களும் தங்களுடைய கவனக்குவிப்பிடத்தை மிகவும் எச்சரிக்கையாகப் பாதுகாத்து, மதிப்புமிக்கத் தகவல்கள் மட்டுமே அவற்றில் பதிவாவதை உறுதி செய்து கொள்கின்றனர்.

அது சரி, ஆனால் ஒரு புள்ளியின் மதிப்பை எப்படிக் கணக்கிடுவது?

முதலாவது, மதிப்புமிக்கத் தகவல்கள் பயனுள்ளவையாக இருக்கின்ற அதே நேரத்தில் சுவாரசியமாகவும் இருக்கின்றன – ஒரு 'டெட்' சொற்பொழிவைப்போல! பயனுள்ள தகவல்கள் நெடுங்காலம் பொருத்தமான விதத்தில் நம் மூளையில் தங்கியிருக்கும். அவற்றின் சுவாரசியத்தன்மை உங்களை அதில் அதிக அளவில் ஈடுபாடு கொள்ள வைக்கும். ஒரு விஷயம் சுவாரசியமானதாக இருக்கிறதா

என்பதைக் கண்டு கொள்வது சுலபம் என்றாலும், ஒரு விஷயம் பயனுள்ளதாக இருக்கிறதா என்பதைக் கண்டுபிடிப்பதும் கடினமானதல்ல. அதற்குப் பல வழிகள் இருக்கின்றன.

பொதுவாக, பயனுள்ள விஷயங்கள் செயல்நடவடிக்கைகளில் இறங்கத்தக்கவையாகவும், உங்களுடைய இலக்குகளை அடைய உதவுபவையாகவும் இருக்கும். எடுத்துக்காட்டாக, தொலைக்காட்சியில் நடைபெறுகின்ற ஒரு விவாத மேடை நிகழ்ச்சியில், ஓர் அரசியல் பிரச்சனை குறித்துப் பல 'தலைகள்' அடித்துக் கொள்வதைப் பார்ப்பது, உங்களுடைய இலக்குகளை அடைய எந்தவிதத்திலும் உதவாது, அது குறித்த எந்தவிதமான செயல்நடவடிக்கைகளிலும் உங்களால் இறங்க முடியாது. அதோடு, வேறு முக்கியமான தகவல்களைச் சேகரிப்பதற்கு உதவும் நேரத்தையும் அது விழுங்கிக் கொண்டிருக்கும்.

அதே சமயம், ஓர் அறிவியல் புத்தகத்தையோ அல்லது வரலாற்று நாயகர் ஒருவரின் வாழ்க்கை வரலாற்றையோ படிப்பது ஓர் உருப்படியான காரியமாக இருக்கும். உங்களுக்குப் புதிய கண்ணோட்டங்களை இதனால் அளிக்க முடியும். அதிலிருந்து நீங்கள் பெறுகின்ற அறிவுரைகள் நீங்கள் உங்களுடைய இலக்குகளைத் துரிதமாக அடைவதற்கு உதவும். மேலும், அத்தகவல்கள் நீண்டகாலம் உங்களுடைய மூளையில் பதிந்திருக்கும்.

பயனுள்ள தகவல்கள், ஒன்று, நீங்கள் ஏற்கனவே அறிந்து வைத்துள்ள விஷயங்களுக்குத் தொடர்புடையவையாக இருக்கும். அல்லது, கடந்தகாலத்தில் நீங்கள் அறிந்திராத முற்றிலும் புதிய விஷயங்களாகவும் இருக்கக்கூடும்.

நீங்கள் ஏற்கனவே அறிந்து வைத்துள்ள விஷயங்களுக்குத் தொடர்புடையவையாக இருக்கின்ற தகவல்கள், ஓர் ஒற்றை யோசனையைச் சுற்றிப் புள்ளிக் கொத்துகளை உருவாக்க உதவும். நீங்கள் ஒரு கணினிப் பொறியாளர் என்று வைத்துக் கொள்வோம். ஒரு புதிய நிரலைக் கற்றுக் கொள்வது குறித்தப் பயிற்சி வகுப்பில் சேர்வது, பொறியாளர்களை எவ்வாறு நிர்வகிப்பது என்பது தொடர்பான ஒரு புத்தகத்தைப் படிப்பது என்று உங்களுடைய நேரத்தையும் ஆற்றலையும் பயனுள்ள வழியில்

செலவழிப்பது அறிவார்ந்த செயலாக இருக்கும் என்பது வெளிப்படை. உங்களுடைய தற்போதைய திறமையை மேம்படுத்துகின்ற விஷயங்களில் நேரத்தைச் செலவழிப்பது கண்டிப்பாகப் பயனுள்ளதாகவே இருக்கும்.

அதே நேரத்தில், உங்களுக்குத் தெரிந்த விஷயங்களோடு தொடர்பில்லாத விஷயங்களை அறிந்து கொள்வதும் பயனுள்ளதாகவே இருக்கும். புதுமையான கருத்துகளைக் கிரகித்துக் கொள்வது, உங்களிடம் ஏற்கனவே இருக்கின்ற நம்பிக்கைகளுக்கு ஆதரவான விஷயங்களை மட்டுமே நீங்கள் உள்வாங்கிக் கொண்டிருக்கிறீர்களா என்ற கேள்வியை உங்களை நீங்களே கேட்டுக் கொள்வதற்கு ஒரு வாய்ப்பளிக்கிறது. அதோடு, புதிய உள்ளுணர்வுத் தூண்டல்களுக்கும் அது வழிவகுக்கிறது.

ஒரு புதிய தகவலை அறிந்து கொள்ள வேண்டுமா, கூடாதா என்ற சந்தேகம் உங்களிடம் முளைக்கின்றபோது, உங்களை நீங்களே இப்படிக் கேட்டுக் கொள்ளுங்கள்: “இதைத் தெரிந்து கொள்வதால் என்னுடைய வாழ்க்கை ஏதேனும் ஒரு வழியில் வித்தியாசப்படுமா?” இப்புத்தகத்தில் கொடுக்கப்பட்டுள்ள உத்திகள் அனைத்தும், நீங்கள் உங்களுடைய கவனத்தைத் திட்டமிட்ட முறையில் குவிக்க உங்களுக்கு உதவும் விதத்தில் வடிவமைக்கப்பட்டுள்ளன. அது நீங்கள் உள்வாங்கிக் கொள்ள விரும்புகின்ற தகவல்கள்மீது நீங்கள் அதிகாரம் செலுத்த உங்களுக்கு உதவுகிறது.

கூடுதல் மதிப்புமிக்கப் புள்ளிகளைச் சேகரித்தல்

பொதுவாக, பயனுள்ளவையாக இருக்கின்ற விஷயங்கள் சுவாரசியமானவையாக இருப்பதில்லை.

எல்லா நேரங்களிலும் இது இப்படியே இருக்க வேண்டும் என்ற அவசியமில்லை – ஒரு தொலைக்காட்சி விவாத நிகழ்ச்சியைவிட ஒரு தீவிரமான புத்தகம் அதிக சுவாரசியமாக இருப்பதாக நீங்கள் கருதலாம் – ஆனால் நாம் கிரகித்துக் கொள்கின்ற பெரும்பாலான விஷயங்கள் இப்போக்கில்தான் இருக்கின்றன.

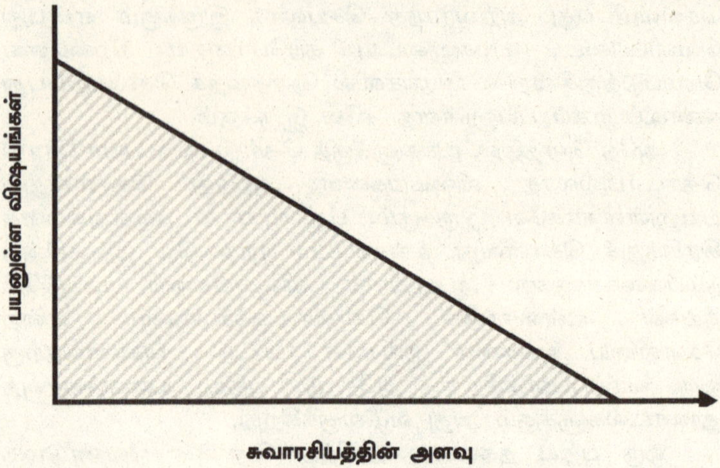

அடுத்ததாக, பயனுள்ள விஷயங்களை நாம் ஓரளவு பயனுள்ளவை, சிறப்பான பயனுள்ளவை என்று மேலும் பிரிக்கலாம்.

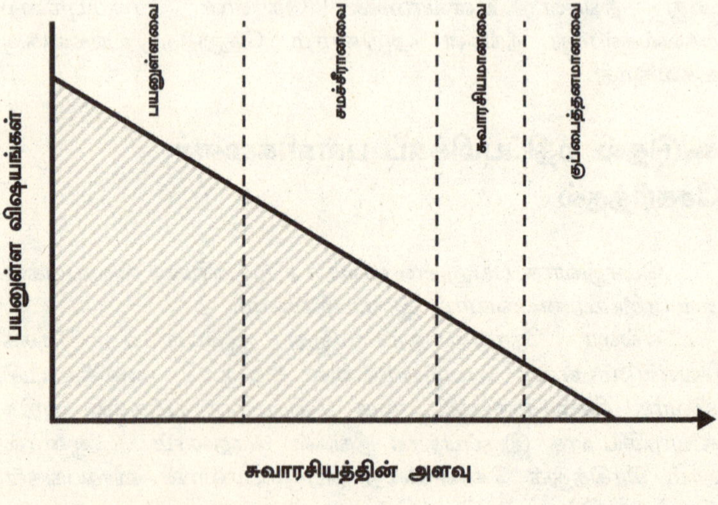

எதிர்ப்பக்கத்திலுள்ள வரைபடத்தில் இடது பக்கம் உள்ளவை பயனுள்ளவை. அவற்றின்மீது நம்மால் நடவடிக்கை எடுக்க முடியும், நாம் நம்முடைய இலக்குகளை அடைய அவை நமக்கு உதவும், நீண்டகாலத்திற்கு அவை பொருத்தமானவையாகவே இருந்து வரும். என்னைப் பொறுத்தவரை, அபுதின வகை நூல்களைப் படித்தல், இணைய வகுப்புகளில் கலந்து கொள்ளுதல், உற்பத்தித்திறன் தொடர்பான ஆய்வுக் கட்டுரைகளை வாசித்தல் போன்றவை இவற்றின் கீழ் வரும்.

சில நேரங்களில், ஒரு நல்ல புத்தகத்தைப் படிக்க நமக்குப் பத்து மணி நேரத்திற்கும் குறைவாகவே தேவைப்படும். சில புத்தகங்களை எழுதுவதற்குப் பல பத்தாண்டுகள் தேவைப்படும். அப்புத்தகத்தின் ஆசிரியர் தன் வாழ்நாள் முழுவதும் சேகரித்து வைத்துள்ள பாடங்களைத் தொகுத்து அதில் வழங்கியிருக்கக்கூடும். உயர்தரச் சிந்தனைகளைத் தூண்டுகின்ற ஆற்றல் புத்தகங்களுக்கு உண்டு.

நாள் முழுவதும் பயனுள்ள விஷயங்களைக் கிரகித்துக் கொள்வதற்குத் தேவையான வரம்பற்ற ஆற்றலைக் கொண்டிருந்தால் நன்றாகத்தான் இருக்கும். ஆனால், நாம் அடிக்கடி, வடிந்து போன நம்முடைய ஆற்றல்களை இட்டு நிரப்பிக் கொண்டிருந்தாலும் அது நடைமுறையில் சாத்தியமில்லை. தகவல் புள்ளிகளைக் கொத்துகளாகத் தொகுப்பதில் நம்முடைய மூளை சக்திமிக்கதாக விளங்கினாலும், தொடர்ந்து சுவாரசியமற்ற விஷயங்களையே கிரகித்துக் கொண்டிருந்தால், விரைவில் அலுப்புத் தட்டிவிடும். அதனால்தான் சமச்சீரான தகவல் புள்ளிகளை நாம் சேகரிப்பது இன்றியமையாததாக ஆகிறது. தகவல்கள் எந்த அளவுக்குப் பயனுள்ளவையாக இருக்கின்றனவோ, அதே அளவுக்கு சுவாரசியமாகவும் இருக்க வேண்டும். புதினங்கள், இணைய ஒலிப்பதிவுகள், ஆவணப்படங்கள், 'டெட்' சொற்பொழிவுகள் போன்றவை இதற்கான நல்ல எடுத்துக்காட்டுகள். அவற்றில் இருக்கின்ற சுவாரசியத்தன்மையின் காரணமாக நாம் அவற்றில் தொடர்ந்து ஈடுபட்டிருப்போம்.

இறுதியாக, சுவாரசியமாக இருக்கின்ற குப்பைத்தனமான தகவல்கள். துரித உணவுகளைப்

போன்றவை அவை. அக்கணத்தில் அவை சுவாரசியமாக இருந்தாலும், அவற்றால் உங்களுக்கு எந்தப் பயனும் இருக்காது, உங்களுடைய இலக்குகளை அடைய அவை உங்களுக்கு உதவாது. நாம் பார்க்கின்ற உருப்படாத தொலைக்காட்சி நிகழ்ச்சிகள் மற்றும் புத்தகங்கள், வம்புச் செய்திகளை மட்டுமே உள்ளடக்கிய பத்திரிகைகள், பெரும்பாலான சமூக ஊடகங்கள் ஆகியவை இவற்றில் அடங்கும்.

இவை அனைத்தையும் கணக்கில் எடுத்துக் கொள்கின்றபோது, நாம் கீழ்க்கண்டவற்றைப் பின்பற்ற வேண்டும்:

- ***நாம் நம்மால் முடிந்த அளவு பயனுள்ள தகவல்களைக் கிரகித்துக் கொள்ள வேண்டும்.***
- ***நம்மிடம் ஆற்றல் குறைவாக இருக்கின்றபோது சமச்சீரான தகவல்களைக் கிரகித்துக் கொள்ள வேண்டும்.***
- ***நம்முடைய ஆற்றல் கிட்டத்தட்டத் தீர்ந்து போகின்ற நிலைக்கு வருகின்றபோது, சுவாரசியமாக இருக்கின்ற தகவல்களைக் கிரகித்துக் கொள்ள வேண்டும்.***
- ***குப்பைத்தனமான தகவல்களை முடிந்த அளவு குறைத்துக் கொள்ள வேண்டும்.***

நாம் கிரகித்துக் கொள்கின்ற தகவல்களின் தரத்தை அதிகரித்துக் கொள்ள இரண்டு வழிமுறைகள் இருக்கின்றன:

1. ***நீங்கள் கிரகித்துக் கொள்கின்ற ஒவ்வொன்றையும் குறித்துக் கவனத்துடன் இருப்பது.***
2. ***மதிப்புமிக்கத் தகவல்களை அதிக அளவில் கிரகித்துக் கொள்வது.***

மதிப்புமிக்கத் தகவல்களை அதிக அளவு கிரகித்துக் கொள்வதன் நோக்கம் உங்களை ஒரு தகவல் உறிஞ்சி ரோபாட்டாக மாற்றுவது அல்ல. அதில் என்ன குதூகலம் இருந்துவிட முடியும்? நின்று நிதானித்து, எதைக் கிரகித்துக் கொள்ள வேண்டும் என்பதை அலசி ஆராய்ந்து தேர்ந்தெடுப்பதற்கு அது உங்களுக்கு உதவ வேண்டும். வாழ்க்கையிலும் சரி வேலையிலும் சரி, நின்று நிதானிப்பதற்கு நேரம் இல்லை என்றால், உங்களால் படைப்பாற்றல் மிக்கவராகவும் உற்பத்தித்திறன் மிக்கவராகவும் ஆக முடியாது. மதிப்புமிக்கத் தகவல்கள் எவையெவை என்பதை வரையறை செய்வது அதற்கு வெகுவாக உதவும்.

தரச் சோதனையில் ஈடுபடுவதற்கு முன்பாக, நீங்கள் கிரகித்துக் கொள்கின்ற அனைத்துத் தகவல்களையும் நாம் முன்பு பார்த்த, பயனுள்ளவை, சமச்சீரானவை, சுவாரசியமானவை, குப்பைத்தனமானவை ஆகிய நான்கு பரிவுகளில் எதில் பொருந்துகின்றனவோ அதற்குள் பொருத்திக் கொள்ள வேண்டும். நீங்கள் எப்போதும் கொஞ்சிக் குலாவிக் கொண்டிருக்கின்ற செயலிகள், நீங்கள் அடிக்கடி விஜயம் செய்கின்ற வலைத்தளங்கள், நீங்கள் படிக்கின்ற புத்தகங்கள், திரையரங்குகள், தொலைக்காட்சி மற்றும் இணையத்தில் நீங்கள் பார்க்கின்ற திரைப்படங்கள் மற்றும் நிகழ்ச்சிகள் போன்ற அனைத்தையும் நீங்கள் கணக்கில் எடுத்துக் கொள்ள வேண்டும். இவற்றைக் குறித்துக் கொள்வதற்கு ஒரு சில நாட்களுக்கு நீங்கள் உங்களோடு எப்போதும் ஒரு குறிப்பேட்டை வைத்துக் கொள்வது நல்லது. இதை நீங்கள் வீட்டிலும் செய்யுங்கள், அலுவலகத்திலும் செய்யுங்கள். நீங்கள் பெரும் எண்ணிக்கையில் புத்தகங்களைப் படிப்பவராக இருந்தால், இரண்டு பட்டியல்களை உருவாக்கிக் கொள்வது நல்லது. ஒன்று, தொழில்முறை தொடர்பானது; மற்றொன்று, நீங்கள் உங்களுடைய இரசனைக்காகவும் மகிழ்ச்சிக்காகவும் படிப்பது.

இவற்றைத் தொகுத்து முடித்தவுடன் நீங்கள் ஒரு சில விஷயங்களை மாற்ற விரும்புவீர்கள். அவற்றில்,

தொலைக்காட்சி பார்ப்பது, சமூக ஊடகங்களில் மேய்வது, செய்தித் தளங்களில் செய்திகளைப் படிப்பது போன்றவற்றில் நீங்கள் செலவழித்துக் கொண்டிருக்கின்ற நேரத்தை நீங்கள் குறைத்துக் கொள்ள விரும்புவீர்கள். அதுபோல, அவற்றின் ஊடாக எழுகின்ற சில போக்குகள் உங்களுக்கு வியப்பேற்படுத்தலாம். எடுத்துக்காட்டாக, சராசரி அமெரிக்கர்கள் வாரத்திற்கு முப்பத்து நான்கு மணி நேரம் தொலைக்காட்சி பார்க்கிறார்கள். நீங்களும் அவர்களில் ஒருவர் என்றால், அது ஏராளமான நேரம். அதை உங்களால் வேறு உருப்படியான காரியங்களில் கழிக்க முடியும். உங்களிடமுள்ள பற்றாக்குறைகளைப் பற்றியும் நீங்கள் அறிந்து கொள்வீர்கள். எடுத்துக்காட்டாக, புதினங்கள் உங்களுக்குப் பிடிக்கும் என்றாலும் நீங்கள் அவற்றைப் படிப்பதில்லை என்பதை நீங்கள் உணரக்கூடும். அல்லது, சமீப காலத்தில் நீங்கள் புதிய பொழுதுபோக்கு எதிலும் ஈடுபட்டிருக்கவில்லை என்ற உண்மை உங்களுக்குத் தட்டுப்படலாம்.

மதிப்புக் கூடுதலான தகவல்களைத் திட்டமிட்ட முறையில் வலுக்கட்டாயமாகக் கிரகித்துக் கொள்கின்ற வகையில் உங்களுடைய பழக்கவழக்கங்களை மாற்றிக் கொள்வதற்கு உதவுகின்ற பத்து யோசனைகள் கீழே கொடுக்கப்பட்டுள்ளன. அவற்றைச் சோதித்துப் பார்த்து, அவற்றில் உங்களுக்குப் பிடித்த இரண்டு மூன்று விஷயங்களை நீங்கள் உங்கள் வாழ்க்கையில் அமல்படுத்தலாம்.

1. உங்களுடைய இதயத்திற்கு நெருக்கமான விஷயங்களைக் கிரகித்துக் கொள்ளுங்கள்

நீங்கள் கிரகித்துக் கொள்ள விரும்புகின்ற விஷயங்களின் பட்டியலைத் தயாரிக்கின்றபோது, அவற்றில் மற்றவர்கள் பெரிதாகக் கருதாத பல விஷயங்கள் இருப்பதை நீங்கள் கவனிக்கக்கூடும். எடுத்துக்காட்டாக, ஒரு வேளை நீங்கள் உங்களுடைய ஓய்வு நேரத்தில் கணினி நிரலாக்கத்தைப் படிக்க விரும்பக்கூடும். பலர் அதைச் சலிப்பூட்டுகின்ற ஒன்றாகக் கருதக்கூடும். அல்லது உங்களுடைய உற்பத்தித்திறனை வளர்த்துக் கொள்வதற்கு உதவுகின்ற ஒலிப்

புத்தகங்களைக் கேட்க நீங்கள் ஆவலாக இருக்கக்கூடும். உங்களுக்கு சுவாரசியமாகப் படுகின்ற, உங்களுடைய திறன்களையும் துறைசார் அறிவையும் வளர்த்துக் கொள்ள உதவுகின்ற தகவல்களை இரட்டிப்பாக்குங்கள். நீங்கள் எந்த ஊடகத்தின் வழியாக அவற்றைக் கிரகித்துக் கொள்ள விரும்புகிறீர்கள் என்பதையும் தீர்மானித்துக் கொள்ளுங்கள். கேட்பதன் மூலம் கற்றுக் கொள்வதில் நீங்கள் திறமையானவராக இருந்தால், அச்சுப் புத்தகங்களுக்குப் பதிலாக ஒலிப் புத்தகங்களை நீங்கள் தேர்ந்தெடுக்கலாம். பார்ப்பதன் மூலம் கற்றுக் கொள்ள உங்களுக்குப் பிடிக்கும் என்றால், டெட் சொற்பொழிவுகள் போன்றவற்றுக்கு நீங்கள் முன்னுரிமை அளிக்கலாம்.

2. குப்பைத்தனமான தகவல்களில் சிலவற்றையாவது விலக்குங்கள்

குப்பைத்தனமான தகவல்களைக் கண்மூடித்தனமாகக் கிரகித்துக் கொள்வது உங்களுக்கு எந்த விதத்திலும் உதவாது. உங்களுக்கு அதிக அளவில் சுவாரசியமூட்டாத இரண்டு விஷயங்களை அடையாளம் கண்டு அவற்றை உங்களுடைய வாழ்விலிருந்து முற்றிலுமாக விலக்கி வையுங்கள். அக்கணத்தில் உங்களைத் தூண்டுகின்ற, ஆனால் பின்னர் மனநிறைவு இல்லாமல் போகச் செய்கின்ற விஷயங்களைக் கண்டுபிடிக்க முயலுங்கள். உங்களுடைய கவனக்குவிப்பைப் பாதுகாப்பதில் கண்கொத்திப் பாம்பாக இருங்கள். குப்பைத்தனமான விஷயங்களைக் கிரகித்துக் கொள்வதை நீங்கள் நிறுத்திக் கொள்கின்றபோதெல்லாம், உங்களுடைய வாழ்விற்கு மதிப்புக் கூட்டுகின்ற பயனுள்ள விஷயங்களைச் சேர்த்துக் கொள்வதற்கு நீங்கள் இடம் ஏற்படுத்திக் கொள்கிறீர்கள்.

3. சேர்த்துக் கொள்வதற்கு மதிப்பான தகவல்கள் ஒரு சிலவற்றைத் தேர்ந்தெடுங்கள்

பின்னாளில் உங்களுக்குப் பயனளிப்பதற்கு இப்போது நீங்கள் எந்தப் புத்தகத்தை வாசிக்க வேண்டும், எந்தப்

பயிற்சிகளை மேற்கொள்ள வேண்டும், எத்தகைய உரையாடல்களில் ஈடுபட வேண்டும் என்று யோசியுங்கள். உங்களுடைய திறமையை அடுத்தக் கட்டத்திற்கு எடுத்துச் செல்வதற்கு நீங்கள் எந்தத் தகவல்களைக் கிரகித்துக் கொள்ள வேண்டும்? நீங்கள் விலக்கிக் கொள்கின்ற பயனற்ற விஷயங்கள் ஒவ்வொன்றுக்கும் பதிலாக மதிப்பானவற்றை உங்கள் வாழ்க்கையில் சேர்த்துக் கொள்ளுங்கள்.

4. தானியங்கி முறையில் நீங்கள் எதைக் கிரகித்துக் கொண்டிருக்கிறீர்கள் என்பதை அவதானியுங்கள்

உங்களுடைய ஆற்றல் குறைந்த அளவில் இருக்கின்றபோது, அல்லது நீங்கள் ஒரு வேலையிலிருந்து மறு வேலைக்கு மாறுகின்றபோது, நீங்கள் எதைத் தேடுகிறீர்கள் என்பதை அவதானியுங்கள். பெரும்பாலான நேரங்களில் நீங்கள் தேடுகின்ற விஷயங்கள் சௌகரியமான விஷயங்களாக மட்டுமே இருப்பதையும், அவற்றால் எந்தப் பயனும் இருப்பதில்லை என்பதையும் அப்போது நீங்கள் கண்டு கொள்வீர்கள். நீங்கள் காலையில் கண்விழித்தவுடன் உங்களுடைய கை உங்களுடைய தொலைபேசியைத் தேடுகிறதா? தானியங்கி முறையில் நீங்கள் செயல்பட்டுக் கொண்டிருக்கின்றபோது, எந்த வலைத்தளங்களுக்கு நீங்கள் செல்கிறீர்கள்?

5. ஒன்றும் செய்யாமல் சும்மா இருக்க முடிவு செய்தால் அதையும் திட்டமிட்டே செய்யுங்கள்

நீங்கள் உங்களுடைய குறிக்கோள்களை அடைகின்றபோது நீங்கள் கச்சிதமான உற்பத்தித்திறனுடன் இருக்கிறீர்கள். உங்களுடைய இலக்கு, ஒரு புத்தகத்தில் ஓர் அத்தியாயத்தைப் படிப்பதாக இருந்தாலும் சரி, அல்லது ஒரு திரைப்படத்தைப் பார்ப்பதாக இருந்தாலும் சரி, இது பொருந்தும். அதேபோல, நீங்கள் ஒன்றும் செய்யாமல் சும்மா இருக்க முடிவு செய்தால் அதையும் திட்டமிட்ட முறையில் செய்யுங்கள். எடுத்துக்காட்டாக,

அச்சமயத்தில் நீங்கள் எத்தனை தொலைக்காட்சித் தொடர்களைப் பார்க்கப் போகிறீர்கள், அவற்றைப் பார்த்துக் கொண்டிருக்கின்றபோது நீங்கள் எதைக் கொறிக்கப் போகிறீர்கள், அதற்குப் பிறகு நீங்கள் என்ன செய்யப் போகிறீர்கள் என்று திட்டமிட்டப் பிறகு அதில் இறங்குங்கள். இது உங்களுடைய குற்றவுணர்வைக் குறைக்கும்.

6. ஒரு தகவலைக் கிரகித்துக் கொண்டிருக்கும்போதே அது குறித்து மறுபரிசீலனை செய்யுங்கள்

நீங்கள் எந்தத் தகவல்களை கிரகித்துக் கொள்ள விரும்புகிறீர்கள் என்பதைத் தேர்ந்தெடுப்பதோடு நிறுத்திக் கொள்ளாமல், ஒரு தகவலைக் கிரகித்துக் கொண்டிருக்கும்போதே அது குறித்து மறுபரிசீலனை செய்யுங்கள். அப்படிச் செய்கின்றபோது, ஒன்று, அதை நீங்கள் முற்றிலுமாக நிறுத்திவிடலாம் அல்லது அதை வேகமாக முடுக்கிவிட்டுச் சீக்கிரமாக முடித்துவிடலாம். பொதுவாக, நாம் துவக்குவதை நாம் முடிக்க விரும்புவோம் என்றாலும், ஏற்கனவே துவக்கியுள்ள ஒன்று பயனற்றது என்பதைத் தெரிந்து கொண்டால், அதில் நாம் நம்முடைய நேரத்தை வீணாக்க மாட்டோம். எடுத்துக்காட்டாக, நீங்கள் ஒரு புத்தகத்தைப் படிக்கத் துவங்கிய பிறகு அல்லது ஒரு திரைப்படத்தையோ அல்லது ஒரு தொலைக்காட்சித் தொடரையோ பார்க்கத் துவங்கிய பிறகு, நீங்கள் அதன் இறுதிவரை செல்ல வேண்டுமா, வேண்டாமா என்பதை அலசுவது பயனுள்ளதாக இருக்கும்.

7. உங்களுடைய கவனத்திற்கு ஏங்கிக் கொண்டிருக்கின்ற பொருட்களிலிருந்து பொருத்தமானவற்றைத் தேர்ந்தெடுங்கள்

வலைஒலிப்பதிவுகள், தொலைக்காட்சித் தொடர்கள், திரைப்படங்கள், புத்தகங்கள் போன்றவை உங்களுடைய கவனத்தைப் பெறுவதற்குத் தமக்குள்

அடித்துக் கொள்ளும்போது, அவற்றைப் பற்றிய விபரங்களை அலசுங்கள். நீங்கள் தரவிறக்கம் செய்துள்ள வலைஒலிப்பதிவுகள் அனைத்தையும் நீங்கள் கேட்க வேண்டியதில்லை, நீங்கள் பதிவு செய்து வைத்துள்ள அனைத்துத் திரைப்படங்களையும் நீங்கள் பார்க்க வேண்டியதில்லை, உங்களுக்குப் பரிந்துரைக்கப்படும் அனைத்துப் புத்தகங்களையும் நீங்கள் படிக்க வேண்டியதில்லை. இவற்றில் எவற்றைக் கேட்க வேண்டும், எவற்றைப் பார்க்க வேண்டும், எவற்றைப் படிக்க வேண்டும் என்று தீர்மானிப்பதற்கு நீங்கள் சிறிது நேரம் செலவழிக்க வேண்டியிருக்கும் என்பது உண்மைதான். ஆனால், அது உண்மையில் உங்களுக்குப் பல மணி நேரத்தைச் சேமித்துக் கொடுக்கும்.

8. உங்களுக்கு வெளியே நின்று கொண்டு பார்க்கப் பழகிக் கொள்ளுங்கள்

சமூக வலைத்தளங்களில் சமையல் வீடியோக்களை நீங்கள் பார்த்திருப்பீர்கள். அவற்றில் ஒரு மணி நேரச் சமையலை ஐந்து நிமிடங்களில் சுருக்கிக் காட்டுவார்கள். காய்கறி வெட்டுவதற்குப் பத்து நிமிடங்கள் ஆகும், ஆனால் அதை முப்பது நொடிகளில் வேகமாகக் காட்டிவிடுவார்கள். அதேபோல, அடுப்பில் ஓர் அரை மணி நேரம் வெந்து கொண்டிருப்பதை ஐந்து நிமிடங்களில் காட்டி முடித்துவிடுவார்கள். நீங்கள் அடுத்த ஒரு மணி நேரத்தை வெறுமனே செலவிட முடிவெடுத்துள்ளீர்கள் என்று வைத்துக் கொள்வோம். நீங்கள் செலவழிக்கின்ற அந்த ஒரு மணி நேரத்தை ஒரு வீடியோவாக நீங்கள் பதிவு செய்கிறீர்கள் என்றும் வைத்துக் கொள்ளலாம். அப்போது நீங்கள் உங்களுடைய சோபாவில் படுத்துக் கொண்டு, தொலைக்காட்சி பார்த்துக் கொண்டிருக்கின்ற ஒரு வீடியோ காட்சியை வேகமாக ஓடவிட்டுப் பார்க்க விரும்புவீர்களா அல்லது நீங்கள் ஒரு புத்தகத்தில் ஒரு நூறு பக்கங்களைப் படித்துக் கொண்டிருக்கின்ற ஒரு வீடியோ காட்சியை வேகமாக ஓடவிட்டுப் பார்க்க விரும்புவீர்களா என்று உங்களை நீங்களே கேட்டுக் கொள்ளுங்கள். இந்தப்

பயிற்சி, மதிப்புமிக்கத் தகவல்களை நீங்கள் கிரகித்துக் கொள்ள உங்களைத் தூண்டும்.

9. தற்செயல் நிகழ்வுகளில் முதலீடு செய்யுங்கள்

உங்களுடைய நிபுணத்துவத்திற்கு வெளியே உள்ள சவாலான விஷயங்களைக் கிரகித்துக் கொள்ளவும் முயலுங்கள். முற்றிலும் வேறுபட்டத் தகவல் புள்ளிகளை ஏற்படுத்திக் கொள்ள இது வழிவகுக்கும். அவை எந்த அளவுக்கு வேறுபட்டு இருக்கின்றனவோ அந்த அளவுக்கு அத்தொடர்புகள் மதிப்புமிக்கவையாக விளங்கும்.

எடுத்துக்காட்டாக, உங்களுடைய இணைய உலாவியைத் திறக்கும்போது அது விக்கிபீடியாவின் "எதேச்சையான கட்டுரை" ஒன்றைக் காட்டுமாறு வடிவமைத்துக் கொள்ளலாம். 'ரெட்டிட்' என்ற பிரபல இணையத்தளத்திலுள்ள "என்னிடம் எந்தக் கேள்வியையும் கேட்கலாம்" என்ற பகுதியில் பிறர் கேட்டிருக்கின்ற கேள்விகள் மற்றும் பதில்களை நீங்கள் படிக்கலாம். அதில் கேட்கப்படுகின்ற கேள்விகளுக்கு உலகின் தலைசிறந்த வல்லுநர்கள் பதிலளிக்கின்றனர். நீங்கள் இதற்கு முன்பு கேள்விப்பட்டிராத ஓர் இன்னிசைக் கச்சேரிக்கு நீங்கள் செல்லலாம். நடனம், மேடைப் பேச்சு போன்றவற்றைக் கற்றுக் கொடுக்கும் வகுப்புகளில் சேர்ந்து கொள்ளலாம். நீங்கள் பேர் கேள்விப்பட்டிருக்கின்ற, ஆனால் அவரைப் பற்றிப் பெரிதாக எதுவும் தெரிந்திருக்காத ஒரு வரலாற்று நாயகரின் வாழ்க்கை வரலாற்றைப் படிக்கலாம்.

10. மதிப்பான செயல்களை இரட்டிப்பாக்குங்கள்

சில விஷயங்களை நீங்கள் மற்றவர்களைவிட நன்றாகத் தெரிந்து வைத்திருப்பீர்கள். இப்படிப்பட்ட விஷயங்கள் தொடர்பாக நீங்கள் எவ்வளவு அதிகமான தகவல்களைச் சேகரிக்கிறீர்களோ, அவ்வளவு கூடுதலாக நீங்கள் அதில் வல்லமை பெறுவீர்கள்.

நீங்கள் ஒழித்துக் கட்டுகின்ற ஒவ்வொரு விஷயத்திற்கும், நீங்கள் நிபுணத்துவம் பெற்றுள்ள விஷயங்களில் மேம்பட

இரு மடங்கு முயற்சி செய்யுங்கள். எடுத்துக்காட்டாக, நீங்கள் ஓர் ஆசிரியராக இருந்தால், இணையத்தில் ஒரு திரைப்படம் பார்ப்பதற்குப் பதிலாக, உங்களுடைய கற்பிக்கும் திறனை வளர்த்துக் கொள்வதற்கான ஒரு புதிய பயிற்சி வகுப்பில் நீங்கள் சேரலாம். நீங்கள் ஒழித்துக் கட்டுகின்ற விஷயங்களைப்போல இரு மடங்கு, நீங்கள் நிபுணத்துவம் பெற்றுள்ள விஷயங்களில் மேம்படுவதில் நீங்கள் ஈடுபட்டால், உங்களுடைய உற்பத்தித்திறனும் படைப்புத்திறனும் உயர்கின்ற விகிதத்தைக் கண்டு நீங்கள் பெருவியப்படைவீர்கள்.

மாயாஜாலம்போல

ஒரு குறிப்பிட்ட விஷயம் தொடர்பாக நாம் ஏகப்பட்டத் தகவல் புள்ளிக் கொத்துகளைத் தொடர்ந்து சேகரித்து வந்தால், ஒன்றன்பின் ஒன்றாக யோசனைகள் முளைக்கத் துவங்கும். இறுதியில் அந்த யோசனைகள் மாயாஜாலமாக மாறும்.

ஆங்கிலேய அறிவியல் புனைகதை எழுத்தாளரான ஆர்தர் சி. கிளார்க்கின் இந்த மேற்கோள் எனக்கு மிகவும் பிடிக்கும்: “பெருவாரியான அளவுக்கு மேம்பட்டத் தொழில்நுட்பங்களை மாயாஜாலத்திலிருந்து பிரித்துப் பார்ப்பது கடினம்.” நான் இன்னும் ஒரு படி மேலே சென்று இப்படிச் சொல்வேன்: பெருவாரியான அளவுக்குச் சிக்கலான தீர்மானங்கள் அல்லது யோசனைகளைக்கூட மாயாஜாலத்திலிருந்து பிரித்துப் பார்ப்பது கடினம். ஒரு சிறந்த விளைவுக்கு இட்டுச் செல்கின்ற ஒரு சிக்கலான பிணைப்புத் தொடர்பை நம்மால் புரிந்து கொள்ள முடியவில்லை என்றால், அதை நாம் மாயாஜாலம் என்றோ அல்லது மேதமைத்தனம் என்றோ வரையறுக்கிறோம்.

சிறு வயதிலிருந்தே மாயாஜால வித்தைகள் என்றால் எனக்கு மிகவும் பிடிக்கும். ஆனால், ஒரு மாயாஜாலத்திற்குப் பின்னாலுள்ள தந்திரம் எப்படி இயங்குகிறது என்பதைக் கண்டுபிடிப்பது அதைப் பார்ப்பதைவிட அதிக சுவாரசியமானது. அதற்குப் பிறகு அவை தொடர்ந்து மாயாஜாலங்களாக இருக்காது.

ஒரு மந்திரவாதியின் செய்கைகளைப்போலவே மேதைகளின் வழிமுறைகளும் மர்மமானவையாக இருக்கும். ஆனால், அவற்றுக்குப் பின்னாலுள்ள பிணைப்புத் தொடர்புகளின் சிக்கல்களை நீங்கள் விடுவிக்கின்றவரைதான் அது அப்படியிருக்கும். இந்த மேதைகள் ஏராளமான அனுபவங்களைப் பெற்றிருப்பர். அதைவிட மேலாக, மற்றவர்களைவிட அதிகமான எண்ணிக்கையில் பிணைக்கப்பட்டுள்ள தகவல் புள்ளிகளை அவர்கள் பெற்றிருப்பர்.

ஆல்பர்ட் ஐன்ஸ்டைன் ஒரு மேதை என்பதில் யாருக்கும் எந்த மாற்றுக் கருத்தும் இருக்க முடியாது. பல விதங்களில் அவர் மற்றவர்களிடமிருந்து தனித்து விளங்கினார். அதே சமயம், மற்ற மனிதர்களுக்கு இருந்த அதே மனரீதியான வரம்புகள் அவருக்கும் இருந்தன. சார்புக் கொள்கை போன்ற சிக்கலான ஒன்றைக் கண்டுபிடிப்பதற்கு அவர் ஏராளமான சிக்கலான தகவல் புள்ளிகளை உருவாக்கி அவற்றுக்கு இடையே ஒரு தொடர்பு ஏற்படுத்திக் கொள்ள வேண்டியிருந்தது. அவர் தன்னுடைய மனத்தைத் தன்னிச்சையாக அலையவிடுவதற்காக மணிக்கணக்கில் வயலின் வாசிப்பாராம்.* அதாவது ஐன்ஸ்டைன் தன்னுடைய மேதமையைப் படிப்படியாக வளர்த்துக் கொண்டிருந்தார். “என்னிடம் சிறப்புத் தகுதிகள் எதுவும் இருக்கவில்லை. ஆனால் நான் எப்போதும் எல்லாவற்றையும் குறித்துப் பெரும் ஆர்வ வேட்கை கொண்டிருந்தேன்,” என்று அவர் தன்னைப் பற்றிக் கூறியுள்ளார். “ஓர் ஒளிக் கற்றையின் அருகே அதனோடு படுவேகத்தில் பயணித்தால் எப்படி இருக்கும்?” போன்ற சிக்கலான கேள்விகளை அவர் ஆர்வத்துடன் தனக்குத் தானே கேட்டுக் கொண்டார்.

---

* *யோசனைகளைப் பெறுவதற்காக இப்படித் தங்களுடைய மனத்தை அலையவிட்ட மேதைகள் எண்ணவற்றவர்கள் இருக்கின்றனர். அமெரிக்காவில் நியூயார்க் நகரிலுள்ள பிராட்வேயில் அரங்கேறிய நாடகங்களிலேயே தலைசிறந்த ஒன்றாகக் கருதப்படுகின்ற ‘ஹாமில்ட்டன்’ நாடகத்தை எழுதிய லின் மேனுவல் மிராண்டா, தன் நாடகத்திற்குப் பாட்டெழுதுவதற்காகத் தான் இசை அமைத்திருந்த பகுதிகளைத் தன் கணினியில் மீண்டும் மீண்டும் ஓடவிட்டு, அதைக் கேட்டுக் கொண்டே அந்த அறையில் குறுக்கும் நெடுக்குமாக நடந்து கொண்டே இருப்பாராம். தன் மனத்தை அலைபாயவிடுவதற்கு அவர் கண்டுபிடித்திருந்த ஒரு வழி அது.*

ஐன்ஸ்டைன் மட்டுமல்லாமல் அனைத்து மேதைகளுமே நிபுணத்துவத்தை அடைவதற்கு ஏராளமான நேரத்தையும் முயற்சியையும் முதலீடு செய்துள்ளனர். எட்டு வயதில் தன்னுடைய முதல் சிம்ஃபொனியை எழுதிய மொசார்ட்டும் இதில் அடக்கம். 'திஸ் இஸ் யுவர் பிரெயின் ஆன் மியூசிக்' என்ற நூலின் ஆசிரியரான டேனியல் லெவிட்டின், மொசார்ட்டின் மேதமை குறித்து இந்தக் கோட்பாட்டை முன்வைக்கிறார்: "மொசார்ட் எவ்வளவு நேரம் பயிற்சி செய்தார் என்று நமக்குத் தெரியாது. ஆனால், இசைப்பதை அவர் தன்னுடைய இரண்டாவது வயதில் துவக்கியிருந்து, வாரத்திற்கு முப்பத்திரண்டு மணி நேரம் பயிற்சி செய்து கொண்டிருந்தாரெனில் (அது சாத்தியம்தான், ஏனெனில் அவருடைய அப்பா மிகவும் கறார் பேர்வழி), அவர் தன்னுடைய எட்டாவது வயதுக்குள் தன்னுடைய முதல் 10,000 மணி நேரப் பயிற்சியை முடித்திருந்திருப்பார்." 10,000 மணி நேரப் பயிற்சி என்பது ஒரு பிரபலமான கருத்தாக்கம். ஒரு குறிப்பிட்டத் திறனில் ஒரு வல்லுநர் நிலையை அடைவதற்குப் போடப்பட வேண்டிய நேரம் 10,000 மணி நேரம் என்ற ஒரு கருத்து முன்வைக்கப்படுகிறது. இந்த விதி எல்லாவற்றுக்கும் பொருந்தாது என்றாலும், இது ஓரளவு நம்பத்தகுந்த அளவீடாகும். ஒரு குறிப்பிட்டத் திறன் தொடர்பாகச் செழிப்பான தகவல் புள்ளிக் கொத்துகளை உருவாக்குவதற்குக் கண்டிப்பாகப் பத்தாயிரம் மணி நேரம் போதுமானதுதான்.

சிதறுகின்ற கவனக்குவிப்பை ஒரு பழக்கமாக ஆக்கிக் கொள்ளுதல்

இதுவரை நான் கூறியிருந்தவற்றை வைத்து, சிதறுகின்ற கவனக்குவிப்பு அசாத்தியமான நன்மைகளைக் குவிக்கும் என்பதோடு நீங்கள் உடன்படுவீர்கள் என்று நான் நம்புகிறேன். பலதரப்பட்ட யோசனைகள் மற்றும் அனுபவங்களுக்கு இடையேயுள்ள பயனுள்ள தொடர்புகளைக் கண்டறிவதற்கும், உங்களுக்குப் புத்துணர்ச்சி ஊட்டுவதற்கும், வருங்காலம் குறித்துத்

திட்டமிடுவதற்கும் சிதறுகின்ற கவனக்குவிப்பு உங்களுக்கு உதவுகின்றது. அப்பயன்களைப் பெறுவதற்கு நீங்கள் வெறுமனே உங்களுடைய மனத்தை அலைபாயவிட்டால் போதும்.

எவ்வளவு அடிக்கடி நீங்கள் சிதறுகின்ற கவனக்குவிப்பில் ஈடுபட வேண்டும் என்பது பல காரணிகளைப் பொறுத்தது. அவற்றில் ஒன்று, சிதறா கவனக்குவிப்பில் ஈடுபடுவதற்கு நீங்கள் உங்களுடைய திறனை எவ்வளவு அடிக்கடிப் பயன்படுத்துகிறீர்கள் என்பது. சிதறா கவனக்குவிப்பு ஆற்றலைச் செலவழிக்கிறது, சிதறுகின்ற கவனக்குவிப்பு வடிந்து போன ஆற்றலை மீட்டெடுக்கிறது.

உங்களுடைய வேலை பலதரப்பட்டச் சிக்கலான யோசனைகளை உள்ளடக்கியதாக இருந்தால், சிதறுகின்ற கவனக்குவிப்பு சிறந்த பயன்களை அளிக்கும். எடுத்துக்காட்டாக, நீங்கள் ஓர் ஆய்வாளராகவோ அல்லது கணினி விளையாட்டு வடிவமைப்பாளராகவோ இருந்தால், நீங்கள் உங்களுடைய கவனத்தை அடிக்கடிச் சிதறடிக்க வேண்டியிருக்கும். உங்களுடைய படைப்பாற்றல் எவ்வளவு அதிகமாக இருக்கிறதோ, அவ்வளவு அதிகமாக நீங்கள் உங்களுடைய கவனத்தை அடிக்கடிச் சிதறடிக்க வேண்டியிருக்கும்.

இறுதியாக, உங்களுடைய வேலைக்கு எது சரியான அணுகுமுறை என்பதைக் கண்டுபிடிப்பது உங்களுக்கு எந்த அளவு முக்கியமானதாக இருக்கிறதோ, சிதறுகின்ற கவனக்குவிப்பு விகிதம் அதைப் பிரதிபலிக்க வேண்டும். இங்கு ஆபிரகாம் லிங்கனின் இந்த மேற்கொள் பொருத்தமாக இருக்கும் என்று நான் கருதுகிறேன்: "ஒரு மரத்தை வெட்டுவதற்கு எனக்கு ஆறு மணி நேரம் ஒதுக்கப்பட்டால், நான் அதன் முதல் நான்கு மணி நேரத்தை என்னுடைய கோடரியைக் கூர்தீட்டுவதற்குப் பயன்படுத்திக் கொள்வேன்." வீட்டை மறுசீரமைக்கின்ற திட்டம், அலுவலகத்தில் நம் குழுவிற்கு ஒதுக்கப்பட்ட நிதியைச் செலவிடுவதற்கான திட்டம், ஓர் ஆய்வை வடிவமைக்கின்ற திட்டம் போன்ற எதுவாக இருந்தாலும் சரி, நம் முன்னால் இருக்கின்ற திட்டத்தை நாம் எப்படி அணுக முயற்சிக்கிறோம் என்பது முக்கியமானது. சிதறுகின்ற

கவனக்குவிப்புக்கு நாம் எவ்வளவு அதிகமான நேரத்தை ஒதுக்குகிறோமோ, அவ்வளவு அதிகமான நேரத்தை நாம் பின்னர் சேமிப்போம்.

சிதறா கவனக்குவிப்பிலிருந்து சிதறுகின்ற கவனக்குவிப்புக்கு மாறுவதற்கு நம்முடைய மூளைக்கு ஒரு சில நிமிட அவகாசம் தேவைப்படுகிறது. அதனால் சிதறுகின்ற கவனக்குவிப்பு வழிமுறைக்குக் குறைந்தபட்சம் ஒரு பதினைந்து நிமிட இடைவேளை எடுத்துக் கொள்வது சிறப்பாகப் பலனளிக்கும். நாள் முழுவதும் அவ்வப்போது சிறு சிறு அளவில் இடைவேளை எடுத்துக் கொள்வதைவிட இது மேம்பட்டது. சிறிய இடைவேளை நேரங்கள் உங்களுடைய படைப்பாற்றலை மேம்படுத்துவதற்கு உதவும் என்றாலும், சிக்கலான யுரேகா உள்நோக்குகளைப் பெற அவை போதுமானதாக இருக்காது.

சிதறுகின்ற கவனக்குவிப்பை வேலை நேரத்தில் பயன்படுத்துவதோடு நிறுத்திக் கொள்ளாமல், கீழ்க்கண்ட விதங்களிலும் நீங்கள் பயன்படுத்திக் கொள்ளலாம்:

- ***இரவு எட்டு மணியிலிருந்து காலை எட்டு மணிவரை இணையத் தொடர்பைத் துண்டியுங்கள்.***
- ***நீங்கள் ஒரு வேலையை முடிக்கின்றபோது அதை அவதானித்து, சிறிது நேரம் மனத்தை அலைபாயவிடுவதற்கான ஒரு துப்பாக அதை எடுத்துக் கொள்ளுங்கள்.***
- ***காலை எழுகின்றபோதே உங்களுடைய அலைபேசியால் கவனச்சிதறல் ஏற்படாமல் இருப்பதற்கு, அலாரம் வைப்பதற்கு ஒரு அலாரக் கடிகாரத்தைப் பயன்படுத்துங்கள்.***
- ***காபி அருந்தச் செல்கின்றபோது அலைபேசியை எங்காவது வைத்துவிட்டுச் செல்லுங்கள்.***
- ***உங்களை நீங்களே சோதித்துக் கொள்வதற்காக, என்றேனும் ஒரு நாள் முழுவதும் நீங்கள் உங்களுடைய அலைபேசியை வீட்டில் வைத்துவிட்டுச் சென்றுவிடுங்கள்.***

- **கூடுதல் நேரம் நின்று நிதானித்து ஒரு குளியல் போடுங்கள்.**
- **உங்களுக்குச் சலிப்பேற்படுத்துகின்ற ஒரு காரியத்தில் ஈடுபட்டுவிட்டு, அந்நேரத்தில் உங்கள் மனத்தில் என்ன எண்ணங்கள் ஓடின என்று அவதானியுங்கள்.**
- **உங்களுடைய சுற்றுச்சூழலை முடிந்த அளவு எளிமையாக வைத்துக் கொள்ளுங்கள்.**
- **இசையைக் கேட்டுக் கொண்டே சமையுங்கள்.**
- **இயற்கையோடு இருக்கின்ற ஒரு பகுதியில் காலாற நடந்து வாருங்கள்.**
- **ஓர் ஓவியக்கூடத்திற்கு விஜயம் செய்யுங்கள்.**
- **இசையையோ அல்லது வலைஒலிப்பதிவையோ கேட்காமல் உடற்பயிற்சி செய்யுங்கள்.**

மேலோட்டமாகப் பார்த்தால், சிதறுகின்ற கவனக்குவிப்பு உற்பத்தித்திறன் இல்லாததுபோலத் தோன்றலாம். ஆனால் அது உண்மையல்ல. எடுத்துக்காட்டாக, நீங்கள் ஒரு பேருந்தின் சன்னல் வழியாக வெளியே தெரிகின்ற காட்சிகளைப் பார்த்துக் கொண்டே வருகிறீர்கள்; இயற்கையான ஒரு பகுதியில் நீங்கள் இசையைக் கேட்காமல் நடந்தோ அல்லது ஓடியோ வருகிறீர்கள்; ஓரிடத்தில் காத்துக் கொண்டிருக்கின்றபோது அலைபேசியை நோண்டிக் கொண்டிருக்காமல், ஒரு குறிப்பேட்டில் எழுதிக் கொண்டிருக்கிறீர்கள். இவை போன்ற சூழல்களில் நீங்கள் வெளியேயிருந்து பார்க்கின்றபோது நீங்கள் மும்முரமாக இல்லாததுபோலத் தோன்றலாம். ஆனால், அச்சமயங்களில் உங்களுடைய மனம் மும்முரமாகத்தான் இயங்கிக் கொண்டிருக்கிறது.

உங்களுடைய மூளையின் மிகச் சிறந்த படைப்பாற்றல்மிக்க வழிமுறை, சிதறுகின்ற கவனக்குவிப்புதான். அதனால், சிதறா கவனக்குவிப்புக்குச் செலவழிக்கின்ற அதே அளவு நேரத்தை இதிலும் செலவழிப்பது நல்ல பலனளிக்கும்.

அத்தியாயம்
10

இணைந்து வேலை செய்தல்

சிதறா கவனக்குவிப்பு மற்றும் சிதறுகின்ற கவனக்குவிப்பு இணைந்த கலவை

பல விதங்களில், சிதறா கவனக்குவிப்பும் சிதறுகின்ற கவனக்குவிப்பும் எதிரெதிரானவை. எந்தவொரு கணத்திலும், ஒன்று, நாம் ஏதாவது ஒன்றைச் செய்து கொண்டிருப்போம் அல்லது ஏதாவது ஒன்றைப் பற்றிச் சிந்தித்துக் கொண்டிருப்போம். அதாவது, நம்முடைய கவனம் புறவயமாகக் குவிக்கப்பட்டிருக்கும் அல்லது அகவயமாகச் செலுத்தப்பட்டிருக்கும். நம்மால் ஒரே சமயத்தில் சிதறா கவனக்குவிப்பு நிலையிலும் சிதறுகின்ற கவனக்குவிப்பு நிலையிலும் லயித்திருக்க முடியாது.

அவற்றுக்கு இடையே எண்ணற்ற வேறுபாடுகள் இருந்தாலும், அவை இரண்டும் இணைந்து பணியாற்றுவதற்கு வாய்ப்புகள் கிடைக்கும்போது அவை சிறப்பான பயன்களைத் தருகின்றன. நாம் நம்முடைய கவனத்தைக் குவிக்கின்றபோது, நாம் தகவல் புள்ளிகளைச் சேகரிக்கிறோம்; நாம் நம்முடைய கவனத்தைச் சிதறடிக்கின்றபோது, நாம் சேர்த்து வைத்துள்ள தகவல் புள்ளிகளுக்கு இடையே பிணைப்பை ஏற்படுத்துகிறோம். சிதறா கவனக்குவிப்பு நாம் அதிகமான விஷயங்களை நினைவில் வைத்திருப்பதற்கு உதவுகிறது. அது, நாம் சிதறுகின்ற கவனக்குவிப்பு நிலையில் இருக்கின்றபோது,

மதிப்புமிக்கத் தொடர்புகளை ஏற்படுத்திக் கொள்ள வழிவகுக்கிறது. சிதறுகின்ற கவனக்குவிப்பு நம்முடைய ஆற்றலைப் புதுப்பித்துக் கொள்ள நமக்கு உதவுகிறது. அது, நாம் கூடுதல் ஆற்றலுடன் சிதறா கவனக்குவிப்பில் ஈடுபட வழிவகுக்கிறது. சிதறுகின்ற கவனக்குவிப்பின் மூலம் நாம் பெறுகின்ற உள்நோக்கு, பின்னாளில் நாம் புத்திசாலித்தனமாகச் செயல்பட நமக்கு உதவுகிறது.

சிதறா கவனக்குவிப்பையும் சிதறுகின்ற கவனக்குவிப்பையும் உங்களுக்குச் சாதகமாகப் பயன்படுத்திக் கொள்வதற்கு ஏகப்பட்ட உத்திகள் உள்ளன.

உங்களுடைய மகிழ்ச்சியில் முதலீடு செய்யுங்கள்

மகிழ்ச்சி குறித்தப் புத்தகங்கள், கட்டுரைகள் மற்றும் பிற ஆய்வுகளை நீங்கள் தேடினால், அவற்றில் இடம்பெற்றுள்ள அறிவுரைகளின் அளவைக் கண்டு நீங்கள் திக்குமுக்காடிப் போவீர்கள். அவற்றில் பல பயனுள்ளவை என்றாலும், ஏராளமானவை வெற்று வேட்டுகளே.

வெறுமனே நேர்மறையாகச் சிந்திப்பதற்கும் உண்மையிலேயே மகிழ்ச்சியாக இருப்பதற்கும் இடையேயுள்ள வேறுபாட்டை அறிந்திருப்பது முக்கியமானது. வெளிப்படையாகச் சொல்ல வேண்டுமென்றால், நேர்மறைச் சிந்தனையால் மட்டுமே நீங்கள் மகிழ்ச்சியானவராகவோ அல்லது உற்பத்தித்திறன் மிக்கவராகவோ ஆகிவிட முடியாது. நேர்மறைச் சிந்தனை, சில சமயங்களில், நாம் ஒரு விஷயம் குறித்துத் திட்டமிடுவதற்குக் குறுக்கே நிற்கிறது.

அப்படியானால், நம்முடைய மகிழ்ச்சியை அதிகரிக்க எது உதவுகிறது? உங்களைச் சிறப்பாக உணர வைக்கின்ற விஷயங்களில் நேரத்தைச் செலவழிப்பது உங்களுக்கு அதிக மகிழ்ச்சியைக் கொண்டுவரும். நீங்கள் மகிழ்ச்சியான மனநிலையில் இருக்கும்போது, உங்களால் உங்களுடைய கவனக்குவிப்பைச் சிறப்பாக நிர்வகிக்க முடிவதாக ஆய்வுகள் தெரிவிக்கின்றன. அதோடு, உங்களுடைய

மகிழ்ச்சியான மனநிலை, நீங்கள் சிதறா கவனக்குவிப்பு நிலையில் இருக்கின்றபோது உங்களுடைய உற்பத்தித்திறனை அதிகரிக்கிறது, சிதறுகின்ற கவனக்குவிப்பு நிலையில் இருக்கின்றபோது உங்களுடைய படைப்புத்திறனைக் கூட்டுகிறது.

நீங்கள் சிதறா கவனக்குவிப்பில் ஈடுபடுகின்றபோது, உங்களுடைய கவனம் நிகழ்கணத்தில் லயிக்கிறது. மனத்தை அதன் போக்கில் அலையவிடாமல், நீங்கள் திட்டமிட்ட முறையில் வேண்டுமென்றே அதை அலைபாயவிடுகின்றபோது, குற்றவுணர்வு, சந்தேகம், மன அழுத்தம் ஆகியவை அதிலிருந்து நீக்கப்பட்டுவிடுகின்றன. பொதுவாக மனம் அதனிஷ்டத்திற்கு அலைபாய்கின்றபோது, அது நம்மை வெகுவாக மகிழ்ச்சியூட்டுவது இல்லை. ஆனால் சிதறுகின்ற கவனக்குவிப்பு நிலையின்போது, நமக்கு சுவாரசியமூட்டுகின்ற, புதுமையாக இருக்கின்ற, நமக்குப் பயனுள்ளதாக விளங்குகின்ற விஷயங்களில் நாம் கவனம் செலுத்துவதால், அது நமக்கு மகிழ்ச்சியூட்டுகிறது.

சரி, மகிழ்ச்சியில் முதலீடு செய்வது எப்படி உற்பத்தித்திறனையும் படைப்புத்திறனையும் ஊக்குவிக்கும்?

முதலாவது, நேர்மறையான மனநிலை நம்முடைய கவனக்குவிப்பிடத்தை விரிவுபடுத்துகிறது. நீங்கள் மகிழ்ச்சியாக இருக்கின்றபோது, உங்களுடைய மூளையிலுள்ள டோப்பமைன் ஹார்மோனின் அளவு அதிகரிக்கிறது. அது நம்முடைய ஆற்றலையும் வீரியத்தையும் அதிகரிக்கிறது. உங்களுடைய கவனக்குவிப்பிடத்தின் அளவு பெரிதாவதால், உங்களால் எந்தவொரு விஷயத்திலும் ஆழமாக கவனத்தைக் குவிக்க முடிகிறது, அதன் மூலம் அதிகமாகச் சாதிக்க முடிகிறது. நீங்கள் ஒரு நல்ல மனநிலையில் இருக்கின்றபோது, விஷயங்களை உங்களால் நன்றாக நினைவுக்குக் கொண்டுவர முடிகிறது.

மறுபுறம், எதிர்மறையான மனநிலை உங்களுடைய கவனக்குவிப்பிடத்தைச் சுருங்கச் செய்கிறது. மகிழ்ச்சியற்ற மனிதர்களால் உற்பத்தித்திறன் மிக்கவர்களாக இருக்க முடியாது. நீங்கள் எந்த அளவு மகிழ்ச்சியற்று இருக்கிறீர்களோ, அந்த அளவு உங்களுடைய மனம் தன் இஷ்டத்திற்கு அலைபாயும். அதனால் உங்கள் முன்னால்

உள்ள விஷயங்களின்மீது கவனத்தைக் குவிப்பது உங்களுக்குக் கடினமாக இருக்கும். நீங்கள் மகிழ்ச்சிக் குறைவாக இருக்கின்றபோது உங்களுடைய ஆற்றலும் உங்களுடைய கவனக்குவிப்பிடத்தின் அளவும் குறைவாக இருக்கும் என்பதால், அலைபாய்கின்ற உங்களுடைய மனத்தை உங்களுடைய கட்டுப்பாட்டிற்குள் கொண்டுவர வேண்டியது இன்றியமையாததாகிறது. உங்களுடைய மனம் எதிர்மறையான மனநிலையில் இருக்கின்றபோது, அது செல்கின்ற இடங்களும் வேறுபட்டிருக்கும். அது உங்களுடைய கடந்தகால நினைவுகளில் உழன்று கொண்டிருப்பதற்கு அதிக வாய்ப்புகள் இருக்கின்றன.

மகிழ்ச்சியற்ற மனநிலையில் இருப்பவர்கள், இடைவேளைகளுக்குப் பிறகு மீண்டும் விட்ட இடத்தில் தங்களுடைய கவனத்தைக் குவிக்கச் சிரமப்படுகின்றனர். அதோடு, அவர்கள் அடிக்கடித் தங்களுடைய தோல்விகளை நினைத்து உழல்கின்றனர்.

ஹார்வர்டு பல்கலைக்கழகத்தைச் சேர்ந்த, மகிழ்ச்சி குறித்த ஆய்வுகளில் ஈடுபட்டுள்ள ஆய்வாளரான ஷான் ஆச்சர், எதிர்மறையான மனநிலையில் இருப்பவர்களைக் காட்டிலும் மகிழ்ச்சியான மனநிலையில் இருப்பவர்கள் 31 சதவீதம் அதிக உற்பத்தித்திறனுடன் இருப்பதாகக் கண்டறிந்துள்ளார். நீங்கள் சிதறுகின்ற கவனக்குவிப்பு நிலையில் இருக்கின்றபோது, மகிழ்ச்சி உங்களுடைய படைப்பாற்றலை அதிகரிக்கிறது. நீங்கள் நேர்மறையான மனநிலையில் இருக்கின்றபோது, பிரச்சனைகளுக்கான தீர்வுகள் குறித்த உள்நோக்குகள் உங்களுக்கு அடிக்கடித் தோன்றும்.

மகிழ்ச்சி குறித்து மற்றோர் ஆய்வு நிகழ்த்தப்பட்டது. அதில் ஆயிரக்கணக்கானவர்கள் கலந்து கொண்டனர். ஆய்வாளர்கள் அவர்களைத் தொலைபேசியில் தொடர்பு கொண்டு, அக்கணத்தில் அவர்கள் என்ன செய்து கொண்டிருந்தனர், அவர்கள் அக்காரியத்தில் ஈடுபட்டுக் கொண்டிருந்த அத்தருணத்தில் அவர்கள் எந்த அளவு மகிழ்ச்சியாக இருந்தனர் ஆகிய கேள்விகளை அவர்களிடம் கேட்டனர். அதில் கலந்து கொண்டவர்களுக்கு அதிகமாக மகிழ்ச்சியூட்டிய ஐந்து விஷயங்கள் இவை:

1. தாம்பத்திய உறவு
2. உடற்பயிற்சி
3. உரையாடல்கள்
4. விளையாடுதல்
5. இசையைக் கேட்டல்

நாம் தாம்பத்திய உறவில் ஈடுபட்டிருக்கின்றபோது, நமது மனம் வேறு எதிலும் அலைபாயாமல் இருக்கிறது என்பதால் அப்போது நாம் அதிக மகிழ்ச்சியாக இருக்கிறோம்.

ஷான் ஆச்சர் தன்னுடைய 'த ஹேப்பினஸ் அட்வான்டேஜ்' என்ற நூலில், உங்களுடைய மகிழ்ச்சியை அதிகரித்துக் கொள்ள அறிவியல்பூர்வமாக நிரூபிக்கப்பட்டுள்ள பல உத்திகளை முன்மொழிகிறார். அவற்றில் சில கீழே கொடுக்கப்பட்டுள்ளன:

- ஒரு நாளின் முடிவில், நீங்கள் நன்றியுணர்வு கொண்டிருக்கின்ற மூன்று விஷயங்களை நினைவுகூர்தல்
- ஒரு நாளின் முடிவில், அன்று உங்களுக்குக் கிடைத்திருந்த ஒரு நல்ல அனுபவத்தை ஒரு குறிப்பேட்டில் எழுதுதல்
- தியானித்தல்
- முன்பின் தெரியாதவர்களுக்கு அன்பால் உந்தப்பட்டு ஏதாவது ஒரு சிறிய விஷயத்தைச் செய்தல்

இவற்றை முயற்சித்துப் பார்த்து இவை உங்களுடைய வாழ்க்கையில் ஏற்படுத்துகின்ற வித்தியாசத்தை அவதானியுங்கள். இவற்றில் எது உங்களுக்கு ஒத்துவருகிறதோ அதை சுவீகரித்துக் கொள்ளுங்கள்.

உங்களுடைய ஆற்றல் அளவுகளைக் கடந்து சென்று செயலாற்றுங்கள்

உங்களுடைய ஆற்றல் ஒரு நாளில் எப்போதும் ஒரே மாதிரியாக இருப்பதில்லை என்பதை நீங்கள் அறிவீர்கள். நீங்கள் உண்ணுகின்ற உணவு, நீங்கள் ஈடுபடுகின்ற உடற்பயிற்சி, உங்களுடைய தூக்கத்தின் அளவு ஆகியவை அதன்மீது தாக்கம் ஏற்படுத்துகின்றன.

உங்களுடைய ஆற்றலைப்போலவே, உங்களுடைய கவனக்குவிப்பும் உங்களுடைய உற்பத்தித்திறனும் நாள் முழுவதும் ஒரே மாதிரியாக இருப்பதில்லை. உங்களுடைய ஆற்றல் உச்சகட்டத்தில் இருக்கின்றபோது, அதை நீங்கள் சிக்கலான, அர்த்தமிக்க வேலைகளில் பயன்படுத்தினால், உங்களுடைய உற்பத்தித்திறன் சிறப்பாக இருக்கும்.

உங்களுடைய ஆற்றல் குறைவாக இருக்கின்றபோதுதான் சிதறுகின்ற கவனக்குவிப்பு மிகச் சிறப்பாகச் செயல்படும். இப்படிப்பட்ட நேரங்களில்தான், உள்ளுணர்வுரீதியாகத் தீர்க்கப்பட வேண்டிய பிரச்சனைகளை நாம் 27.3 சதவீதம் கூடுதலாகத் தீர்க்கிறோம் என்று ஓர் ஆய்வு தெரிவிக்கிறது.

ஒரு நாளின் வெவ்வேறு நேரங்களில் நம்முடைய ஆற்றல் எப்படி வேறுபடுகிறது என்பது தொடர்பாக எண்ணற்ற ஆய்வுகள் மேற்கொள்ளப்பட்டுள்ளன. இது நபருக்கு நபர் வேறுபடும் என்றாலும், பொதுவாக, காலை 11.00 மணியை ஒட்டியும் மதியம் 2.00 மணியிலிருந்து 3.00 மணிக்கு இடையேயும் நம்முடைய ஆற்றல் உச்சத்தில் இருப்பதாகப் பல ஆய்வுகள் சுட்டிக்காட்டுகின்றன. பொதுவாக ஆற்றல் நிலை நபருக்கு நபர் வேறுபடும். அதிகாலையில் எழுந்திருக்கின்ற பழக்கம் உடையவர்கள், காலையில் சீக்கிரமே சுறுசுறுப்பாக ஆகிவிடுவர். இரவு வெகு நேரம்வரை விழித்திருப்பவர்கள், மற்றவர்கள் தூங்கச் சென்ற பிறகு தங்களுடைய உற்பத்தித்திறன் அதிகரிப்பதாக நினைக்கின்றனர்.

வாரத்தின் எல்லா நாட்களிலும் ஆற்றல் ஒரே மாதிரியாக இருப்பதில்லை. பொதுவாக, திங்கட்கிழமைகளில் நம் ஆற்றல் மந்தமாக இருப்பதாகவும், வெள்ளிக்கிழமைகளில் உச்சத்தில் இருப்பதாகவும் ஓர் ஆய்வு தெரிவிக்கிறது.

உங்களுடைய ஆற்றல் எப்போது உச்சத்தில் இருக்கிறது, எப்போது அடிமட்டத்தில் இருக்கிறது என்பதை அறிந்து கொண்டு, அதற்கேற்ப வேலைகளை அமைத்துக் கொள்வது சிறப்பாகப் பயனளிக்கும்.

கேஃபீனும் கவனக்குவிப்பும்

காபி அருந்துதல் போன்றவற்றின் மூலம் நம் உடலில் செலுத்தப்படுகின்ற கேஃபீன், சிதறா கவனக்குவிப்பை ஊக்குவிக்கிறது. இது தொடர்பான ஆய்வுகளின் முடிவுகள் தெள்ளத் தெளிவாக இருக்கின்றன. கேஃபீன் நம்முடைய மனரீதியான செயல்பாட்டையும் உடல்ரீதியான செயல்பாட்டையும் பல வழிகளில் ஊக்குவிக்கிறது. அவற்றில் கீழ்க்கண்டவையும் அடங்கும்:

- **கேஃபீன் நம்முடைய கவனக்குவிப்பை ஆழப்படுத்துகிறது. ஒரு வேலை எளிதாக இருந்தாலும் சரி, சிக்கலானதாக இருந்தாலும் சரி, இது பலனளிக்கிறது. மொத்தத்தில் இது சிதறா கவனக்குவிப்பைச் சுலபமாக்குகிறது.**
- **நாம் விடாமுயற்சியுடன் இருக்க இது உதவுகிறது. குறிப்பாக, நீண்ட நேரம் எடுத்துக் கொள்ளக்கூடிய, சலிப்பு ஏற்படுத்தக்கூடிய வேலைகளுக்கு இது நன்றாக உதவுகிறது. நாம் எவ்வளவு களைப்பாக இருந்தாலும் நம்முடைய மன உறுதியை இது வலுப்படுத்துகிறது.**
- **நம்முடைய செயல்திறனை அதிகரிக்க இது உதவுகிறது. குறிப்பாக, உடனடியாக எதிர்வினையாற்ற வேண்டியிருக்கின்ற, பேச்சாற்றல் தேவைப்படுகின்ற, பார்வையாற்றல் மூலமாக முடிவெடுக்க வேண்டியிருக்கின்ற சூழல்களில் இது சிறப்பாக உதவுகிறது.**

இது சுமார் 200 மில்லிகிராம் கேஃபீன் அளவுவரை சிறப்பாகப் பலனளிக்கிறது. ஒரு கோப்பைக் காபியில்

சுமாராக 125 மில்லிகிராம் கேஃபீன் இருக்கிறது. 400 மில்லிகிராம் அளவு கேஃபீன் எடுத்துக் கொள்வதைத் தவிர்க்க வேண்டும். ஏனெனில், அப்போது உங்களுக்குப் பதற்றம் அதிகரித்து, உங்களுடைய செயல்திறன் பாதிக்கப்படுகிறது. இது நபருக்கு நபர் வேறுபடும். ஏனெனில், நாம் ஒவ்வொருவரும் கேஃபீனுக்கு ஒவ்வொரு விதமாக எதிர்வினையாற்றுகிறோம். அதனால் உங்களுக்கு ஏற்ற அளவைக் கண்டுபிடித்து அதை நீங்கள் பின்பற்றுவதுதான் சிறந்தது.

கேஃபீன் உடல்ரீதியாகவும் உங்கள்மீது தாக்கம் ஏற்படுத்தவல்லது. உடற்பயிற்சி இதற்கான நல்லதோர் எடுத்துக்காட்டு.

அதே நேரம், கேஃபீனில் சில குறைபாடுகளும் இருக்கின்றன. உங்களுடைய உடல் கேஃபீனை வளர்சிதை மாற்றம் செய்து வெளியேற்றிய பிறகு, உங்களுடைய ஆற்றல் திடீரென்று குறைந்துவிடும். அதன் காரணமாக உங்களுடைய உற்பத்தித்திறனும் குறைந்துவிடும். கேஃபீன் உங்களுடைய தூக்கத்தையும் கெடுக்கக்கூடும். அது மறுநாள் உங்களுடைய உற்பத்தித்திறன்மீது தாக்கம் ஏற்படுத்தும்.

அதனால், உங்களுக்கு எப்போது மனரீதியான அல்லது உடல்ரீதியான ஆற்றல் தேவைப்படுகிறதோ, அப்போது கேஃபீனைத் தேர்ந்தெடுப்பது நல்லது. காலையில் எழுந்தவுடன் ஒரு கோப்பை காபி குடிப்பதற்குப் பதிலாக, வேலைக்குச் சென்ற பிறகு அங்கு ஆற்றல் குறைகின்றபோது நீங்கள் அதைப் பருகலாம்.

திறந்தநிலையிலுள்ள அலுவலக அமைப்பு

இப்போது எண்ணற்ற நிறுவனங்கள் திறந்தநிலை அலுவலக அமைப்புமுறைக்கு மாறியுள்ளன. கவனக்குவிப்பு மற்றும் உற்பத்தித்திறனைப் பொறுத்தவரை இவற்றில் சாதகங்களும் இருக்கின்றன, பாதகங்களும் இருக்கின்றன.

நம்மால் கட்டுப்படுத்தப்படக்கூடிய ஒரு சூழலில் நாம் வேலை பார்க்கின்றபோது, நம்மால் அதில் சுலபமாகக் கவனம் செலுத்த முடியும். ஆனால் ஒரு திறந்தநிலை

அலுவலகத்தில் சுற்றுச்சூழல்மீதான நம்முடைய கட்டுப்பாடு மிகவும் குறைவு. அப்படிப்பட்டச் சூழலில் இருக்கின்றபோது நாம் வழக்கத்தைவிட 64 சதவீதம் கூடுதலாகக் கவனச்சிதறலுக்கு ஆளாகிறோம், பிறரின் தொந்தரவு அங்கு நமக்கு அடிக்கடி ஏற்படுகிறது. கவனக்குவிப்பு ஏராளமாகத் தேவைப்படுகின்ற ஒரு வேலையை நீங்கள் செய்து வந்தால், திறந்தநிலை அலுவலகங்கள் உங்களுடைய உற்பத்தித்திறனை வெகுவாகப் பாதிக்கும்.

அதே நேரத்தில், திறந்தநிலை அலுவலகங்களில் சில சாதகமான அம்சங்களும் இருக்கின்றன. ஒரு திட்டத்தில் நீங்கள் நீண்ட நேரம் தொடர்ந்து வேலை பார்ப்பதற்கு அது வசதியாக இருக்கிறது. இதற்கான காரணம் சுவாரசியமானது. திறந்தநிலை அலுவலகங்களில் வேலை செய்கின்றபோது சக ஊழியர்களால் உங்களுடைய வேலைக்கு அடிக்கடி இடையூறுகள் வரக்கூடும் என்றாலும், அப்படி அவர்கள் உங்களைத் தொந்தரவு செய்கின்றபோது அவர்கள் உங்களிடம் கரிசனத்தோடு நடந்து கொள்கின்றனர். திறந்தநிலை அலுவலகங்களிலுள்ள நம்முடைய சக ஊழியர்களால் நம்மை எப்போதும் பார்த்துக் கொண்டிருக்க முடியும் என்பதால், நமக்கு எப்போது ஓர் இடைவேளை நேரம் தேவைப்படுகிறது என்பதை அவர்களால் எளிதில் ஊகிக்க முடிகிறது. பெரும்பாலும் அப்படிப்பட்ட நேரங்களில்தான் அவர்கள் நம்மைத் தொந்தரவு செய்கின்றனர்.

இப்புத்தகம் நம்முடைய தனிப்பட்ட உற்பத்தித்திறனைப் பற்றித்தான் பேசுகின்றது என்றாலும், எல்லா நேரங்களிலும் நாம் தனித்து இயங்கிக் கொண்டிருப்பதில்லை. பல திட்டங்களில் நாம் பிறருடன் இணைந்து பணியாற்றுகிறோம். அப்படிப்பட்டச் சூழல்களில் எந்த அளவுக்கு நம்மால் விரைவாகப் பிறரிடமிருந்து தகவல்களைப் பெற முடிகிறதோ, எந்த அளவுக்குப் பிறரால் நம்மிடமிருந்து தகவல்களைப் பெற்ற முடிகிறதோ, அந்த அளவுக்குச் சிறப்பாக நம்மால் இணைந்து பணியாற்ற முடியும். அதன் விளைவாக ஒட்டுமொத்தக் குழுவும் சிறந்த உற்பத்தித்திறனுடன் இயங்குவது சாத்தியப்படும்.

உங்களுடைய வேலை, உங்களுடைய குழுவில் உள்ளவர்கள் ஒருவரோடு ஒருவர் இணைந்து செயல்பட

வேண்டிய இயல்பைக் கொண்டிருந்தால், திறந்தநிலை அலுவலகங்களில் நிலவுகின்ற பாதகமான அம்சங்களை அது ஓரளவுக்கு ஈடு செய்துவிடும். ஆனால் உங்களுடைய வேலை கவனக்குவிப்புடன் செய்யப்பட வேண்டிய இயல்பைக் கொண்டிருந்தால், திறந்தநிலை அலுவலகங்கள் உங்களுடைய உற்பத்தித்திறனுக்கு உலை வைப்பவையாகவே இருக்கும்.

நீங்கள் ஒரு மேலாளராக இருந்தால், உங்களுடைய குழுவினருடைய வேலை இயல்பை நன்றாக அலசாமல் திறந்தநிலை அலுவலக முறைக்கு மாறாதீர்கள். அது நல்லதுதான் என்ற முடிவுக்கு வந்து அதை அமல் செய்ய முயன்றால், முதலிலேயே, சக ஊழியர்களின் இடையூறுகளை எப்படிக் கையாள்வது என்பதை உங்களுடைய ஊழியர்களுக்குக் கற்றுக் கொடுங்கள். இடையூறுகள் எந்த அளவுக்குப் பிரச்சனைகரமானவை என்பதைக் குழுவினர் புரிந்து கொள்கின்றபோது அப்படிப்பட்ட இடையூறுகள் முப்பது சதவீதம் குறைந்ததாக ஓர் ஆய்வு தெரிவிக்கிறது.

உங்களுக்கோ அல்லது உங்களுடைய குழுவினருக்கோ வருகின்ற இடையூறுகள் ஒரு குறிப்பிட்ட மூலத்திலிருந்து வருகின்றனவா என்பதைக் கண்டறியுங்கள். அப்படி இருக்கும்பட்சத்தில் அப்பிரச்சனையைத் தீர்ப்பது எளிதாக இருக்கும். உங்களுடைய அலுவலகத்தைத் திறந்தநிலை அலுவலகமாக மாற்றித்தான் ஆக வேண்டும் என்று நீங்கள் முடிவு செய்தால், அதில் ஒரு குறிப்பிட்ட இடத்தை அமைதிப் பகுதியாக அறிவியுங்கள். கவனக்குவிப்புடன் வேலை செய்ய வேண்டியிருக்கும்போது உங்களுடைய ஊழியர்களால் அப்பகுதியைப் பயன்படுத்திக் கொள்ள முடியும்.

வாராந்திரக் கவனக்குவிப்புப் பழக்கவழக்கம் ஒன்றை உருவாக்கிக் கொள்ளுங்கள்

தினமும் குறைந்தபட்சம் ஒரு முறையாவது சிதறா கவனக்குவிப்பு நிலைக்கு மாறி, கவனக்குவிப்பு அதிகம் தேவைப்படுகின்ற வேலையை அப்போது முடித்துக்

கொள்ளுங்கள். சிதறுகின்ற கவனக்குவிப்பு நிலைக்குள் தினமும் பல முறை புகுந்து கொள்ளுங்கள். வீட்டிலும் அர்த்தமுள்ள அனுபவங்களை வளர்த்தெடுப்பதற்கும் உறவுகளைப் பேணுவதற்கும் சிதறா கவனக்குவிப்பைப் பயன்படுத்திக் கொள்ளுங்கள். ஓய்வெடுப்பது, திட்டமிடுவது, யோசனைகளுக்கு வலை வீசுவது போன்றவற்றில் ஈடுபடுவதற்குச் சிதறுகின்ற கவனக்குவிப்பைப் பயன்படுத்திக் கொள்ளுங்கள்.

சில நாட்கள் உங்களுக்கு அதிகமான சிதறா கவனக்குவிப்புத் தேவைப்படலாம், வேறு சில நாட்கள் உங்களுக்குச் சிதறுகின்ற கவனக்குவிப்புத் தேவைப்படலாம். இதைக் கையாள்வதற்கு நான் ஓர் உத்தியைப் பயன்படுத்துகிறேன். ஒவ்வொரு வாரமும் ஞாயிறு மாலையில் அல்லது திங்கள் காலையில் அந்த வாரத்திற்கு நான் திட்டமிட்டுக் கொள்கிறேன். அந்த வாரத்திற்கான மூன்று குறிக்கோள்களை நான் வரையறுத்துக் கொள்வதோடு, சிதறா கவனக்குவிப்புக்கு எவ்வளவு நேரத்தை ஒதுக்க வேண்டும், சிதறுகின்ற கவனக்குவிப்புக்கு எவ்வளவு நேரத்தை ஒதுக்க வேண்டும் என்பதை நான் தீர்மானித்துக் கொள்கிறேன். இதற்கு நான் ஏராளமான நேரத்தைச் செலவிடுவதில்லை. ஆனால் எந்த வேலைக்கு எந்த வழிமுறையைப் பயன்படுத்த வேண்டும் என்பதைத் தீர்மானிப்பதற்கு நான் சிறிதளவு நேரத்தைச் செலவிடுகிறேன்.

நீங்களும் இது போன்ற திட்டமிடுதலில் இறங்கத் தீர்மானித்தால், கீழே குறிப்பிடப்பட்டுள்ளதைப் போன்ற கேள்விகளை உங்களிடம் கேட்டுக் கொள்ளுங்கள்:

- **இந்த வாரம் எனக்கு எவ்வளவு உற்பத்தித்திறனும் எவ்வளவு படைப்பாற்றல் திறனும் தேவைப்படும்? திட்டச் சமர்ப்பிப்பு நேரம் நெருங்கிக் கொண்டிருப்பதால், நான் வழக்கத்தைவிட அதிக நேரத்தைச் சிதறா கவனக்குவிப்பில் செலவிட வேண்டியிருக்குமா? அல்லது வருங்காலத் திட்டமிடுதலில் கவனத்தைச் செலுத்துவதற்காகச் சிதறுகின்ற கவனக்குவிப்பிற்கு நான் அதிக நேரம் ஒதுக்க வேண்டுமா?**

- என்னுடைய இந்தத் திட்டமிடுதல்களுக்குக் குறுக்கே வருகின்ற வேறு ஏதாவது வேலை இந்த வாரத்தில் எனக்கு இருக்கிறதா? பயணம், கருத்தரங்கு, ஏராளமான சந்திப்புக்கூட்டங்கள் போன்றவை இதற்கான எடுத்துக்காட்டுகள். இத்தடைகளை முன்கூட்டியே என்னால் எப்படிக் கையாள முடியும்?
- நேரத்தைக் கூறு போட்டுத் தனித்தனித் தொகுதிகளாக ஆக்கினால், அவற்றை என்னால் எந்த விகிதத்தில் சிதறா கவனக்குவிப்புக்கும் சிதறுகின்ற கவனக்குவிப்புக்கும் பிரித்துக் கொடுக்க முடியும்?

விழிப்புணர்வு

உங்களுடைய கவனக்குவிப்பிடத்தை எவை ஆக்கிரமித்துள்ளன, அது எவ்வளவு தூரம் நிரம்பியுள்ளது, உங்களிடம் எவ்வளவு ஆற்றல் இருக்கிறது போன்றவை குறித்த விழிப்புணர்வு உங்களிடம் அதிகரிக்கின்றபோது, எடுத்துக்காட்டாக, ஒரு குறிப்பிட்டப் பிரச்சனையில் உங்களால் மேலே செல்ல முடியாத நிலை ஏற்படுகின்றபோது, அது குறித்து நீங்கள் கொண்டிருக்கின்ற விழிப்புணர்வு, அப்பிரச்சனை பகுப்பாய்வுரீதியானதா அல்லது படைப்பாற்றல்ரீதியானதா என்பதைத் தீர்மானிக்க உதவும். அதன் அடிப்படையில், நீங்கள் அதைச் சிதறா கவனக்குவிப்பு அல்லது சிதறுகின்ற கவனக்குவிப்பைக் கொண்டு கையாள முடிவு செய்யலாம்.

ஒரு குறிப்பிட்டக் கணத்தில் உங்களுடைய கவனத்தை எது கவர்ந்துள்ளது என்பது குறித்த விழிப்புணர்வு உங்களிடம் இருக்கின்றபோது, அதை முக்கியமான, அர்த்தமுள்ள விஷயங்களில் உங்களால் மீண்டும் திருப்பிவிட முடியும். அப்போது ஒரு செறிவான குறிக்கோளுடனும், நீண்டநேரக் கவனக்குவிப்புடனும், குறைவான கவனச்சிதறலுடனும் உங்களால் இயங்க முடியும். இவை

உங்களுடைய கவனக்குவிப்பின் தரத்தையும், உங்களுடைய வாழ்க்கையின் தரத்தையும் வெகுவாக உயர்த்தும்.

விழிப்புணர்வு என்பது விஷயங்களை அவதானித்தலாகும். அவதானிப்பதற்கு ஏகப்பட்ட விஷயங்கள் இருக்கின்றன. உங்களுடைய கவனக்குவிப்பு இயங்குகின்ற சில வியப்பான வழிகளை இந்நேரம் நீங்கள் கண்டுபிடித்திருப்பீர்கள் என்று நான் நம்புகிறேன். நீங்கள் எவ்வளவு நேரத்தைத் திட்டமிட்ட முறையில் செலவழிக்கிறீர்கள், உங்களுடைய கவனக்குவிப்பின் நேரம், உங்களுடைய மனம் அலைபாய்ந்து கொண்டிருக்கின்ற நேரம் போன்றவற்றை நீங்கள் அவதானித்திருக்கலாம். புதுமையான விஷயங்கள், இனிமையான விஷயங்கள் அல்லது அச்சுறுத்துகின்ற விஷயங்களில் உங்களுடைய மனம் தானாகவே எவ்வளவு அடிக்கடிக் கவர்ந்திழுக்கப்படுகிறது என்பதை நீங்கள் அவதானித்திருக்கலாம். உங்களுடைய கவனத்தைக் கவர்கின்ற விஷயங்கள் எவ்வளவு விரைவாக உங்களுடைய கவனக்குவிப்பிடத்தின் ஊடாகக் கடந்து செல்கின்றன என்பதை நீங்கள் அவதானித்திருக்கலாம்.

எல்லாவற்றுக்கும் மேலாக, நீங்கள் கூடுதலான உற்பத்தித்திறன் மிக்கவராக, கூடுதலான படைப்பாற்றல் மிக்கவராக, கூடுதலான குறிக்கோள்ரீதியாக இயங்குபவராக ஆகியிருப்பீர்கள் என்று நான் நம்புகிறேன்.

உங்களுடைய கவனக்குவிப்பைத் திறம்பட நிர்வகிப்பதன் பயன்கள்

உங்களுடைய கவனக்குவிப்பைத் திறம்பட நிர்வகிப்பதில் ஏராளமான பயன்கள் இருக்கின்றன.

நீங்கள் உங்களுடைய கவனக்குவிப்பைத் தானியங்கி முறையில் செயல்பட அனுமதிக்காமல், திட்டமிட்ட முறையில் அதை நிர்வகிக்கின்றபோது, அனைத்தும் உங்களுடைய கட்டுப்பாட்டுக்குள் இருக்கின்ற உணர்வு உங்களுக்குக் கிட்டும். அடுத்து நீங்கள் அதன் வரம்புகளைத் தெரிந்து கொள்வதால், அவற்றுக்குள்ளாகவே இயங்க நீங்கள் கற்றுக் கொள்கிறீர்கள். உங்களுடைய வாழ்க்கை மேலும்

அர்த்தமுள்ளதாக ஆகிறது. ஏனெனில், நீங்கள் அர்த்தமுள்ள அனுபவங்கள்மீது அதிகக் கவனம் செலுத்துகிறீர்கள். நீங்கள் முக்கியமான விஷயங்களில் கவனம் செலுத்துவதால், உங்களால் கூடுதலான விஷயங்களைச் செய்து முடிக்க முடிகிறது. உங்களால் முன்பைவிடத் தெளிவாகச் சிந்திக்க முடிகிறது, உங்களுடைய வேலையில் உங்களை இன்னும் ஆழமாக ஈடுபடுத்திக் கொள்ள முடிகிறது. நீங்கள் உங்களுடைய வருங்காலத்திற்காகத் திட்டமிடுகிறீர்கள், குறிக்கோள்களை அடிக்கடி நிர்ணயித்துக் கொள்கிறீர்கள். நீங்கள் நன்றாக ஓய்வெடுத்திருப்பதாக உணர்கிறீர்கள், நின்று நிதானித்துச் செயல்படுவது குறித்து நீங்கள் குற்றவுணர்வு கொள்வதில்லை. கூடுதலான யோசனைகளை நீங்கள் தொடர்புபடுத்துகிறீர்கள். அது, நீங்கள் மேலும் அதிகப் படைப்பாற்றலுடன் செயல்படவும், புத்திசாலித்தனமாகச் செயல்படவும், உள்ளுணர்வுரீதியாக இயங்கவும் உங்களை ஊக்குவிக்கிறது.

குறுகிய காலத்திற்குள் ஏராளமான விஷயங்களைச் செய்து முடிக்கச் சிதறா கவனக்குவிப்பால் உங்களுக்கு உதவ முடியும். சிதறுகின்ற கவனக்குவிப்பு, பல்வேறுபட்ட யோசனைகளைப் பிணைக்க உங்களுக்கு வழிவகை செய்கிறது. மறைந்திருக்கின்ற உள்நோக்குகளை வெளிக் கொணரவும், கூடுதலான படைப்பாற்றலுடன் இயங்கவும், வருங்காலம் குறித்துத் திட்டமிடவும், நன்றாக ஓய்வெடுத்துக் கொள்ளவும் அது உங்களுக்கு உதவுகிறது. இவை இரண்டும் சேர்ந்து நீங்கள் ஒரு சீரிய நோக்கத்துடன் வாழவும் வேலை செய்யவும் உங்களுக்குத் துணை புரிகின்றன.

சிறப்பான உற்பத்தித்திறன், கூடுதல் படைப்பாற்றல், உயர்ந்த நோக்கம் ஆகியவற்றுடன் நீங்கள் வாழவும் வேலை செய்யவும் உங்களுக்கு உதவுகின்ற முக்கியமான கருவிதான் கவனக்குவிப்பாகும். அதைச் சிறப்பாக நிர்வகிப்பது, நீங்கள் உங்களுடைய நேரத்தையும் ஆற்றலையும் உங்களுடைய உயர்ந்த நோக்கம் சார்ந்த விஷயங்களில் செலவழிக்கவும், உங்களுடைய வேலையை ஒரு குறிக்கோளுடனும், நீண்டநேரக் கவனத்துடனும், அதிகமாக அலைபாயாத மனத்துடனும் செய்யவும் வழிவகுக்கிறது.

அந்தக் கவனக்குவிப்பை நீங்கள் செம்மையாகப் பயன்படுத்துவீர்கள் என்று நான் நம்புகிறேன்.

நன்றியுரை

இதுபோன்ற ஒரு நூலைக் கொண்டுவருவதற்குப் பத்துப் பன்னிரண்டு பேரின் பங்களிப்புகள் தேவைப்படும். அவர்கள் அனைவரின் உழைப்பைக் கூட்டினால், அது என்னுடையதைக் காட்டிலும் அதிகமாக இருக்கும்.

இந்நூலைச் சாத்தியமாக்கியவர்களில் பலரை நான் நேரில் சந்தித்ததில்லை. அவர்கள் ஆய்வாளர்கள். அவர்களின் தோள்களின்மீது ஏறித்தான் நான் இதைத் தொகுத்துள்ளேன். அவர்கள் அனைவருக்கும் என் மனமார்ந்த நன்றி. என்னை மூன்று முறை நேரில் சந்தித்ததற்காக மைக்ரோசாஃப்ட் ரிசர்ச் நிறுவனத்தைச் சேர்ந்த குளோரியா மார்க், மேரி செர்வின்ஸ்கி, ஷம்சி இக்பால் ஆகியோருக்கு நன்றி. என்னுடன் தாராளமாகக் கதையளக்க ஒப்புக் கொண்டதற்காக ஜோனதன் ஸ்கூலர், ஜோனதன் ஸ்மால்வுட், பீட்டர் கோல்விட்சர், சோஃபி லெராய் ஆகியோருக்கு நன்றி.

என்னுடைய இலக்கிய முகவர் லூசின்டா ப்ளூமென்ஃபெல்ட் முதலிலிருந்தே இந்நூலில் நம்பிக்கை வைத்திருந்தார். ஒரு புத்தகத்தை வெளியிடுவதற்கு அவரைவிடச் சிறந்த ஒரு துணைவர் உங்களுக்குக் கிடைக்க மாட்டார். லூசின்டா தன் மனத்தில் உள்ளதை வெளிப்படையாகத் தெரிவிக்க அஞ்ச மாட்டார். அதே நேரத்தில், அவர் உங்களுக்கு முழு ஆதரவும் அளிப்பார். அவரைப் போன்ற திறமையான, பெருந்தன்மையான ஒரு முகவரோடு வேலை செய்வதில் நான் பெருமகிழ்ச்சி அடைகிறேன். வைக்கிங்கிலுள்ள மிகச் சிறப்பான

எடிட்டரான ரிக் கோட்டும் முதலிலிருந்தே இந்நூலின்மீது நம்பிக்கை வைத்திருந்தார். இந்நூலை எழுதியதில் எனக்குக் கிடைத்த நன்மைகளில், அறிவார்ந்த, திறமையான, அன்பான ஒருவராக விளங்குகின்ற ரிக்குடன் இணைந்து பணியாற்றியதும் ஒன்று. ரேன்டம் ஹவுஸ் கனடாவின் திறமைமிக்க எடிட்டரான கிரைக் பைட்டிக்கும் நன்றி. அவர் அளித்தக் குறிப்புகள் இந்நூலை மேலும் மெருகேற்ற உதவின. இந்நூலின் பதிப்புக்கு ஆதரவாக இருந்த டியாகோ நூனெஸ், கானர் எக் மற்றும் நார்மா பார்க்ஸ்டேலுக்கு என் நன்றி.

இந்நூலின் ஆய்வு மற்றும் எடிட்டிங்கில் எனக்கு உதவிய ஹிலாரி டஃப் மற்றும் விக்டோரியா கிளாசனுக்கும் நன்றி. நான் நீண்ட வாக்கியங்களை அமைத்து எழுதும் பழக்கமுடையவன். அவற்றைச் சுருக்கியதில் ஹிலாரிக்குப் பெரும் பங்குண்டு. விக்டோரியா இரண்டாம் முறையாக என்னுடன் சேர்ந்து பணியாற்றினார். இந்நூலில் இடம் பெற்றுள்ள தகவல்களின் உண்மைத்தன்மை குறித்த ஆய்வில் அவர் எனக்குப் பெரிதும் உதவினார்.

இந்நூலின் உருவாக்கத்தில் உதவியவர்களைத் தவிர, இது தொடர்பான வேறு பல விஷயங்களிலும் எனக்கு ஏராளமானோர் உதவியுள்ளனர். அமெரிக்கா, கனடா மற்றும் இங்கிலாந்தில் நான் சிறந்த பதிப்பாளர்களைப் பெறுவதற்கு எனக்கு உதவிய ஹால் ஃபெசென்டன் மற்றும் ஜெனிபர் சோய்க்கு என் நன்றி. இந்நூலின் கருத்தை அமெரிக்காவிலும் கனடாவிலும் பகிர்ந்து கொள்ள எனக்கு உதவியமைக்காக, கரோலின் கோல்பர்ன், பென் பெட்ரோன், லிடியா ஹிர்ட், நோரா ஆலிஸ் டெமிக் மற்றும் அலெக்ஸ் மெக்கில்லுக்கு என் நன்றி. லூயிஸ் ஜோர்கென்சனுக்கும் நன்றி. இப்போது நான்கு ஆண்டுகளுக்கும் மேலாக நான் அவருடன் இணைந்து பணியாற்றி வருகிறேன். அவருடைய உதவி இல்லாதிருந்தால் என் நிலைமை என்ன ஆகியிருந்திருக்கும் என்பதை நானறியேன்.

என் வாசகர்களுக்கும் நன்றி. அவர்களில் பலர் பல ஆண்டுகளாக என்னுடைய படைப்புகளைப் படித்து வருகின்றனர். இந்நூலுக்கு நீங்கள் செலவழிக்கின்ற நேரம் பயனுள்ளதாக இருக்கும் என்று நான் நம்புகிறேன்.

இறுதியாக, ஆர்டைனுக்கு என் நன்றி. ஆர்டைன்தான் என்னுடைய எழுத்துகளின் முதல் வாசகி. மற்ற எவரையும்விட நான் அவளை முழுமையாக நம்புகிறேன். அவள் என் கருத்துகளை வலுவாக்குவதோடு, முதலில் அவற்றைக் கட்டியெழுப்புவதிலும் எனக்கு உதவுகிறாள். எல்லாவற்றுக்கும் மேலாக, அவள் என் மனைவி, அன்புக் காதலி. ஆர்டைனைப் போன்ற வேறு ஒருத்தியை இதுவரை நான் பார்த்ததில்லை. என்னை ஒரு நேசிப்பாளனாக மாற்றியமைக்கு அவளுக்கு என் நன்றி.

PSV குமாரசாமி

மொழிபெயர்ப்பாளர்

இவர் ஒரு கவிஞர். மொழிபெயர்ப்பாளர். சுற்றுச்சூழல் ஆர்வலர். மலையேற்றப் பயிற்சியாளர். புகைப்படம் எடுப்பதில் அலாதி ஆர்வம் உடையவர். ஊர் சுற்றுவதில் ஏக விருப்பமுடையவர்.

தனக்குத் தெரிய வரும் நல்ல விஷயங்களை, அவற்றைத் தெரிந்து கொள்ள வாய்ப்பு இல்லாதவர்களுடன் பகிர்ந்து கொள்வதை லட்சியமாகக் கொண்டவர். மொழிபெயர்ப்பின்மீது இவருக்கு நாட்டம் வந்ததற்கு இந்த ஆர்வம்தான் காரணம்.

இவரது முப்பதாண்டுகால மொழிபெயர்ப்பு அனுபவத்தில் எண்பதுக்கும் மேற்பட்ட நூல்கள், எண்ணற்றக் கட்டுரைகள் மற்றும் கவிதைகள் வெளிவந்துள்ளன. இலக்கியம், சுயமுன்னேற்றம், சுற்றுச்சூழல், பொருளாதாரம், அறிவியல் போன்ற பல்வேறு துறைகள் தொடர்பான நூல்கள் அவற்றில் அடங்கும்.

ரோன்டா பைர்னின் உலகப் புகழ்பெற்ற நூலான 'இரகசியம்' மற்றும் ஜே. கே. ரோலிங்கின் புகழ்பெற்ற ஹாரி பாட்டர் நூல் வரிசையில் முதல் இரண்டு நூல்கள் இவருடைய மொழியாக்கத்தில் வெளிவந்துள்ள நூல்களில் குறிப்பிடத்தக்கவை.

இவர் தன் மனைவி திருமதி நாகலட்சுமி சண்முகம் அவர்களுடனும் தன் மகன்கள் இருவருடனும் தற்போது மும்பையில் வசித்து வருகிறார்.

கிறிஸ் பெய்லி

நூலாசிரியர்

கிறிஸ் பெய்லி ஓர் உற்பத்தித்திறன் மேம்பாட்டு வல்லுநர், பிரபல நூலாசிரியர். அவருடைய முதல் நூலான, 'த புரட்க்டிவிடி புராஜெக்ட்' சர்வதேச அளவில் சிறப்பாக விற்பனையானதோடு, 11 மொழிகளில் மொழிபெயர்க்கப்பட்டும் உள்ளது. கிறிஸ் தன்னுடைய வலைத்தளத்தில் உற்பத்தித்திறன் பற்றித் தொடர்ந்து எழுதி வருகிறார். உற்பத்தித்திறனை மேம்படுத்துவது குறித்து உலகெங்கிலுமுள்ள பல நிறுவனங்களில் அவர் சொற்பொழிவாற்றி வருகிறார். உற்பத்தித்திறன் குறித்து அவர் எழுதியுள்ள நூற்றுக்கணக்கான கட்டுரைகள், நியூயார்க் டைம்ஸ், வால் ஸ்டிரீட் ஜர்னல், நியூயார்க் மேகசீன், ஹார்வர்டு பிசினஸ் ரிவ்யூ, டெட், ஃபாஸ்ட் கம்பெனி, லைஃப்ஹேக்கர் ஆகியவற்றில் வெளிவந்துள்ளன. கிறிஸ் தன் மனைவி ஆர்டைனுடன் கனடாவிலுள்ள ஒன்டாரியோவில் வசித்து வருகிறார்.

கீழ்க்கண்ட வழிகளில் நீங்கள் அவரைத் தொடர்பு கொள்ளலாம்:

வலைத்தளம்: alifeofproductivity.com

மின்னஞ்சல்: chris@alifeofproductivity.com

டுவிட்டர்: @Chris_Bailey